மதங்களும் சில விவாதங்களும்

தருமி

எதிர் வெளியீடு

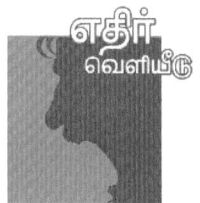

மதங்களும் சில விவாதங்களும்
தருமி

முதல் பதிப்பு: ஆகஸ்ட் 2015
இரண்டாம் பதிப்பு: டிசம்பர் 2017

எதிர் வெளியீடு,
96, நியூ ஸ்கீம் ரோடு, பொள்ளாச்சி – 642002
தொலைபேசி: 04259 – 226012, 99425 11302

விலை: ரூ. 320

Mathangalum Sila Vivathangalum
Dharumi
Copyright © Dharumi

First Edition: August 2015
Second Edition: December 2017

Published by
Ethir Veliyeedu, 96, New Scheme Road, Pollachi - 642 002
email: ethirveliyedu@gmail.com
www.ethirveliyeedu.com

ISBN: 978-93-84646-38-7
Cover Design: Vijayan
Printed at Jothy Enterprises, Chennai.

All rights reserved. No part of this book may be reprinted or reproduced or utilised in any form or by any electronic, mechanical or other means, now known or hereafter invented, including photocopying and recording, or in any information storage or retrieval system, without permission in writing from the Publisher.

சமர்ப்பணம்

Dedicated to my grand children
Vivian, Varshan,
Jessica and Janis
&
to their contemporaries

'தருமி' என்னும் புனைப்பெயரில் எழுதி வரும் இவரின் இயற்பெயர் G. Sam George. கல்லூரிப் பேராசிரியராக இருந்து, ஓய்வு பெற்ற பின் இணையப் பதிவுகளில் ஆர்வத்தோடு இயங்கி வருபவர். இவர் மொழிபெயர்த்த ஒரு நைஜீரிய புதினத்திற்கு இரு மாநில விருதுகளைப் பெற்றுள்ளார். எதிர் வெளியீடாக வந்த 'பேரரசன் அசோகன்' இவரது இரண்டாவது மொழிபெயர்ப்பு நூலாகும். இவர் தற்போது மதுரையில் வசித்து வருகிறார்.

Email: dharumibook@gmail.com

பொருளடக்கம்

முன்னுரை *09*

அணிந்துரை *13*

பகுதி I

சுய ஆய்வின் தொகுப்பு 25

பகுதி II

சில கட்டுரைகளின் தொகுப்பு

1. எங்கே உன் கடவுள்? எனக்குக் காட்டு!
   - தமிழ்ப்படை 71

2. மத அடிப்படை வாதங்களின் தோற்றமும் வளர்ச்சியும்
   - ஜமாலன் 81

3. கடவுள் பிறக்கும் இடம்
   - R. கோபால் 114

பகுதி III
விவாதங்கள்

1. சானா குரான்	127
2. செவன்த் டே அட்வெண்டிஸ்ட் - பிறந்த கதை	135
3. மார்மோன் சபை பிறந்த கதை	141
4. ஷியா - சன்னி பிரிவினை - பிறந்த கதை	147
5. அஹமதியா பிரிவு - பிறந்த கதை	156
6. முகத்திரைக்குள்ளே *தஜ்ஜால்*	163
7. இந்துக்களின் கண்களுக்கு...	170
8. கிறித்துவர்களின் கண்களுக்கு...	183
9. இஸ்லாமியர்களின் கண்களுக்கு...	209
10. என் சொந்தக் கதை	238

முன்னுரை

பேசுவதே தொழில். 37 ஆண்டுகள் கல்லூரி ஆசிரியராகப் பணியாற்றி 2003ம் ஆண்டு ஓய்வு பெற்றேன். நாட்கள் மெல்ல நகர்ந்தன. வெறுமையான நாட்களாகத் தோன்றின. கணினி உலகிற்குள் மெல்ல ஒரு கைநாட்டுக்காரன் போல் நுழைந்தேன். முதலில் வெறும் தேடல்களும், வாசிப்புகளுமாய் இருந்தேன். பின் ஆங்கிலத்தில் ஒரு இணையப் பக்கம் — blog — ஆரம்பித்தேன். ஆரம்பித்த போது என்ன எழுதுவேன்; எப்படி எழுதுவேன் என்ற பயத்தோடுதான் ஆரம்பித்தேன். கடிவாளம் சிறிது கைக்குள் வந்தது போலிருந்தது. ஆனால் அதற்குள் தமிழிலும் இணையப் பக்கம் ஆரம்பித்து எழுத முடியும் என்பது தெரிந்த போது தமிழில் இணையப் பக்கத்தை 2005ல் ஆரம்பித்தேன். வெகு சில நாட்கள் இரு குதிரையிலும் பயணம் செய்ய முயன்றேன். ஆனால் தமிழ்ப் பதிவுகளுக்குக் கிடைத்த ஆதரவும், மற்ற பதிவர்களோடு கிடைத்த கருத்துத் தொடர்புகள், கேள்விகள் போன்றவை மேலும் தமிழில் எழுதும் ஆர்வத்தைத் தூண்டின. எழுதுவதில் ஒரு மகிழ்ச்சி; மக்களிடமிருந்து கிடைக்கும் எதிர்வினைகள் மேலும் மேலும் வாசிக்கவும், சிந்திக்கவும், எழுதவும் வைத்தன.

ஏற்கெனவே மதங்களைப் பற்றிய நான் கொண்டிருந்த கருத்துகளைப் பதிவாக்க ஆரம்பித்தேன். நானெப்படி பிறப்பினால் என்னோடு ஒட்டிக் கொண்ட கிறித்துவ

மதத்தை விட்டு வெளியே வந்தேன் என்று எழுதினேன். மறுப்புகள் என்று அதிகம் ஏதும் இல்லை. அதோடு நிற்காது மற்ற மதங்களில் நான் கண்ட 'ஓட்டைகளை'ப் பற்றியும் சொல்ல ஆரம்பித்தேன். ஒரு புறத்திலிருந்து நிறைய எதிர்ப்புகள். அவைகளுக்குப் பதிலளிக்க நிறைய வாசிக்க வேண்டியதிருந்தது. ஏற்கெனவே தேடலாக இருந்தது இப்போது ஒரு புது வேகத்தோடு வளர்ந்தது. நிறைய கேள்விகளை எதிர்கொள்ள வேண்டியதிருந்தது. அது என்னை மேலும் புதுப் புது விஷயங்களைத் தேட வைத்தது. நல்ல ஒரு academic pursuit. மதங்களைப் பற்றிய உரையாடல்கள் நீண்டன. ஓரளவு எழுதி முடித்ததை ஒரு நூலாக்க ஓர் ஆசை எழுந்தது. பயன் — இன்று உங்கள் கைகளில் இந்த நூல்.

ஏறத்தாழ ஒன்பதாண்டுகள் தனித் தனியாக எழுதியதைத் தொகுத்து இந்த நூலாகக் கொண்டு வந்துள்ளேன். நான் எழுதி உள்ளவை எல்லாமே அங்குமிங்கும் தேடிய கருத்துக்களின் குவியலே. நிச்சயமாக எந்தப் பொய்யான தகவல்களையும் தரவேயில்லை. நம்முடைய மதங்களைப் பற்றி நமக்கே தெரியாத விஷயங்கள் பலவும் இருக்கும். அவைகளை முதன் முறையாகக் கேட்கும் போது அவைகள் உண்மையா என்ற கேள்வி மனதிற்குள் எழுவது இயற்கை. உதாரணமாக, Gospel of Judas என்றொரு நூலைப் பார்த்த போது அட! அவரும் ஒரு நற்செய்தி சொல்லியுள்ளாரா? என்ற ஆச்சரியம் எனக்குள் வந்தது. அதுபோன்ற ஆச்சரியமான சூழலில் நான் தரும் ஒரே உறுதிமொழி — வேண்டுமென்று எங்கும் தவறான எந்தத் தகவல்களையும் இந்நூலில் தந்து விடவில்லை என்பதே.

ஒரு குறை என் நூலில் உண்டு. எங்கெல்லாம் முடியுமோ அங்கேயெல்லாம் மேற்கோள்கள் எடுத்த இடங்களைப் பற்றிய குறிப்புகளைக் கொடுத்துள்ளேன். ஆயினும் சில கட்டுரைகளை இணையத்திற்காக முதலில் எழுதும் போது மேற்கோள்களை அக்கட்டுரைகளில் சேர்க்கவில்லை. ஆகவே சில கட்டுரைகளில் வரும் கருத்துகள் பெறப்பட்ட இடங்கள் தெரியாது. அவைகளை நான் கொடுக்க முடியாமைக்காக வருந்துகிறேன்.

இணையத்தில் தொடர்ந்து எழுதி ஒரு நூலாக இதைக் கொண்டு வர உதவியவர்கள் பெரும்பாலும் என் கருத்துக்களுக்கான எதிரிகளே! இவர்களோடு என் கருத்துக் களுக்கு துணை நின்றவர்களையும் நன்றியோடு நினைத்துப் பார்க்கிறேன். இந்த இரு குழுக்களின் உந்துதலும், உதைத்தலும் இல்லாமல் போயிருந்தால் நானும் நிறைய வாசித்திருக்க

மாட்டேன்; சிந்தித்திருக்க மாட்டேன்; உறுதியாக அவைகளைத் தொகுத்து எழுதியிருக்க மாட்டேன். இவ்வளவு உதவி செய்த என் கருத்துகளின் மறுப்பாளர்களுக்கும், ஆதரவாளர்களுக்கும் என் முதல் நன்றி.

தமிழ்ப்படை, ஜமாலன், R. கோபால், தஜ்ஜால் என்ற நான்கு பதிவர்களின் கட்டுரைகளை இங்கே கொடுத்துள்ளேன். இவர்களில் தமிழ்ப்படையின் அனுமதி கேட்டு என் இணையப் பக்கத்தில் பதிந்தேன். அதை அப்படியே இந்த நூலிலும் கொண்டு வந்துள்ளேன். R. கோபால் அவர்களைத் தேடியும் கண்டுபிடிக்க முடியவில்லை. இந்த நால்வருக்கும் என் மனமார்ந்த நன்றி.

இந்நூலுக்கு அணிந்துரை கேட்டதும் சம்மதித்து அதனை உடனே கொடுத்த பேராசிரியர் முனைவர் சாமிநாதனுக்கு மிக்க நன்றி.

இதை நூலாகக் கொண்டு வர சம்மதித்து அழகிய ஒரு நூலாகக் கொண்டு வந்த ‘எதிர் வெளியீடு’ பதிப்பகத்தாருக்கு வெறுமனே ‘நன்றி’ என்று மட்டும் சொல்வதில் பொருளேது மில்லை.

தருமி

அணிந்துரை

1

பிரபஞ்சம் படைக்கப்பட்டதா, இல்லை தன்னியலாகத் தோன்றியதா என்கிற கேள்வி அறிஞர்கள் பலரால் பன்னெடுங் காலமாகக் கேட்கப்பட்டு வருகின்றது. கேள்விக்கு "பிரபஞ்சம் கடவுளால் படைக்கப்பட்டது என்றும், இல்லை தன்னியலாகத் தோன்றியது என்றும், அப்படி யெல்லாம் அறுதியிட்டு ஒரு பக்கம் சார்ந்து கூறிட முடியாது; இப்படியும் இருக்கலாம்; அப்படியும் இருக்கலாம்; இரண்டுமே இல்லாமலும் இருக்கலாம் என்கிற போக்கிலுமாக மூன்று பொருண்மைகள்" விடையாக முன்வைக்கப்படுகின்றன. இவற்றை முறையே இறையேற்பு என்னும் ஆத்திக வாதம், இறை மறுப்பு என்னும் நாத்திக வாதம், இறை பற்றிய ஐயம் என்னும் சம்சய வாதம் என்று குறிப்பிடுவர் அறிஞர். இம்மூன்று பொருண்மைகளுக்குமே தர்க்க நியாயங்கள் உண்டு.

பிரபஞ்சத்தையும் அதில் அடங்கியுள்ள சகலத்தையும் குறிப்பாக பூமியையும் உயிர்களையும் இறைவன் தான் படைத்தான் என்று நம்பிக்கையோடு பேச்சைத் தொடங்கி, மறுப்பிற்கும் எதிர்ப்பிற்கும் தாக்குப் பிடிக்க முடியாமல் 'சரி... ஏதோ ஓர் சக்தி படைத்தது என்று வைத்துக்கொள்வோமே' என்று பின்வாங்கி நிற்பவர்களைப் பார்த்திருக்கிறோம்.

இப்படிக் குத்துமதிப்பான இறை நம்பிக்கை உடையவர்கள் தாம் பூமியெங்கும் நிறைந்திருக்கிறார்கள். அரிதாக சம்சயர்களும், மிக மிக அரிதாக நாத்திகர்களும் இருக்கிறார்கள்.

ஆத்திகர்களாக இருப்பது எளிது. மிகமிக எளிது. காரணம் ஆத்திகத்தின் பாதை அகலமானது. அதில் நடந்து போகிறவர்கள் எண்ணிக்கையில் அடங்காதவர்கள். முன்னால் போனவர்களுக்கும், போகிறவர்களுக்கும், பின்னால் வருகிறவர்களுக்கும், வரப்போகிறவர்களுக்கும் கணக்கு வழக்கில்லை. இலட்சம், கோடி, கோடானு கோடி என்று பயணப்பட்டுக் கொண்டிருக்கிறார்கள். ஒருவரைப் பார்த்து ஒருவர் என்னும் கணக்கில் ஏழைகள், பணக்காரர், கற்றவர், கல்லாதவர், அப்பாவிகள், அதிகாரம் படைத்தோர், குழந்தைகள், பெண்கள், ஆண்கள் என்று சகலரும் இறை நம்பிக்கை கொண்டிருக்கின்றனர். தொப்பியைக் கழற்றிக் கீழே போட்ட குரங்குக் கதை நினைவிற்கு வந்தால் பிழையில்லை.

மானுட சமூகத்தின் அனைத்து வகையான வளர்ச்சிக் கட்டங்களையும் வடிவமைப்பதற்குத் துணை செய்யும் எண்ணற்ற காரணிகளில் இறை பற்றிய சிந்தனை முக்கிய பங்காற்றுகிறது. மனிதன் தன் கவலையில், கண்ணீரில், தேவையில், நம்பிக்கையில், வெற்றியில், தோல்வியில், சாதனையில், இயலாமையில், அன்பில், வெறுப்பில், பலத்தில், பலவீனத்தில் என்று அனைத்து நிலைகளிலும் இறை நம்பிக்கையின் நிழல் ஆறுதல் அளிக்கும் சக்தியாகச் செயல்படுகிறது என்று நம்புகிறான். இறை நம்பிக்கையற்ற அரசுகள் இருந்திருக்கின்றன. ஆனால் இறை நம்பிக்கையற்ற சமூகத்தை நாம் இதுவரை சந்தித்ததில்லை. இனியும் சந்திப்போமா என்பது கேள்விக் குறி. இறை நம்பிக்கை மனிதனுக்குச் சுமைதாங்கிக் கல் போன்றதாகும். ஆனால் அந்தச் சுமைதாங்கிக் கல்லினால் மனிதன் பெறுவதாக நம்பும் ஆறுதல் கற்பிக்கப்பட்டது, போலியானது, நிச்சயமற்றது. கானல் நீரைப் போன்றது என்று சொல்வதற்கு நிறையவே இடமிருக்கிறது. இப்படிச் சொல்வதை இறை நம்பிக்கையாளர்கள் ஏற்றுக் கொள்வதில்லை. காரணம் மனிதர்கள் தங்கள் சுயத்தை இழந்து பல்லாயிரம் ஆண்டுகள் ஆகி விட்டன. இதனைச் சிந்தித்துப் பார்க்கும் திராணியோ அல்லது ஆம் என்று ஒத்துக் கொள்ளும் நேர்மையோ துணிவோ இவர்களிடம் இல்லாமல் இருப்பது வியப்பிற்குரியதல்ல. சுயத்தை இழந்து நொறுக்கப்பட்ட மனநிலையில் இருப்பவர்களின் புகலிடமாக இறை நம்பிக்கை இருக்கிறது என்றால் மிகையில்லை.

மானுட சமூகத்தை முன்னோக்கி நகர்த்துபவை பொருள்சார் நாட்டமும், பொருளுற்பத்தி நடவடிக்கைகளும் மட்டுமே. இறை நம்பிக்கையல்ல. மனிதர்கள் உணவினைத் தேடிக் கண்டு பிடித்துப் பங்கிட்டு வாழ்ந்த புராதனப் பொதுவுடைமைச் சமுகம் ஒன்றிருந்தது. அதன் பின் உணவை உற்பத்தி செய்யத் தொடங்கிய நிலவுடைமைக் காலத்திலோ மனிதர்கள் இரண்டு கூறுகளாகப் பிரிந்தார்கள். அதாவது பொருட்களை உற்பத்தி செய்து தருகிறவர்கள் ஒரு புறமும், உற்பத்தி செய்யப்பட்ட பொருட்களைச் சொந்தங்கொள்கிறவர்கள் ஒரு புறமும் என்று ஆனார்கள். எண்ணிக்கையில் பெரும்பான்மையினராக இருந்த உழைப்பாளிகளுக்கு உற்பத்திப் பொருளின் மேல் தார்மீக உரிமை ஏதுமில்லை என்னும் நிலை ஏற்பட்டது. உழைப்பிற்குக் கூலி என்று கொஞ்சம் தரப்பட்டது. அவ்வளவே. உழைப்பாளிகள் நிராயுதபாணிகள் ஆனார்கள். பொருள் சார்ந்த அனைத்து பலன்களையும் உரிமைகளையும் கையகப்படுத்தியவர்களோ உழைப்பாளிகளை, அவர்கள் சார்ந்த சமுகத்தை, அதற்குள் இயங்கும் நிறுவனங்களைக் கட்டுப்படுத்துவதன் மூலம் தம் ஆதிக்கத்தை மேலும் மேலும் பெருக்கிக் கொண்டார்கள். நிலை நிறுத்திக் கொண்டார்கள். தேவை கருதி புதிய புதிய நிறுவனங்களை ஏற்படுத்தித் தந்தார்கள். சிறுபான்மையினராக இருக்கும் தமது ஆதிக்கத்திற்கு எதிராகப் பெரும்பான்மையினராக இருக்கும் உழைப்பாளிகள் கிளம்பி விடக் கூடாது என்னும் எச்சரிக்கையாலும் தந்திரத்தாலும் அப்படிச் செய்தார்கள். சமயங்கள் அப்படித் தான் தோற்றுவிக்கப்பட்டன. அதன் தோற்றம் ஒன்றும் தற்செயல் நிகழ்வு அல்ல.

பொருளுற்பத்தியில் தார்மீக உரிமையை இழந்து அந்நியமாக்கப்பட்டிருந்த மனிதன் தனக்குச் சக மனிதர்களால் ஆறுதல் இல்லை என்றுணர்ந்தான். தன் கோபத்தை தன்னை அடக்கியாளும் ஆதிக்க சக்திகளின் மேல் காட்ட முடியாமலும் இருந்தான். அப்படிக் காட்டி இருந்தாலும் அது கொடூரமாக அடக்கப்பட்டிருக்கும். எனவே கற்பிக்கப்பட்ட இறையிடம் தஞ்சம் அடைவதன் மூலம் ஆறுதலைப் பெற முடியும் என்று நம்பினான். அதைத் தன் ஒரே புகலிடமாக ஏற்றுக் கொண்டான். இறை நம்பிக்கை உழைக்கும் மக்களின் கூட்டுத் தயாரிப்பல்ல. மாறாக ஆதிக்க சக்திகளால் திட்டமிடப்பட்டு தயாரித்தளிக்கப்பட்ட போதை மருந்து. ஒரு மாபெரும் சுரண்டலின் ஒரே வாரிசு தான் இந்த இறை நம்பிக்கை. அதைச் சமயங்கள் கட்டிக் காத்து வருகின்றன. ஒவ்வொரு சமயத்தின் தோற்றத்திற்கான தடித்ததும், நுண்ணியதுமான

காரணங்களை ஆய்வு செய்தால் தெள்ளிதின் விளங்கும்.

ஆதிக்க சக்திகள் நிராயுதபாணிகளான அப்பாவிகளைக் கூறு போட்டுக் கொண்டு கூத்தடிக்கும் மேடைகள் தான் சமயங்கள் என்றால் மிகையில்லை. 'நாடகங்கள்' கட்டுக் கோப்பானவை. நாடகத்திற்கான கதைக்களமோ இனக்குழு வாழ்க்கையில் தொடங்கி, குடும்பம்,உள்ளூர், வட்டாரம், நாடு, பன்னாடு என்று விரிந்து அதனதன் பண்புகளை எல்லாம் உள்வாங்கிக் கொண்டு பூதாகரமாக வளர்ந்தது. இடம், காலம், பங்கேற்பாளர்கள் நோக்கில் பார்த்தால், கதை உணர்ச்சியும் துடிப்பும் மிக்கதாக இருந்தது. கதைகளைத் திருடுவதும், தழுவி எழுதுவதும் ஒரு சில பகுதிகளை வெட்டி ஒட்டிக் கொள்வதும் கூட நடந்தது. வசனக் கட்டமைப்போ பலருக்கும் ஏற்புடையதாகவும் ஆறுதலைத் தரத்தக்கதாவும் தெளிவும், கூர்மையும் கொண்டு, காலத்தைக் கடந்து நிற்பதாகவும் அமைந்தது. பாமரன் முதல் படித்த ஞானிகள் வரை வசனங்களை ரசித்தார்கள். 'நடிகர்கள்' வீர தீர பராக்கிரமம் உடையவர்கள் மட்டுமல்ல; அன்பு செய்தல், ஆறுதல் தருதல், நீதி பரிபாலனம் செய்தல் போன்ற பன்முகத் தன்மை கொண்டவர்களாகவும் இருந்தனர்.

ஊரின் எல்லைகளைக் காப்பதற்கென்றும், நோய் நீக்குவதற்கென்றும், உணவு தருவதற்கென்றும், மழை பொழிவதற் கென்றும், பயிர் பச்சைகளை, ஆநிரைகளை, நீர்நிலைகளை, மலைகளை, வனாந்திரங்களை காப்பதற்கென்றும், எதிரிகளை வெல்வதற்கும் தனித்தனியே உருவாக்கப்பட்ட சிறு கடவுள்கள் காலவோட்டத்தில் அனைத்துப் பண்புகளும் ஒரு சேரப் பெற்ற மாட்சிமைக்குரிய பன்முகக் கடவுள்களாக (நடிகர்களாக) உருவாக்கம் பெற்றனர். இன்று முப்பெரும் இந்துக் கடவுளரைப் பின்னுக்குத் தள்ளிவிட்டு பிள்ளையார் முன்னிலைப்படுத்தப்படுகிறார். இந்து சமயத்தின் ஒட்டு மொத்தச் சிறப்புகளும் பிள்ளையார் மீது குவிக்கப்பட்டு வருவதில் ஆதிக்க அரசியல் இருக்கிறது என்னும் கூற்றினை நிராகாரிப்பது கடினம். சில நடிகர்கள் கடத்தப்பட்டார்கள்; சிலர் பெரும் தொகை கொடுத்து வாங்கப்பட்டார்கள்; சிலர் சேர்த்துக் கொள்ளப்பட்டார்கள்; சிலரோ தேடித் தேடிக் கண்டுபிடிக்கப்பட்டார்கள். தீண்டாமைக்கு உள்ளான மலைவாழ் மக்களின் தெய்வத்தை ராஜகுமாரனாக்கி ஹரிகர சுதனாகி இருக்கிறார். வேலன் முருகனானதும், சிவபார்வதி தம்பதியினருக்கு மகனானதும், பிள்ளையாருக்குத் தம்பியானதும் ஒட்டு வேலை விந்தையாக இல்லையா?

இவ்வேலையை ஒருவர் செய்வதில்லை. ஆளாளுக்கு மண்ணள்ளிப் போட்டு விட்டுப் போவதைப் போல் செய்திருக்கிறார்கள்.

யூதர்களுக்கென்றே பூமிக்கு வந்த ஏசுக்கிறிஸ்து இன்று அனைத்து மக்களுக்குமான கடவுளாகப் பதவி உயர்வு தரப்பட்டுள்ளார். ஏசுக்கிறிஸ்துவுக்கு பதவி உயர்வு வாங்கித்தரச் செலவளிக்கப்பட்ட தொகையை எழுதிக் காட்ட முடியாது. பதவியைத் தக்க வைத்துக் கொள்ளச் செலவிடப்படும் தொகை நாளும் நீண்டு கொண்டே போகிறது. ஏசுக்கிறிஸ்துவைக் குப்புறத்தள்ளி விட்டுவிட்டு, அவர் இடத்தைப் பிடிக்கும் போட்டியில் பாலைவனத்துக் கடவுளுக்காக எண்ணெய் வளப் பணமும், இந்திய நாட்டின் முப்பெரும் கடவுளருக்காக கார்பரேட் முதலாளிகளின் கறுப்புப் பணமும் தண்ணீரைப் போல் இறைக்கப்படுகின்றன. இந்து சமயம் ஒரு சமயம் அல்ல; அது வாழ்க்கை நெறி என்று பேசுவதில் சிலருக்குத் தலைகால் புரியவில்லை. இறை நம்பிக்கை இந்நாட்டுப் பூர்வீகக் குடிகளின் வாழ்க்கை நெறியாக இருந்த நிலையில் ஆரியப் பிராமணர்களின் கைங்கரியத்தால் நான்கு வேதங்களும், பகவத்கீதையும் வலிந்து திணிக்கப்பட்டன. இந்நாடு ஆரிய பிராமணர்களின் வேட்டைக் காடாயிற்று. கிறிஸ்தவம், இசுலாம் போன்ற சமயங்களைப் போல பிராமண இந்து சமயமும் பூர்வீகக் குடிகளை சமயமாற்றம் செய்து வருகிறது.

பூமியில் வாழும் கோடானு கோடி மக்களை கால் வயிற்றுக் கஞ்சிக்கும் வகையற்று பட்டினி போட்டுக் கொல்லும் ஆதிக்கவாதிகள் மோட்சம், சுவனம், பரலோகம், சிவலோகம், வைகுந்தம் போன்ற கற்பனை உலகத்தைப் படைத்து நாடகங்களில் இறுதிக் காட்சிகளாக வைத்து அப்பாவிகளின் சுயசிந்தனையைக் கட்டுப்படுத்தி வைத்திருக்கிறார்கள். இந்த முத்தாய்ப்பான உத்திக்குப் பெயர் தான் விதி. விதி என்னும் வக்கீலைக் கொண்டுதான் மக்கள் மன்றத்தில் கடவுள்கள் தமக்குச் சார்பான தீர்ப்பினைப் பெற்றுக் கொண்டிருக்கிறார்கள். அதனாலேயே அவர்கள் வெற்றி பெறுகிறார்கள்.

நாத்திகவாதிகளிடம் வாதம் செய்யப் போன ஆத்திகவாதிகள் எந்தக் கடவுளை முன் நிறுத்துவது? யார் கடவுளை உண்மையான கடவுள் என்று சொல்வது என்பதில் ஏற்பட்ட அடிதடியில் கை கால்களை உடைத்துக் கொண்டு தெருவில் கிடந்ததாகச் சொல்லுகிறார்கள். நாடக இயக்குநர்களிடையே எழும் போட்டி பொறாமைகளுக்குக் குறைச்சல் இல்லை.

ஏனைய மேடைகளை வசைபாடுவதும், வம்பு செய்வதும், குத்துப்பழி வெட்டுப்பழி என்று கலகம் செய்வதும், போர் தொடுப்பதுமான குணம் சமயவாதிகளிடையே வழக்கமாக இருக்கிறது. இவர்கள் தேவைக்கேற்றபடியெல்லாம் வசனங்களையும் நடிகர்களையும் மாற்றிக் காட்டுவார்கள். மீனாட்சியின் திருமணத்திற்கு நேரத்தில் வராமல் கோபித்துக் கொள்ளும் அழகர் துலுக்கநாச்சியின் வீட்டில் தங்கிப்போவதை எந்த நியாயத்ததோடு சேர்ப்பது? இந்த வரம்பு மீறலில் உள்ள அரசியல் மேலாதிக்க உள்நோக்கத்தை நாம் ஏற்றுக் கொள்கிறோமா? இராமன் என்னும் சாதாரண அரச குமாரனை திருமாலோடு இணைத்து கடவுளாக மாற்றிக் காட்டவில்லையா? அவன் பிறந்ததாகச் சொல்லப்படும் இடத்தைக் கைப்பற்றுவதற்காக வேறொரு சமயத்தின் கோவில் இடித்தழிக்கப் படவில்லையா? இறை மகவான ஏசுவை ஈன்றெடுத்த காரணத்திற்காக மேரியும் இறைவியாக்கப் பட்டிருப்பதும், அவர் அருள் அன்னையாக உலகெல்லாம் காட்சி கொடுத்துக் கொண்டிருப்பதும் விந்தையல்லவா? இறைத்தூதர் முகமதுநபி இனக்குழு மக்களுக்குப் பரிந்துரைத்த, முதிர்ச்சி அடையாத பழக்கவழக்கங்களை பின்பற்றத் தக்கவை என்று உலகமெல்லாம் சொல்லிக் கொண்டிருக்கிறார்களே; ஏன்?

ஓயாத பேரிரைச்சலுடன் புலம்பிக் கொண்டிருக்கும் கடலைப்போல, இந்த பூமி புலம்பிக் கொண்டிருப்பதற்குக் காரணம் சமயங்கள் தான். பொருளாதாரம் மற்றும் அரசியல் ஆதிக்கங்களுக்காக நடத்தப்பட்ட போர்களில் பலி கொடுக்கப்பட்ட மனித உயிர்களை விடவும் சமய ஆதிக்கத்திற்காகப் பலி கொள்ளப்பட்ட உயிர்களின் தொகையைக் கணக்கிடவியலாது. ஆதி காலத்தில் மனிதனிடம் இருந்த அறியாமையைக் காட்டிலும் கல்வி அறிவும், அறிவியல் ஆராய்ச்சியும் மானுடத்தின் சாதனை என்று மார்தட்டும் இந்தக் காலத்தில் மனிதனைத் தொற்றிக் கொண்டிருக்கும் அறியாமையின் வீச்சு அளவிலும் தன்மையிலும் பெரியதாய் இருக்கிறது. மழை பெய்ய வேண்டி அரசமரத்திற்கும் வேப்ப மரத்திற்கும் திருமணம் செய்து வைக்கும் படித்த மேதாவிகளை நாம் பார்க்கிறோம். சந்திராயன் விண்கலத்தில் குங்குமம் வைக்கப்படுகிறது!

ஒரு காலத்தில் பெண் தெய்வங்களே உலகெங்கும் வழிபடப் பட்டு வந்தன. இன்றோ ஆண் தெய்வங்கள் கோலோச்சுகின்றன. தேவதைகள், ஆண் கடவுள்களின் மனைவி யராகவோ,

கணங்களாகவோ அல்லது வைப்பாட்டிகளாகவோ, அடிமைகளாகவோ தகுதியிறக்கம் செய்யப்பட்டிருப்பதைக் காண்கிறோம். நிலவுடைமை சமுகம் தொடங்கி இன்றைய முதலாளித்துவ சமுகம் வரை ஆணாதிக்கம் முதன்மை இடம் பெற்றிருப்பதற்கு இணையாகவே இம்மாற்றம் நிகழ்ந்திருக்கிறது. இங்கே சமயங்கள் வேறு; இறை நம்பிக்கை வேறு என்று புளிச்ச ஏப்பம் விட்டபடி எவரேனும் சண்டி வழக்குப் பேசிக் கொண்டு குறுக்கே வர மாட்டார்கள் என்று நினைக்கிறேன். சுருக்கமாகச் சொன்னால் பிரஞ்சத்தையே படைத்த இறைவன், மனித வடிவை மட்டுமே கொண்டிருப்பதும், மனிதர்களால் மட்டுமே வணங்கப்படுவதும் எளிதாக ஒதுக்கித் தள்ளக் கூடிய விசயமல்ல. இந்த வெடிகுண்டைச் செயலிழக்கச் செய்ய வல்லவர் யார்? ஒருவருமில்லை.

2

அருமை நண்பர் 'தருமி' என்ற பேராசிரியர் சாம் ஜார்ஜ் அவர்கள் இறை நம்பிக்கையாளராக வாழ்க்கையைத் தொடங்கி, சம்சயவாதியாக வளர்ந்து, இறை மறுப்பாளராக நிலை பெற்றிருக்கிறார். தன் வாழ்வில் ஏற்பட்டிருக்கும் இந்த மாற்றத்திற்குத் தான் சார்ந்திருந்த கிறித்துவ சமயத்தில் காணப்படும் முரண்பாடுகளே காரணம் என்கிறார். இன்னும் ஒருபடி மேலே போய் இசுலாமிய சமயம், இந்து சமயம் இவற்றிலெல்லாம் காணப்படும் முரண்பாடுகளை எல்லாம் எடுத்து விமர்சனத்திற்கு உள்ளாக்கி இருக்கிறார். அதன் மூலம் தன்னுடைய இறை மறுப்பு முடிவிற்கு வலுச்சேர்க்கிறார்.

இந்நூல் 1. நாமறிந்த மதங்களிலே. 2. சில கட்டுரைகள். 3. மதங்கள் என்னும் முப்பெரும் பகுதிகளைக் கொண்டிருக்கிறது. நாமறிந்த மதங்களிலே என்னும் பகுதியில் ஆசாரம் மிகுந்த கத்தோலிக்க கிறித்துவ குடும்பத்தில் பிறந்த இளைஞன் ஒருவன் கடைப்பிடிக்கும் பக்தியும், சமயச் சடங்குகளும் நண்பருக்கு ஏற்புடையதாக இருந்திருக்கின்றன. ஆனால் ஒரு கட்டத்தில் சமயச் சடங்குகளிலும், போதனைகளிலும் இருந்த முரண்கள் அவருக்குள் பகுத்தறிவுச் சிந்தனையைப் பற்ற வைத்திருக்கின்றன.

1. இறைத்திட்டம் தீர்மானிக்கப்பட்டதாக (predeterminism) இருக்கும்போது மன்றாட்டின் (prayer) மூலம் அதை மாற்ற முடியுமா? முடியுமென்றால் இறைத்திட்டத்தின் கதி என்ன?

2. உலகைப் படைத்த இறைவனுக்கு ஓய்வு தேவையா? ஓய்வு என்பது மனிதன் சம்பந்தப்பட்ட விசயம் இல்லையா? ஏழாம் நாள் ஒன்றினை ஒதுக்கித்தான் இறைவன் ஓய்வெடுக்க வேண்டுமா?

3. பகுத்தறிவை (ஞானத்தை) ஏன் கிறித்துவம் மறுக்கிறது?

4. கடவுளின் தந்தை, மகன், பரிசுத்தஆவி ஆகிய தோற்றங்களுக்கு ஏன் பொருத்தமான விளக்கம் தரப்படுவதில்லை?

5. சமாதானத்தின் தேவன் என்றழைக்கப்படும் கடவுள், சமாதானத்தையல்ல பிரிவினையையே உண்டாக்க வந்தேன் என்று உங்களுக்குச் சொல்லுகிறேன் என்பது ஏன்?

6. 'என் தேவனே, என் தேவனே, ஏன் என்னைக் கைவிட்டீர்?' என்னும் ஏசுவின் கூப்பாடு ஏசு வேறு பிதா வேறு என்பதைத் தானே காட்டுகிறது?

7. இந்து சமயத்தைப் பொருத்த மட்டில் ஒப்பீட்டளவில் பல நல்ல விசயங்கள் இருக்கின்றன. பிறவிகளின் இறுதியில் முக்தி என்பது ஏனைய சமயங்களில் உறுதியளிக்கப்படாத விசயம். ஆனாலும் சனாதன விதிப்படி மனிதர்களை சாதிகளாக பிரித்திருப்பதையும் அறிவிலும், திறனிலும் எவ்வளவுதான் சாதித்தாலும் அவர்களிடையே பிறப்பின் அடிப்படையில் உயர்வு தாழ்வு கற்பித்திருப்பதையும் கடவுளே திட்டமிட்டிருக்கிறார் என்றால் எவ்வாறு ஏற்றுக் கொள்ள முடியும்?

8. தீண்டாமையைச் சமூகக் கட்டமைப்பாக, பண்பாட்டு நெறியாக இறுக்கமாக்கி வைத்திருக்கும் இந்து சமயத்தை ஏற்றுக் கொள்வதெப்படி?

9. சிறுதெய்வ வணக்கம், பெருந்தெய்வ வணக்கம் இவை இரண்டும் பகுத்தறிவிற்குப் பொருந்திவரக் கூடியவையா? படைப்பிலக்கணத்திற்கு முரணானவை இல்லையா?

10. எந்த விதத்தில் முகமது நம் வாழ்க்கையில் நாம் நித்தம் நித்தம் காணும் சாதாரண மனிதர்களை விட உயர்ந்தவராக இருந்தார் என்று வரலாறு கூறுகிறது?

11. நபி முழுக்க முழுக்க தன் குவாரஷி குல நன்மைக்காக, தன்னைப் பின் பற்றிய அந்நாளைய அரபி மக்களுக்காகப் போராடிய மாவீரன் என்பதைத் தவிர உலக மக்களுக்காக, அனைத்து மக்களின் நன்மைக்காக போராடியவர் என்று

குரானிலோ ஹத்தீஸிலோ கூறவில்லையே; ஏன்?

12. பல வழிகளிலும் ஆராய்ந்து பார்த்தால் நபிகளின் வாழ்க்கை, குற்றம் சுமத்தப்பட்டவரே சாட்சி சொல்வது போல் அல்லவா இருக்கிறது?

இவை போன்ற கேள்விகள் பல இளைஞனாக இருந்த பேராசிரியரின் மனத்தில் தோன்றியுள்ளன. இவற்றிற்கான விடைகளைத் தேடியபோது பெற்றோர்களும், குருமார்களும் இவர் ஐயம் தெளிவு பெறத்தகும் விளக்கங்களைத் தரவில்லை. கேள்விக் காற்று இழுத்த வழியே பயணித்த இவர் இந்து சமயம், இசுலாமிய சமயம் போன்றவற்றிலும் விடைகாண முடியாக் கேள்விகளுக்கும் ஐயங்களுக்கும் நிறையவே இடமிருப்பதாக அவற்றின் புனித நூல்களைக் கற்றறிந்திருக்கிறார். கல்லூரிப் பேராசிரியராகப் பணி ஏற்றதைத் தொடர்ந்து அறிவியல் மற்றும் சமய நூல்களைப் படிப்பதிலும், ஆய்வு செய்வதிலும் பரிச்சயம் கொண்டிருக்கிறார். அதனால் இறை நம்பிக்கை, சமயங்கள் தொடர்பாக இவர் சிந்தனையை முற்றுகை இட்டிருந்த கேள்விகள் மேலும் கூர்மையடைந்துள்ளன. தன் மனத்தில் தோன்றிய கூர்மையான கேள்விகளை தமிழ்ப்படை, ஜமாலன், R.கோபால் ஆகியோரின் கட்டுரைகளைக் கொண்டும் கிறிஸ்தவ இசுலாமிய இந்து சமயங்களின் புனித நூல்களைக் கொண்டும் அவற்றின்மேல் பல்வேறு காலக்கட்டங்களில் வைக்கப்பட்ட விமர்சனங்களைக் கொண்டும் கூர்மையாக்கி இருக்கிறார். அதன் வெளிப்பாடுதான் இந்நூல்.

இந்நூலில் ஒவ்வொரு வரியிலும் நேர்மை,வெளிப்படைத் தன்மை, நாகரிகம் என்னும் உயர் பண்பு, அறிஞர்களுக்கே உரித்தான துணிவு, தங்கு தடையற்ற நடையழகு போன்ற அரிய பண்புகள் இழையோடுவதைக் காண்கிறேன். கடவுள் என்னும் உண்மையை உணரும் அறிவே உண்மையறிவு (மெய்ஞ் ஞானம்) என்று படித்தவர்கள் பேசுவதைக் கேட்டிருக்கிறோம். அப்படியல்ல; கடவுள் என்பது கற்பிக்கப்பட்ட கருத்து தான் என்று கண்டறிவதே உண்மையறிவு (மெய்ஞ்ஞானம்) என்பதை நிறுவியிருக்கும் பேராசிரியரை வாழ்த்துகிறேன்.

Dr. கோவேத. சுவாமிநாதன்,
தமிழ்த்துறைத்தலைவர் (ஓய்வு)
அமெரிக்கன் கல்லூரி, மதுரை.

பகுதி
I

நாமறிந்த மதங்களிலே...

மத நம்பிக்கைகள் பொதுவாகவே பிறப்போடு வருகின்றன. ஆனாலும் பிறப்பினால் ஒரு மதத்தில் இருப்பவர்கள் தங்கள் சமய நம்பிக்கைகளை கேள்வி கேட்பதே இல்லை. ஏனெனில் அவர்களுக்குப் பிறந்த உடன் போடப்பட்ட ஒரே 'கண்ணாடி' வழியே பார்த்துத்தான் பழக்கம். அந்தக் கண்ணாடியைக் கழட்டுவதே 'பாவம்' என்ற நினைப்பில் வாழ்வதுவே நமது வழக்கம். ஒரு சிலருக்கு சில ஐயங்கள் ஏதேனும் எழலாம். அவ்வப்போது தலைகாட்டும் இந்த ஐயங்களை அவர்களது 'நம்பிக்கைகள்' பொதுவாக ஆழப் புதைத்து விடும். அதிலும் நாம் பின்வரும் பக்கங்களில் சொல்லப்படுவது போல், இந்த நம்பிக்கையாளர்களில் ஆபிரஹாமிய மதக்காரர்கள் தங்கள் மதங்களைக் கேள்வி கேட்பதே blasphemy — தேவதூஷணம்— நம் கடவுளை, நம் நம்பிக்கைகளை இழிவுபடுத்துதல் என்ற நினைவில் இருப்பதுண்டு. ஏன், இந்து மதத்திலும் கூட தங்கள் கடவுளைப் பற்றிய வினாக்களை எழுப்புவதற்கும் மறுப்புண்டு. ஆனால் ஆபிரஹாமிய மதங்களில் பொதுவாக நம்பிக்கையாளர்களுள், விசுவசிப்பவர்களுள் மதங்களில் கேள்வி என்பதே ஒரு அருவருக்கத்தக்க விஷயமாகவே பார்க்கப்படுகிறது.

இப்படி நம்பிக்கைகளோடு பிறந்து வளர்ந்து வரும் மனிதர்கள் பொதுவாக, நடந்த பாதையிலேயே நடந்து

பழக்கப்பட்ட குதிரை, ஆடு, மாடு போன்று, வேறு சிந்தனைகள் ஏதுமின்றி தொடர்ந்து நடந்து செல்வது மரபு. வேறு சிந்தனைகள் வரக்கூடாதென்பதில் நமது சமூகமும், சிறப்பாக நம் மதங்களும் நிரம்ப ஜாக்கிரதையாக இருக்கும். கடவுளைப் பற்றிக் கேள்வி கேட்க நீ யார் என்பதே முதல் கேள்வியாக, அந்தக் கேள்வியே ஒரு தண்டனையாக வந்துவிடும். அதிலும் இன்னும் ஒரு வழக்கமான கேள்வி வரும்: 'நீ என்ன ரொம்ப படிச்சிட்டியா? அந்தக் காலத்தில் இருந்து பெரியவங்க சொன்னதெல்லாம் சுத்த பொய்தானா?' இப்படி ஒரு இளைஞனிடம் கேட்டால், பாவம் அவன் பரிதவித்துப் போய் விடுவானே. ஒரு வேளை நடுவயதில் ஒருவனுக்கு இதுபோன்ற ஐயங்கள் மனத்துள் எழுந்தாலும் அவைகளுக்கு அவன் விடை கண்டுபிடிப்பதற்கு முன்பே வயதாகி விடும். வயதாகி விட்ட பின் 'போற இடத்துக்குப் புண்ணியம் தேடணும்' என்ற நினைப்புதான் மீதியாகி விடும். வயதாக வயதாக சாவைப் பற்றிய — சிறு பிள்ளையிலிருந்து ஊட்டி விடப்பட்ட — மரண பயம் தலைக்கேறி விடும். அதன்பின் கடவுளைப் பற்றி என்ன கேள்வி வாழ்க்கையில் பெரிதாக வந்து விடும்? தலைமுறை தலைமுறையாக இந்த வட்டம் எப்போதும் போல் நம்மைச் சுற்றிச் சுற்றிச் சென்றுவிடும். காலங்காலமாக தொடர்ந்து வரும் கடவுள் நம்பிக்கைகள் ஏறத்தாழ மேலே சொன்னதுபோல்தான் நம்மிடையே இருந்து வருகின்றன. இருந்தாலும் என் வாழ்க்கையில் இந்த வரை கோட்டிலிருந்து சில சின்ன மாற்றங்கள். பிறப்பில் கிறித்துவன். எல்லா கிறித்துவப் பிள்ளைகள் போல் இளம் வயதில் கோவில், கிறித்துவப் போதனை, வீட்டில் பெற்றோரின் தாக்கம் எல்லாமே இருந்து வந்தன. மத நம்பிக்கைகளுக்குக் குறைவில்லை. ஆனால் நடுவயதில் சில கேள்விகள் .. பதில்கள் தேடினேன். கிடைத்த சில பதில்கள் என்னை மாற்றின. மாறிய கதை இதோ...

1

'மிஸ்ஸியம்மா" என்று ஐம்பதுகளில் வந்த பழைய திரைப்படத்தை நீங்கள் பார்த்திருப்பீர்களோ, இல்லையோ, 'வாராயோ வெண்ணிலாவே, கேளாயோ என் கதையை' என்ற பாடலைக் கட்டாயம் கேட்டிருப்பீர்கள். படம் பார்த்திராதவர்களுக்கு ஒரு கதைச் சுருக்கம்: நடிகையர் திலகம் சாவித்திரி

(மேரி) —க்கும் சாம்பார் — (sorry, ஜெமினி கணேசனின் அந்தக்காலத்துச் செல்லப்பெயர்) —க்கும் காதல், ஊடல் அது இதுன்னு வந்து கடைசி சீனில் இரண்டு பேருக்கும் கல்யாணம். பெண் — கிறித்துவள் (ஆனால், உண்மையில் சிறு வயதிலேயே இந்துக்குடும்பத்திலிருந்து காணாமல்போன, கதாநாயகனின் முறைப்பெண்தான்); ஆண்: இந்து. மதுரையில் இரண்டாவதாக ஆரம்பிக்கப்பட்டதாகச் சொல்லப்படும் 'சிடி சினிமா' தியேட்டரில் (இப்போது அது வெறும் வண்டிகள் நிறுத்துமிடமாக மாறியுள்ளது) படம் பார்த்து விட்டு வெளியே வந்ததும் ரொம்ப ஆத்திரத்துடன் நான் என் அப்பாவிடம் கேட்ட கேள்வி: 'அது எப்படி ஒரு கிறித்துவப் பெண் ஒரு இந்துவைக் கல்யாணம் பண்ணலாம்?'.

பெரும் மத அடிப்படைவாத உணர்வு (utter fundamentalism) தெரிகிறதா, இந்தக் கேள்வியில்? அந்தக் கேள்வியைக் கேட்ட எனக்கு அப்போது வயது என்ன தெரியுமா? பத்து பதினொன்று என்றிருந்திருக்க வேண்டும். ஒரு கிறித்துவர் இன்னொரு கிறித்துவரைத்தான் மணந்துகொள்ள வேண்டுமென்ற கருத்து அந்த இளம் வயதிலேயே என் மனத்தில் அவ்வளவு ஆழமாகப் பதியக் காரணம் என்ன? ஒரு குழந்தை கேட்கும் குழந்தைத்தனமான கேள்வி அது அல்ல என்பது நிச்சயம். அந்த வயதிலும் மத உணர்வுகள் அவ்வளவு ஆழமாய் என் மனதில் பதிந்திருந்ததென்றால் அது ஒருவகை 'மூளைச் சலவை'யன்றி வேறென்ன? அதோடு இது குழந்தைப்பருவத்தில் மட்டுமே இருந்த ஒரு நிலையும் அல்ல. ஏனெனில், முதுகலை வகுப்பில் நாத்திகரான என் ஆசிரியர் 'பைபிள்' பற்றி ஏதோ கேலியாகச் சொல்ல, அப்போதே அதி வன்மையாக அவர் கூற்றை நான் கண்டித்தேன் — அதனால் ஏற்படக்கூடிய பின் விளைவுகளைப் பற்றி அறிந்திருந்தும். அந்த அளவு என் மதத்தின் மேல் எனக்கு ஈர்ப்பு, ஈடுபாடு...

மதங்களை, அவைகள் சொல்லும் கடவுள் கோட்பாடுகளைக் கண்ணை மூடிக் கொண்டால் மட்டுமே நம்பமுடியும்; கண்ணையும், காதையும் கொஞ்சம் திறந்தாலோ, நம் மதங்களாலும், பெற்றோர்களாலும், பிறந்தது முதல் நமக்குக் கற்பிக்கப்பட்ட, ஊட்டப்பட்ட விஷயங்களிலிருந்து கொஞ்சம் விலகி நின்று — with an OBJECTIVE VIEWING — பார்த்தால் (அப்படிப் பார்ப்பது மிக மிகக் கடினம் என்பது நிஜம்; என் மதம்; என் கடவுள் என்ற நிலைப்பாட்டை அறுத்து 'அவைகளை' யான், எனது என்ற பற்றற்றுப் பார்ப்பது

அநேகமாக முடியாத காரியம்தான்.) அப்படிப் பார்ப்பது எளிதாக இருந்திருந்தால், எவ்வளவு நன்றாயிருக்கும்! கடினமானதுதான்; ஆனால், முடியாததல்ல. என்னால் முடிந்திருக்கிறது.

அதிலும், நான் அறிந்தவரையில் semitic religions என்றழைக்கப்படும் யூதமதம், கிறித்துவ மதம், இஸ்லாம் மதம் என்ற இந்த மூன்று மதங்களுமே தங்கள் மதத்தினரை தங்கள் (கெடுவுக்குள்) பிடிக்குள் இறுக்கமாக வைத்திருக்க முடிவதற்குறிய காரணம் எனக்குப் பிடிபடுவதில்லை. அவர்களிடம் கேட்டால், எங்கள் தெய்வமே உண்மையானது; எங்கள் மார்க்கமே சரியானது; ஆகவேதான், எங்கள் மதத்தை நாங்கள் இறுகப்பற்றியுள்ளோம் என்பார்கள். அப்படியானால், அந்த மூன்றில் எது உண்மையான வேதம்? மூவருக்கும் பொதுவானது — பழைய ஏற்பாடு. யூதர்கள், மோசஸ்வரை பழைய ஏற்பாட்டை ஏற்றுக்கொள்கிறார்கள்; கிறித்துவர்களுக்கு அதன் பின்பு — புதிய ஏற்பாடு; இஸ்லாமியர்களுக்கு — கடைசி ஏற்பாடு. இருப்பினும் அவர்களுக்குள்தான் சண்டையே அதிகம்?! ஆனாலும், ஒரு ஒற்றுமை — மூவருமே தங்கள் மதத்தின்மேல் முழு, ஆழ்ந்த, கேள்விகளற்ற — அதைவிட, கேள்வி கேட்கப்பட்டாலே அதை blasphemy என்று நினைக்கும் அளவிற்கு — நம்பிக்கை; கிறித்துவர்களின் மொழியில் — விசுவாசம், இஸ்லாமியரின் வார்த்தைகளில் — ஈமான் — Fidelity.

நானும் மேற்சொன்ன மாதிரியே முழுக்கிறித்துவனாக, முழு விசுவாசமுள்ள கத்தோலிக்க கிறித்துவனாக இருந்துவந்தேன். சாதாரணமாக, இளம் வயதில் மதத்தைவிட்டுச் சற்றே விலகியிருந்து, பின் கல்யாணமெல்லாம் ஆகி குழந்தை குட்டி என்று சம்சார சாகரத்தில் மூழ்கி, — இந்துக்கள் சொல்வதுபோல், 'க்ரஹஸ்தன்' என்ற நிலைக்குப் பிறகு வரும் மாற்றம் போல் — மறுபடியும் கடவுளைச் சரணடைவதுதான் இயல்பு. ஆனால், என் கேஸ் கொஞ்சம் வித்தியாசம். நான் ஏறத்தாழ 40 —43 வயதுவரை என் மதத்தின் மேல் மட்டற்ற நம்பிக்கையும், என் மதக் கடவுள் மேல் பக்தியும் கொண்ட ஒருவனாகவே இருந்து வந்தேன். அப்படியிருந்த நான் ஏன் இப்படி ஆனேன்? அது ஒரு நாளிலோ, சில மாதத்திலோ ஏற்பட்ட மாற்றமில்லை; Theist என்ற நிலையிலிருந்து agnostic என்று என்னை நானே கூறிக்கொள்ளவே பத்து ஆண்டுகளுக்கு மேல் ஆயிற்று; பின் athiest என்று என்னை

நானே — பலத்த தயக்கங்களுக்குப் பிறகே — கூற மேலும் பல ஆண்டுகள் ஆயிற்று. ஆக, இது மிக மிக தயங்கித் தயங்கி, நின்று நிதானித்து, மெல்ல மெல்ல எடுத்துவைத்த அடிகள். எந்தவித ஆவேசமோ, யார் மீதோ அல்லது எதன் மீதோ ஏற்பட்ட ஏமாற்றங்களினாலோ, கோபதாபங்களாலோ வந்த மாற்றம் இது இல்லை. எனக்கு நானே பரிட்சித்துப்பார்த்து, கேள்வியும் நானே; பதிலும் நானே என்றும், அதோடு, பதிலுக்காக அங்கங்கே அலைந்தும் எனக்கு நானே பதிலளித்து அதன் மூலம் வந்த முடிவுகளை ஏற்றுக்கொண்டேன். இது ஒரு evolution - a very slow 'blossoming'! (Evolution என்ற சொல்லுக்கே அதுதான் பொருள்). மற்றவர்களின் சமய எதிர்ப்புக் கொள்கைகள் எதையும் அப்போது நான் என் காதில் வாங்கிக்கொண்டதில்லை. ஏனெனில், என் கருத்துக்களுக்கு நான் மட்டுமே பொறுப்பாயிருக்கவேண்டுமென்று விரும்பினேன். உதாரணமாக, 'Why I am not a Chrisitian?" என்ற Bertrand Russel எழுதிய புத்தகத்தை வாசிக்க ஆரம்பித்து முதல் 30 பக்கங்களோடு நிறுத்திக்கொண்டேன். ஏனெனில், (prayer) ஜெபம் பற்றி நான் நினைத்ததையே அவரும் கூறுவதாகப் பட்டது. அதோடு, அந்தப் புத்தகத்தின் தாக்கம் என்மீது எவ்வகையிலும் ஏற்படுவதை நான் விரும்பவில்லை.

'சுயம்பு' போல் வளர வேண்டும் என்று வைத்துக் கொள்வோமே!!

இந்த பரிணாமத்தைத்தான் மெல்ல உங்களிடம் சொல்ல வந்துள்ளேன். என்னைப் பொறுத்தவரை இது ஒரு நீண்ட நெடும் தேடல்... தொடர்ந்த தேடல். முடிவைத்தொட்டு விட்டேன் என்று கூறவில்லை. நான் சென்ற எல்லை வரை உங்களை அழைத்துச் செல்ல ஆசை — ஒரே ஒரு நிபந்தனை; கஷ்டமானதுதான். உங்கள் மனக்கதவுகளைத் திறந்து வைத்துக் கொள்ளுங்களேன்...

2

எண்பதுகளின் கடைசிகளில் என்றுதான் நினைக்கிறேன். ஒரு புத்தாண்டு தினம்; இரவுப் பூசை. மதுரை தூய மரியன்னை ஆலயம். பூசையின்போது நடுவில், முந்திரிப்பழ ரசம் யேசுவின் ரத்தமாக மாறுவதாக ஒரு கட்டம்; 'எழுந்தேற்றம்' என்பார்கள். எல்லோரும் தலை வணங்கி, ஆராதிக்கும் இடம். அன்று,

அந்த நேரத்தில் மனசுக்குள் ஒரு பொறி; இதெல்லாமே ஒரு அடையாளம்தானே; உண்மையிலேயே அப்படியேவா ரசம் யேசுவின் ரத்தமாக மாறுகின்றது என்ற எண்ணம். ச்சீ..ச்சீ ..இப்படியெல்லாம் நினைப்பதே பாவம் — என்னை நானே கடிந்துகொண்டு மேலும் தீவிரமாக பூசையில் ஜெபிக்கலானேன். ஆனால், அது அவ்வளவு எளிதாக இல்லை. எண்ணம் தீவிரமானது. இவை எல்லாமே வெறும் அடையாளங்கள், ஒரு simulation என்றெல்லாம் தோன்ற ஆரம்பித்தது. இந்த எண்ணங்கள் எல்லாம் சாத்தானின் வேலைதான்; இதிலிருந்து வெளிவரவேண்டும் என்று உறுதிகொண்டேன். அதற்காகவே தினமும் ஜெபம் செய்ய ஆரம்பித்தேன். ‘கடவுளே, எனக்கு சந்தேகங்களைக் கொடுக்காதே; அப்படியே கொடுத்தாலும், அதற்குரிய பதில்களையும் கொடு’ என்று உண்மையாக வேண்டினேன். ஆனால் மனதில் மேலும் மேலும் கேள்விகள் தோன்ற ஆரம்பித்தன. புதுப் புதுக் கேள்விகள். ஜெபமும் தொடர்ந்தது. பயன்தான் ஏதுமில்லை.

இப்போது ஜெபத்தின் மீதே ஒரு கேள்வி.

ஜெபங்கள் கேட்கப்படுமா? “கேளுங்கள் கொடுக்கப்படும்; தட்டுங்கள் திறக்கப்படும்” என்று பைபிளில் சொல்லப்பட்டிருக்கிறதே — அது உண்மைதானா என்ற ஒரு புதுக்கேள்வி இப்போது. சந்தேகங்கள் திரண்டு ஒரு புது தொடர் கேள்வி கீழ்க்கண்டவாறு உருவானது.

‘கடவுள்’ இருந்தால் — ‘அது’ முழு வல்லமை பொருந்தியதாக இருக்கவேண்டும். — omniscient முழு வல்லமை பொருந்தியதாக இருப்பின் ‘முக்காலமும்‘ உணர்ந்ததாக இருக்கவேண்டும்.

அவனன்றி அணுவும் அசையாது — என்ற நிலை. நடப்பதெல்லாம் நாராயணன் (கடவுளென வாசிக்கவும்!) செயல் தானே! அதாவது, எல்லாக் காரியங்களுமே, predetermined ஆக இருக்க வேண்டும்; அந்த நிலை — PREDETERMINISM.

(உன் தலையில் உள்ள ஒவ்வொரு முடியும் கூட எண்ணப் பட்டுள்ளது.) இப்படியாக பைபிளிலும், ஏனைய மத நூல் களிலும் பலவாறாகவும் கூறப்பட்டுள்ளன.

எல்லாமே predetermined ஆக இருந்தால், எல்லாமே ‘அவன்’ திட்டப்படி நடப்பதாக இருந்தால் — மனிதன் என்னதான் ஜெபம், தவம் செய்தாலும் எல்லாமே கடவுளின் திட்டப்படி

தானே நடக்கும்; நடக்க வேண்டும்.

ஜெபத்தால் நடக்குமென்றால், கடவுளின் திட்டம் மாறக் கூடியதா? மாறக்கூடியதாயின், predeterminism என்னாவது?

predeterminism — கேள்விக்குள்ளானால், 'கடவுளின்' முழு வல்லமை என்னாவது?

ஆகவே, ஜெபத்தால் முடியாததததில்லை என்ற கிறித்துவத்தின் அடிப்படைக் கருத்து எனக்குக் கேள்விக்குறியானது.

கடவுளின் குமாரனாகக் கருதப்படும் யேசு பல இடங்களில் ஜெபம் செய்ததாக பைபிளில் கூறப்பட்டாலும், சிலுவையில் அறையப்படுவதற்கு சிறிது முன்பு, 'முடியுமானால் இந்தக் கடினமான பாத்திரம் என்னை விட்டு அகலக்கடவது; ஆனால், அது உம் எண்ணப்படியே ஆகட்டும்' என்று ஜெபித்ததாகத் தெரியும். ஆனால் அவரது ஜெபமே கேட்கப்படவில்லை! அவர் சிலுவையில் அறையப்பட்டார். ஏனெனில், அது ஏற்கெனவே இப்படி நடக்குமென்று எழுதப்பட்டு விட்டது. அதைத்தான் நான் சொன்னென்—predeterminism என்று. அப்படியானால், கிறித்துவம் சொல்லும் 'ஜெபமே ஜெயம்' என்ற கூற்று என்னாவது?

இதனைத் தொடர்ந்த இரண்டாம் கட்டம்:

மனிதனுக்கு FREE WILL (தமிழில்..? — 'தன் முடிவு'— சரியாக இருக்குமா?) கடவுளால் கொடுக்கப்பட்டுள்ளது; அதை அவன் நல்ல முறையில் செயல்படுத்தவேண்டும் என்பது கிறித்துவத்தில் கூறப்பட்டுள்ளது. கடவுள் = omniscient; அப்படியாயின், அவனன்றி அணுவும் அசையாது; அசையக்கூடாது. ஆடுபவனும் அவனே; ஆட்டுவிப்பவனும் அவனே! — என்ற தத்துவமே சரியானதாக இருக்கவேண்டும். அப்படியாயின், நடக்கும் காரியங்களுக்கு கடவுள்தானே பொறுப்பு? ஆட்டுவித்தால் யாரொருவர் ஆடாதார்? மனிதன் எப்படி பொறுப்பாவான். கடவுளின் திட்டம் நிறைவேற மனிதன் ஒரு பகடைக்காய்தானே? FREE WILL உண்மை என்றால் PREDETERMINISM தவறாகாதா? PREDETERMINISM உண்மையெனின் FREE WILL தவறாகாதா? இரண்டில் ஒன்றுதானே இருக்கமுடியும். கடவுளின் omniscience சரியா? மனிதனுக்குக் கொடுக்கப்பட்டதாகக் கூறப்படும் freewill சரியா?

மதத்தை எதிர்த்தும், கடவுள் கோட்பாட்டையே கேள்வி கேட்கிறோமே என்ற அச்ச நிலையிலிருந்து — எதுவும் கேள்விக்குட்பட்டதே என்ற நிலை நோக்கி நகரத்தொடங்கினேன். பெருத்த தயக்கமான தருணங்கள் அவை.

இந்த நேரத்தில் எனக்கு நானே ஒரு "பத்துக்கட்டளைகள்" ஏற்படுத்தியிருந்தேன். அதில் — என் இரண்டாவது கட்டளை: you open YOUR own eyes. உன் கண்களை நீயே திறந்து கொள். எனக்கு நானே சொல்லிக்கொண்டேன்; எனக்குள் இருக்கும் எண்ணங்கள் எல்லாம் பிறர் சொல்லிக்கொடுத்து வந்தது. எனக்கு நானே ஏன் உண்மை என்ன என்பதைக் காணக்கூடாது? காணக் கண் திறந்தேன் — என் கண்களை எனக்கு நானே திறந்துகொண்டேன். இந்த நேரத்தில் தான் நான் முன்பு சொன்னபடி எந்தவித வெளித் தாக்கங்களின்றி, என்னைக் காத்துக்கொண்டு, எனக்கு நானே ஆசானாய் மாறி, எனக்கு நானே மாணவனாய் மாறி...மெல்ல..மெல்ல... மாறினேன். அந்த மாற்றங்களைப்பற்றி சொல்வதற்கு முன் உங்களிடம் தனியாக ஒரு வார்த்தை.

நான் முன்பு சமய நம்பிக்கையோடு இருந்த நிலையில் வாசிப்பவர்கள் நீங்கள் யாராவது இருப்பின் உங்களுக்காக ஒரு கேள்வி; உங்கள் பதிலும் —நியாயமான, உண்மையான— பதிலும் தேவை:

நீங்கள் ஒரு கிறித்துவரோ, இஸ்லாமியரோ இரண்டில் எதுவாயினும் (இந்துக்களை இந்த 'ஆட்டை'யில் இப்போது சேர்த்துக்கொள்வதாயில்லை.) சரி; ஒரு பேச்சுக்காகவேகூட, உங்களால் உங்கள் மதத்தைத் தவிர அடுத்த மதம் உண்மையான தாக இருக்கக்கூடும் என்று ஒத்துக்கொள்ள முடியுமா? Can you accept for the sake of argument that a faith other than yours could be the RIGHT one? ஒரு வேளை ஒத்துக்கொள்ளலாமோ என்று நினைத்தாலும், நம்மோடு பிறந்து வளர்ந்த நம் மத உணர்வுகள் நம்மை அப்படி ஒத்துக்கொள்ள விடாது என்பதே உண்மை. அதேபோல், நீங்கள் ஒரு கிறித்துவர் என்று கொள்வோம்; இஸ்லாம்தான் / யூதமதம்தான் உண்மையான மதம்; நம்மை உய்விக்கும் மதம் என்று கூறினால் ஒத்துக்கொள்வீர்களா? அதைப்போலவே, நீங்கள் ஒரு இஸ்லாமியராக இருப்பின், கிறித்துவம்தான் நம்மை இறைவனோடு ஐக்கியப்படுத்தும் உண்மையான மார்க்கம் என்று கூறினால்... ?

அனேகமாக, இரு தரத்தாரும் ஒரே பதிலைக்கூறுவீர்கள் என்று நினைக்கிறேன். 'எங்கள் மதம் / மார்க்கம் சரியென்று தெரிந்தபிறகு எதற்காக அடுத்த மதம் சரியென்று நான் சொல்லவேண்டும்' — என்றுதான் இந்நேரம் நினைத்திருப்பீர்கள் என்று நம்புகிறேன். அப்படித்தான் நினைக்க முடியும்; ஏனெனில், நாம் அனைவரும் வளர்ந்த, வளர்க்கப்பட்ட விதம் அப்படி. "என்னைத் தவிர உனக்கு வேறு கடவுள் இல்லை" என்று இரண்டு மதமும் போதிக்கின்றன; அவற்றில் வளர்ந்த நம்மால் அடுத்த மதத்தில் உண்மை இருக்கலாம் என்று நினைக்கவும் முடியாது. தன்னிலைப்படுத்துதல் (subjectivity) இதுதான் மதங்கள் விஷயத்தில் நாம் கொள்ளும் நிலைப்பாடு. இதிலிருந்து மீள, மாற, மீற நம்மால், மதங்களைப்பொறுத்தவரை obectivity—யோடு நடந்துகொள்ள முடியாது என்பதுதான் நிதர்சனமான உண்மை.

மதங்கள் எல்லாமே பொதுவாக பிறப்போடு வருவது. நம்பிக்கைகளின் மேல் கட்டப்பட்ட விஷயம். நம்பிக்கை யென்றாலே, கேள்விகளுக்கு அப்பாற்பட்ட காரியங்கள். அங்கே, rationality is the first victim. (இங்கே, rationality என்பதற்கு 'பகுத்தறிவு' என்று மொழியாக்கம் செய்தால் சரியாக வராது.) கேள்விகளுக்கு இங்கு அளிக்கப்படும் அந்தஸ்து — தேவதூஷணம். நம்மை நாமே ஒரு வட்டத்துக்குள் வைத்துக் கொள்கிறோம். அதிலிருந்து வெளியே தலை நீட்டுவதே பாவம் என்ற கருத்தோடு வளர்க்கப்பட்டவர்கள் நாம்.

இதில் கஷ்டமான விஷயம் என்னவென்றால், என் மதம்தான் சரியென்ற கருத்து நம் எல்லோரிடமும் மிக ஆழமாகப் பதிந்துபோய் விடுகிறது. என் அம்மா நல்லவர்கள் என்று சொல்வதில் எந்தத் தவறும் இல்லை; ஆனால், என் அம்மா மட்டும்தான் நல்லவர்கள் என்று சொல்வதுதான் தவறு.

இதை வைத்தே யோசிப்போமே; நம் தாய், தந்தையர்கள் எல்லோரும் தவறே இல்லா புனிதர்களா என்ன? ஆயினும், நம் அப்பா, அம்மா என்ற பாசத்தில், பிரியத்தில் அவர்களிடம் நாம் ஒட்டியிருக்கிறோமே அதுபோலத்தான் மதங்களோடு நம் உறவு. தாய், தந்தையரையாவது ஒரு கட்டத்தில் அவர்களின் தவறுகளை வைத்துக் கணிப்போம். ஆனால், நம் மதத்தில் தவறுகள் இருக்கக் கூடும் என்ற நினைவே நமக்கு ஒவ்வாதது .

3

இதுவரை முதல் ஐயம் விதையாய் மனத்தில் விழுந்த விதத்தையும், அதை நான் வளர்த்த விதத்தையும் எழுதினேன். முதலில் நம் மதத்தைப்பற்றி ஐயம் எழுப்புகிறோமே என்ற குற்ற உணர்வு; அதனால் 'ஜெபம்'; அது தோற்றதால் ஏன் கேள்விகள் கேட்கக்கூடாது என்ற மனச்சமாதானமும், தைரியமும் வர மேலும் மேலும் கேள்விகளை எனக்கு நானே கேட்க ஆரம்பித்தேன். அதனால் 'விசுவாசம்' என்று கிறித்துவர்கள் சொல்லும் 'மத நம்பிக்கை' படிப்படியாகக் குறைந்தது. இந்த நிகழ்வுகளை மூன்று நிலைகளாகப் (Phases) பிரித்துத் தருகிறேன்.

4

பள்ளியில் பயிலும்போது வருடத்திற்கு ஒரு முறை எங்கள் பள்ளியின் கத்தோலிக்கக் கிறித்துவ மாணவர்களுக்கு மூன்று நாட்களுக்கு 'தியானம்' கொடுப்பார்கள். இந்த நாட்களில் நாங்கள் கடவுளைப் பற்றியும், மதக்கருத்துக்களைப் பற்றியும் தியானிக்கவேண்டும். ஆனால், எங்களுக்கு ஒத்த வயதினரோடு ஒரே இடத்தில் தங்கி, உண்டு, உறங்கி நாட்களைக் கழிப்பதில் தனி மகிழ்ச்சி. குதித்து கும்மாளத்தோடு வருவோம். ஆனால், முதல் நாள் முதல் 'பிரசங்கத்திலேயே' தியானம் கொடுக்க வரும் குரு (சாமியார்), 'பாவம்' (sin) என்பது பற்றியும், இந்தப் பாவத்தின் சம்பளமான சாவு பற்றியும், சாவுக்குப்பிறகு கிடைக்கக் கூடிய 'மோட்சம்—நரகம்' (heaven & hell) பற்றிக் கூறுவார். இதில் மோட்சம் பற்றிக் கூறுவதை விடவும், நரகம், அதன் கொடுந்தண்டனைகள் பற்றியும், அது எப்படி 'நித்தியம் (eternal), என்பது பற்றியும் சொல்லுவார். நன்கு நினைவில் இருக்கிறது; அந்தச் சின்ன வயதில் இந்த சேதிகள் எவ்வளவு ஆழமாகப் பதிந்தது என்று. எல்லோருமே பயந்து நடுங்கியிருப்போம். அன்று இரவு தூக்கத்தில் அவனவன் பயந்து உளறுவது சர்வ சாதாரணம். ஆட்டமெல்லாம் இரண்டாம் நாளிலிருந்துதான்!

*1**** பைபிளில் என்னவோ ஒரே ஒரு 'வசனம்' மட்டுமே வருகிறது (Math. 14:50). ஆனால் அது போதும் — பயங்கரமான ஒரு oral and visual effect கொடுப்பதற்கு!! ஒரு மனிதன் மிஞ் சிப்போனால் எத்தனை ஆண்டுகள் உயிரோடிருப்பான்.

நூறு ஆண்டுகள்? அதில் அவன் என்ன தவறு செய்தாலும் 'நித்தியத்திற்கும்' அவனுக்குத் தண்டனை என்பது எனக்கு ஒரு பெரிய முரண்பாடாகத் தோன்றியது. கடவுள் கருணை நிரம்பியவர் என்று ஒரு புறம்; ஆனால், மறுபுறமோ முடிவில்லா தண்டனை! ஒத்து வரவில்லை. இப்படித் தண்டனை அனுபவிப்பதற்கு என்னைப்பொறுத்தவரை மூன்றே மூன்று மனிதர்களுக்கு மட்டுமே தகுதியுள்ளதாகப் பட்டது: ஹிட்லர், போல்பாட், இடி அமின் ! ஆனால், இந்தத் தண்டனை எனக்கும், உனக்கும் என்பது பொருந்தியதாகத் தெரியவில்லை. இதைப் பார்க்கும்போது நீ செய்த 'கர்ம வினை'களுக்கு ஏற்றாற்போல் மீண்டும் மீண்டும் பிறவி எடுத்து இறுதியில் 'முக்தி' பெறு என்று சொல்லும் இந்து மதக் கோட்பாடில் 'மனித தர்மம்; மனித நீதி' இருப்பதாகப் பட்டது. (அதற்காக அம்மதக் கோட்பாடுகள் அனைத்தும் எனக்கு உடன்பாடு என்று பொருள் கொள்ள வேண்டாம்.) கடவுளின் தர்மமும், நீதியும் நம் தர்மத்தையும், நீதியையும்விட மேலானதாக இருக்கவேண்டாமோ?

2 *** அடுத்ததாக, நாம் நம் சிறுபிள்ளைப் பருவத்திலிருந்து கற்பிக்கப்பட்ட காரியங்களை எந்தவித ஐயமும் இன்றி, தொட்டிலில் தொடங்கியதைக் கடைசிவரை முழுமையாக நம்புகிறோம். அது ஒரு முழுமையான உண்மைதானா என்று நமக்கு நாமே எப்போதாவது கேள்வி கேட்பதுண்டா; இல்லவே இல்லை. பைபிளில் யேசுவால் சொல்லப்பட்ட பல சிறுநீதிக்கதைகள் (parables) மிகவும் பிரசித்தம். அடிக்கடி மேற்கோள் காட்டப்படும் பகுதிகள். இப்போது இவைகளில் எனக்கு ஐயம். எல்லோருக்கும் தெரிந்த 'ஊதாரிப்பிள்ளை' (prodigal son) கதையில் தறுதலையாகச் சுற்றி, சொத்தையெல்லாம் அழித்து வந்த சின்ன மகன் திரும்பிவந்து மன்னிப்பு கேட்டதும் தடபுடல் விருந்து — கொளுத்த ஆட்டை அடித்து விருந்து; அப்பாவோடேயே இருந்து கஷ்டப்பட்டு உழைத்த மகன் தன் நண்பர்களோடு விருந்துண்ணத் தடை. இது கதை. நம் வாழ்க்கையில் இது போல் நடந்தால் பெரியவன் புதிதாகக் கெட்டுப் போவான்; சின்னவன் மீண்டும் கெட்டுப்போவான். தந்தை இருவரையுமே இழப்பதே நடக்கும். நடப்புக்குச் சரியாக வருமா இந்தக்கதை?

3***அடுத்து — இன்னொரு கதை. (Math: 20: 1-16) காலை யில் வேலை கேட்டுவரும் ஒருவனுக்கு முழுநாள் வேலைக்கு ஒரு பணம் என்று பேசி வேலை பார்க்கச்

சொல்லுகிறார் ஒரு முதலாளி. நேரம் கழித்து வேறு சிலரை தாமே அழைத்து வந்து வேலை தருகிறார். அதன் பின்னும் வேறு சிலருக்கு; மதியம் இன்னும் சிலருக்கு; கடைசியாக வேலை முடியப்போகும் மாலையில் வருபவனுக்கும் வேலை. எல்லாம் சரி. வேலை முடிந்ததும் எல்லோருக்கும்ஒரே கூலி! இது நியாயப்படுத்தப்படுகிறது! முதலில் வந்து வேலை செய்து முனுமுனுப்பவனுக்குக் கொடுக்கப்படும் பதில்: "என்னுடையதை என் இஷ்டப்படி செய்ய எனக்கு அதிகார மில்லையா?" மிக மோசமாக தேர்வு எழுதிய என் மாணவன் ஒருவனையும், நன்கு எழுதிய மாணவன் ஒருவனையும் நான் ஒரேமாதிரியாக மதிப்பிடலாமா? இருவருக்குமே பத்துக்குப் பத்து என்று மதிப்பெண் அளித்தால் என்ன நியாயம்? தொழிலாளி— முதலாளி என்ற உறவை வைத்தே பார்த்தாலும், அந்த முதலாளிக்கு நல்ல தொழிலாளிகளே கிடைக்காதுதான் போகும்! பைபிளில் சொல்லப்பட்டதாலேயெ இக்கருத்துக்கள் சரியாகுமா?

*4 **** அடுத்ததாக வந்த ஐயம் ஆழ்ந்த கிறித்துவர்களுக்குக் கோபம் வரவைக்கும் ஐயம். ஆனால், நானென்ன செய்வது? யேசு இரண்டே இரண்டு வசனங்களைத் தவிர ஏனைய இடங்களில் எல்லாம் தான் இஸ்ரயேலர்களுக்காக மட்டுமே வந்ததாகக் கூறுகிறார்.

Math *10;5, 6:"*....பிற இனத்தாரின் எப்பகுதிக்கும் செல்லவேண்டாம்....மாறாக, வழிதவறிப்போன ஆடுகளான இஸ்ரயேல் மக்களிடமே செல்லுங்கள்.

John *17;6* "நான் இவ்வுலகிலிருந்து தேர்ந்தெடுத்து என்னிடம் ஒப்படைத்த மக்களுக்கு நான் உமது பெயரை வெளிப்படுத் தினேன்.

John *17;9* அவர்களுக்காக நான் வேண்டுகிறேன். உலகிற்காக அல்ல, மாறாக நீர் என்னிடம் ஒப்படைத்தவர்களுக்காகவே வேண்டுகிறேன். ...

இந்த வசனங்கள் தரும் செய்தி என்ன? அவர் தன்னை ஒரு சாதியினரோடு — இஸ்ரயேலரோடு மட்டும் தன்னை அடையாளப்படுத்திக் கொள்ளவில்லையா?

இதைவிட, 'ஐயா, எனக்கு உதவியருளும்' என்று பேய் பிடித்த தன் மகளைக் காப்பாற்ற வேண்டி, தன் முன்னே

வந்து நின்ற கானானியப் பெண்ணிடம் (வேற்று ஜாதியைச் சேர்ந்தவள்) "இஸ்ரயேல் குலத்தாருள் காணாமற்போன ஆடுகளாய் இருப்போரிடமே நான் அனுப்பப்பட்டேன்" என்று சொல்ல (Math 15:25) அந்தப் பாவப்பட்ட பெண் மேலும் இரந்து நிற்க, "பிள்ளைகளுக்குரிய உணவை எடுத்து நாய்க்குட்டிகளுக்குப் போடுவது முறையல்ல" (Math 15:26)(Mark 7:26) என்று ஒன்றல்ல இரண்டு இடங்களில் தேவகுமாரன் சொன்னதாகச் சொல்கிறது விவிலியம். இந்தப்பகுதிக்கு வழக்கமாகக் கொடுக்கப்படும் விளக்கம் இன்னமும் வேதனையாக இருக்கும். கடவுள் அப்பெண்ணின் நம்பிக்கையைச் சோதிக்கவே அப்படிப் பேசினாராம். எனக்கு இதில் எந்தவித நியாயமோ, லாஜிக்கோ தெரியவில்லை. 'விசுவாசம்' என்ற 'கறுப்புக் கண்ணாடி'யைக் கழற்றிவிட்டுப் பார்த்தால் எனக்குத் தெரிவது இது ஒரு "ஜாதித் துவேஷமே".

மேலும், வேற்று ஜாதியினரை ஒதுக்கிவைக்கும் யேசு, தன் உறவினர்களான மார்த்தா, மரியாவின் சகோதரனான லாசர் இறந்தது அறிந்து ...யேசு உள்ளங்குமுறிக் கலங்கி...அப்போது யேசு கண்ணீர் விட்டு அழுதார்...யேசு மீண்டும் உள்ளம் குமுறியவராய்க் கல்லறைக்குச் சென்றார்." John 11:33, 35, 38

Rev: 7:4-ல் அவரது குலமான இஸ்ரயேல் மக்களைச் சேர்ந்த 12 குலத்தவர்களுக்கு, குலம் ஒன்றுக்கு பன்னிரண்டு ஆயிரம் என்ற கணக்கில் மொத்தம் 1,44,000 பேர் முத்திரையிடப்பட்டு மோட்சத்திற்கு வருகிறார்கள்.

மொத்தத்தில், ஒரு ஜாதி அல்லது குலம் காக்க வந்த ஒரு tribal leader என்றே எனக்கு யேசு தெரிகிறார். அவர் நல்லவர் என்பதையோ, சொன்ன கருத்துக்களில் பல கருத்துக்கள் நல்லவை என்பதிலோ எனக்கு மாற்றுக்கருத்துக்கள் கிடையாது.

*5*** அடுத்தது — கடவுளின் படைத்தல் பற்றியது. பல கேள்விகள்; என்ன, கொஞ்சம் "கண்ணைத் திறக்கணும்".*

1. 'எல்லாம் வல்ல' கடவுளுக்கு, படைத்தலுக்கு எதற்காக 6 நாட்கள்? 'வா' என்றால் வந்துவிடாதா எல்லாமே?

2. கடவுளுக்கு இந்த படைத்தல் ஒரு களைப்பு தரும் வேலை போலவும், அவர் அதனால் 'ஓய்வு' எடுத்ததாகவும், அதுவே 'ஞாயிற்றுக்கிழமை' (சிலர், இல்லை..இல்லை...அவர்

சனிக்கிழமை ஓய்வெடுத்தார் என்றும்) என்பதாகச்சொல்வது எனக்கு kid stuffபோலத்தான் தெரிகிறது. சிறு பிள்ளைகளுக்குச் சொல்லப் படும் கதைகள் போலில்லையா இவை?

3. கடவுள் ஆதாமைப் படைக்கிறார்; ஏதேன் (garden of Eden) அவனிடம் ஒப்படைக்கப்படுகிறது. "பின்பு, ஆண்டவராகிய கடவுள், "மனிதன் தனிமையாக இருப்பது நல்லதன்று ...Gen. 2:18 (on second thought?) ஏவாளைப் (Eve) படைத்தார்.

4. Gen. 1:27—ல் 'தன்னுருவில் ஆணும் பெண்ணுமாய் மானிடரைப்படைத்தார்' என்றும், Gen. 2: 21—ல் ஆதாமின் விலா எலும்பிலிருந்து ஏவாள் படைக்கப்பட்டதாகவும் உள்ளது. ஒரே புத்தகத்தில் உள்ள வேறுபாடுகள் இவை.

5. இன்னும்கூட பல கிறித்துவர்களும் தங்கள் வழிபாட்டிடங்களில் ஏவாள் இப்படிப் படைக்கப்பட்டதால் எல்லா ஆண்களுக்கும் ஒரு விலா எலும்பு குறைவு என்று சொல்ல நானே கேட்டிருக்கிறேன். விசுவாசம் ?? (சுந்தரேஸ்வரர் பிட்டுக்கு மண் சுமந்த கதை நினைவுக்கு வருகிறது!)

6. படிமங்களாலும் (fossils), விஞ்ஞானத்தாலும் நிறுவப்பட்டுள்ள extinction of species (examples: dinosaurs) அழிந்து மறைந்து பட்ட உயிரினங்கள் பற்றி ஒரு கேள்வி: கடவுளால் எல்லாமே படைக்கப்பட்டிருந்தால் ஏன் சில வாழமுடியாது அழிந்துபட்டன. God's misconception or miscalculation?? இவை எல்லாமே கடவுளின் "திருவிளையாடல்" என்று மட்டும் கூறிவிடக்கூடாது.

The philosopher John Dewey (1859-1952) writes in "A Common Faith": "........developments in astronomy and geology had made the genesis story of the seven days of creation seem like a fairy tale, that modern views of the spatiotemporal universe had made the doctrines of 'heaven above and hell below' and christ's ascension into heaven unacceptable to the modern mind'.

7. ஆதாம் ஏடனில் தனிக்காட்டு ராஜாவாக இருக்கிறான். கடவுள் எல்லாம் உனக்கே என்று சொல்லி, பிறகு ஒரு 'rider' வைத்து விடுகிறார் — ஒரே ஒரு மரத்தின் கனியைப் புசிக்கக்கூடாதென்று! மீதிக்கதை எல்லோருக்கும் தெரியும்தானே. பாம்பு வருகிறது; ஏவாளை வார்த்தைகளால் ஏமாற்றுகிறது. தின்னக்கூடாதென சொல்லப்பட்ட கனி "அறிவு

பெறுவதற்கு விரும்பத்தக்கதாக இருந்ததாகக்" கூறப்படுகிறது. பிறகு அவர்கள் அந்தப் பழத்தைச் சாப்பிட்டு விட, கடவுள் "நீ எங்கிருக்கிறாய்:" என்று கேட்டார். (Gen: 3:9). சிறு பிள்ளைத்தனமாய் இருக்கலாம். ஆனாலும், சில கேள்விகள்: கடவுளுக்கு அவர்கள் இருக்குமிடம் தெரியலையா? கடவுள் இந்தப் 'பரிட்சை'யில் அவர்கள் தோற்றுவிடுவார்கள் என்று தெரிந்தும் ஏன் அந்த பரிட்சை? (வேண்டுமென்றே தேர்வைக் கடினமாக்கி மாணவனைப் பழிவாங்கும் ஆசிரியர் நினைவுக்கு வருகிறார்.)ஏற்கெனவே கூறியுள்ள predetermined vs freewill என்ற விவாதத்தை இங்கு நினைவு கொள்வது நலம்.

"......Adam 's decision to disobey God originated with Adam and not with God eluded by the claim that God foreknew from eternity that just that eternity that decision would be made. The ruse here is the insistence that God foreknew from eternity that Adam would freely choose to disobey God. But the very notion of freedom as originative causality loses its meaning in such an interpretation" Reason and Religion: An introduction to the philosophy of Religion by Rem B. Edwards; pp 180

7. யேசுவின் வாழ்க்கையில் 12 வயதிலேயே ஆலயத்தில் உள்ள பெரிய குருமார்களிடம் தர்க்கம் செய்ததாகச் சொல்லப்படுகிறது. ஆனால், அதன் பிறகு பல வருடங்கள் கழித்து தன் 33—வது வயதில் மறுபடி வெளி வாழ்க்கைக்கு வந்ததாகக் கூறப்பட்டுள்ளது. 'மறைந்த ஜீவியம்' என்று சொல்லப்படும் காலத்தின் தேவை என்ன?

8. "கடவுளின்மேல் பயமே ஞானத்தின் ஆரம்பம்" (Prov. 1:9)

"ஞானிகளின் ஞானத்தை அழிப்பேன்; அறிஞர்களின் அறிவை வெறுமையாக்குவேன்" (Cor. 1:19)

"ஞானிகளின் எண்ணங்கள் வீணானவை என ஆண்டவர் அறிவார்" (Cor. 3:20)

இந்த மேற்கோள்கள் ஒரு வினாவை என்னுள் எழுப்புகின்றன: (பொதுவாக எல்லா மதங்களுமே) கிறித்துவம் 'ஞானத்தை', அறிவை (fruit of wisdom was forbidden) ஏன் புறந்தள்ளுகின்றன?

அன்பை மையப் புள்ளியாகவைத்தே கிறித்துவம்

இயங்குவதாகக் கூறப்படுகிறது' ஆனால், அன்பு அல்ல கடவுளின் மேல் 'பயமே' ஞானத்தின் ஆரம்பம் என்று விவிலியத்தில் கூறப்படுகிறது. ஏனிந்த முரண்பாடு?

ஏற்கெனவே சொன்னது போல இந்த ஐயங்கள் வர வர ஜெபம் செய்தேன் — ஐயங்கள் விலகட்டும் அல்லது பதில் கிடைக்கட்டுமென்று. இரண்டும் நடக்கவில்லை. அதனால், அடுத்த நிலைக்குச் சென்றேன். அது — கிறித்துவத்தின் அடிப்படைக் கொள்கைகளையும் உரசிப்பார்ப்பது என்ற நிலை.

சிறு வயதிலிருந்தே பல சமயச் செய்திகள் மனத்தின் ஆழத்தில் புதைக்கப்படுகின்றன. அந்த வயதில் நம் மனத்துக்குள் புதைக்கப்படும் அத்தகைய "சமய உண்மைகள்" வாழ்க்கையில் எப்போதும் நிரந்தர இடம் பிடிக்கவே பெரும்பாலும் வாய்ப்பாக ஆகிவிடுகிறது. அந்த "உண்மைகள்" மீது நாம் கேள்விகள் எழுப்பவே எப்போதும் பயன்படுகிறோம்; அது தவறென்று எப்போதும் நமக்குக் கற்பிக்கப்பட்டிருப்பதால் அந்த நினைப்புகளையே "பாவம்" என்று ஒதுக்கி விடுகிறோம். எப்போதாவது எழும் ஐயங்களை ஒதுக்கித் தள்ள நமக்கு ஏற்கனவே "பாடங்கள்" சொல்லிக் கொடுக்கப்பட்டிருக்கும். அதில் ஒன்று தம திரித்துவம் என்பர். அதாவது கடவுள் மூன்று ஆட்களாக (தந்தை, மகன், பரிசுத்த ஆவி என்று...) இருக்கிறார்; ஆனால் ஒரு கடவுளாக இருக்கிறார். இதை விளக்க யாரும் முயல்வதில்லை. அதற்குப் பதிலாக சின்னப் பிள்ளை கடல் நீரை சிரட்டையால் கடல் கரையின் சிறு பள்ளத்தில் நிரப்ப முயல்வது போன்ற செயல் அது என்று ஒரு கதை சொல்லி அதைப் பற்றி நினைப்பதே தவறு என்று பாடம் சொல்லி விடுவார்கள். அகுஸ்தினார். (St. Augustine) என்று அறிஞருக்கே எட்டாத விஷயம் என்று சொல்லி 'அமுக்கிவிடுவார்கள்'.

அடுத்தடுத்து வந்த இந்த கேள்விகளுக்கான பதில்கள் பல புதிய கேள்விகளை எழுப்பினவே தவிர இந்தக் கேள்விகளுக் கான பதில்களாக அவை இல்லை. சிறு வயதிலிருந்து போற்றி வளர்க்கப்பட்ட இம்மதத்தின் கோட்பாடுகளில் பல கேள்விகள் எழுப்பும் நேரத்தில், மற்ற மதங்களின் மீதும் மேலெழுந்த வாரியாக என் பார்வையைத் திருப்பினேன்.

இனி நான் சாராத மற்ற சில சமயங்களைப் பற்றி நானறிந்த

வரை ஓர் அலசல்:

இந்து மதம்:

'இது ஒரு மதமல்ல; ஒரு வாழ்க்கை நெறி' — எல்லோரும் சொல்லும் இதற்கு என்ன பொருள் என்று எனக்குப் புரிந்ததில்லை. இந்த மதம் ஒரு 'அவியல்' என்று சொல்லலாம்; ஏனெனில், இங்கு, 'சக்தி'/ ஒளி (energy) வழிபாடு என்று இயற்கையை ஒட்டிய கருத்தும் உண்டு; முப்பது முக்கோடி தெய்வமும் உண்டு. எல்லா உயிரும் ஒன்றே என்ற கொள்கை ஒரு பக்கம்; ஆடு, கோழி பலி என்பது அதன் மறு பக்கம். தூணிலும் இருப்பான், துரும்பிலும் இருப்பான் என்ற கருத்து ஒரு பக்கம்; கடவுள் மறுப்புக் கொள்கையோடு கபிலரின் தத்துவம் இன்னொரு பக்கம். [It is a religion of conglomeration of different contrasting concepts. `Any attempt to describe Hinduism as one whole leads to startling contrasts. The same religion enjoins self-mortification and orgies; has more priest, rites and images....' (Intro to Asian Religions, Geoffrey Parrinder, pp31)]

'நான் ஏன் ஒரு இந்து அல்ல?' என்ற காஞ்சையா அய்லாவின் நூலைப் படித்த பிறகோ நாம் சாதாரணமாகக் கருதும் இந்து மதம் இரண்டு பட்டுத் தெரிந்தது: ஒன்று, பிராமண(ர்களின்) இந்து மதம் (brahminic hinduism); இரண்டு, மற்றவர்களின் "இந்து" மதம். முதல் வகையில் வழிபடப்படும் கடவுளர்களும் "பெரிய கடவுள்கள்" (High gods). இரண்டாவது வகையில் "சின்னக் கடவுள்கள்" (small gods). அவர்கள் வைத்துக்கொள்ளும் பெயர்கள்கூட இந்த இருவகைப்படும். ஜாதி வேறுபாடுகள் அவர்களின் பெயரிலேயே தெரியும்படி இருக்கும். பெரிய கடவுள்களின் பெயர்கள் 'உயர்ந்த சாதி'க்கும், அடுத்த படியில் சின்னக் கடவுள்களின் பெயரும், மூன்றாவது நிலையில் 'தாழ்ந்த சாதிக்கு' உயிரற்ற பொருட்களின் பெயருமாய் இருந்து வருகிறது. சாதிப்படிகளில் கீழ்நிலையில் உள்ளவர்களுக்கு 'முன்னோர் வழிபாடு'தான் மதமாய், சம்பிரதாயங்களாய் (rituals) இருந்துவருவது கண்கூடு. இதைப் பார்க்கும்போது பிராமணர்களின் மதமான 'இந்து' மதமும் ஒரு சிறுபான்மை மதமாகவே எனக்குத் தோன்றுகிறது.

சமய பழக்க வழக்கங்கள் எல்லாவற்றிலுமே பெருத்த வேறுபாடுகளோடு இருப்பினும் இந்த 'இந்து' என்ற பெயர்

மட்டுமே அவர்களைச் செயற்கையாக ஒன்றுபடுத்தி வருகின்றது. அவர்கள் ஒன்றுபட ஒருவழி உண்டு. அது, ஜாதியை இந்து மதத்திலிருந்து பிரித்தெடுப்பது. சாதிகள் போனபின் அவர்கள் நடுவே உள்ள சமய வேறுபாடுகள் மறையலாம். ஆனால், இது நடக்கக்கூடிய காரியமா? சாதியை இந்து மதத்திலிருந்து பிரிக்கவே முடியாது. இந்தச் சாதிகள் மக்களை என்றும் பிரித்தே வைத்திருக்கும். 'அவனன்றி அணுவும் அசையாது' என்ற நம்பிக்கையோடு இருக்கும் ஓர் இந்து, இந்த சாதிப்பிரிவினையும் கடவுளால் வந்தது; இவன் இன்ன சாதிக்காரனாக இருக்க வேண்டும் என்பது கடவுளின் திருவுள்ளம்; அதை மாற்ற நாம் யார் என்று கேட்டால்—அந்த நம்பிக்கையை யாரால் மாற்ற முடியும்? கடவுள் நம்பிக்கைகளுக்கும் 'பகுத்தறிவு' (rationality)—க்கும் எந்த மதத்தில்தான் தொடர்பிருக்கிறது?

வேதங்கள்: ஏறத்தாழ 1500 — 1200 B.C. என்ற கால கட்டத்தில் மேற்கிலிருந்து இந்தியாவின் வடக்கினில் நுழைந்து, பின் இந்தியாவின் கிழக்கு, தெற்குப் பகுதிகளில் காலூன்றிய ஆரியர்களின் சமய நூலாக எழுதப்பட்ட நான்கு வேதங்கள் brahminic hinduism—த்தின் அடிப்படை நூல்களாக உள்ளன. இந்தியாவின் கொடூரமான,வேதனையான சாதி வேறுபாடுகள் இந்த வேதங்கள் தந்த பரிசு. இந்த வேதங்களில் கூறப்படும் வருணன், ருத்ரன், இந்திரன் போன்ற தெய்வங்களின் 'மவுசு' குறைந்து காலப்போக்கில் இந்தக்கடவுள்கள் இல்லாமலே போய்விட்டனர்; இதேபோல் வர்ணாசிரமக் கொள்கைகளான சாதி வேறுபாடுகளும் இல்லாதொழிந்திருந்தால் எவ்வளவோ நன்றாயிருந்திருக்கும்.

உபநிஷத்துகள்: வேதங்கள் பல கடவுளர்களைப் பற்றிப் பேச, உபநிஷத்துக்கள் ஒரே ஒரு 'பரம்பொருளை'ப் பற்றிப் பேசுகின்றன. உபநிஷத்துகள் 'வேதாந்தங்கள்' (வேதம்+அந்தம்) என அழைக்கப்பட்டன. வாய்வழிச் செய்திகளாக வந்த இவை 800 B.C.யில் எழுத்துருவுக்கு வந்திருக்க வேண்டுமெனக் கருதப்படுகின்றன. "ஓம்" என்னும் அருட்சொல்லின் பெருமை யும், தியானத்தின் அருமையும் உபநிஷத்துக்களின் கொடை. பரம்பொருளும், மனிதனும் இணைந்ததுவே இந்தப் பிரபஞ்சம்; இவ்வுலக வாழ்வு ஒரு 'மாயை'யே. 'கர்ம வினை'தீர்க்கும் வரை மீண்டும் மீண்டும் பிறப்பெடுத்து வினை அறுத்து, இறுதியில் பரம்பொருளோடு 'ஆத்மா' இணைந்து 'முக்தி' பெறவேண்டும்.

எல்லா உயிர்க்கும் இதுவே அளிக்கப்பட்ட 'விதி'. வேதங்கள் தந்த பல-கடவுள்-தத்துவம், உபநிஷத்துக்களின் மூலம் ஒரு-கடவுள்-தத்துவமாக மாறுகின்றது.

த்வைதம், அத்வைதம்: பின்வந்த ராமானுஜர், சங்கரர் போன்றவர்களால், இதில் சில திரிபுகள் ஏற்பட்டன. த்வைதம் — dualilty — இரட்டை நிலை பற்றிப் பேசுகிறது. உடைந்த கண்ணாடிச் சில்லுகளில் தெரியும் ஒரே பிம்பம் போல், உயிர்களில் பரப்ரும்மம் இருக்கிறது; ஆயினும், ஆத்மா ப்ரம்மத்திலிருந்து வேறுபட்டே இருக்கிறது; முக்தி அடையும்போதே 'இரண்டும்' ஒன்றாகிறது.

அத்வைதமோ, ஆத்மாவும், ரம்மமும் ஒன்றே; ஓர் அறையினுள் காற்று எங்கும் இருக்கிறது, ஆனால், அங்கு அடுக்கி வைக்கப்பட்டுள்ள பானைகளில் உள்ள காற்று தனித்தனி; இருப்பினும், அந்தப் 'பானை' உடைந்து அதில் உள்ள காற்று 'வெளிக்காற்'றோடு ஒன்றுகிறது — என்று சொல்வது அத்வைதம்.

இந்து மதம் என்றால் 'புராணங்களே' நமக்கு முக்கியமாகப் படுகின்றன. ஆனால், அவைகளையும் தாண்டி அதிலுள்ள பல விதயங்களை யாரும் அதிகமாகக் கண்டுகொள்வதில்லை. எல்லா உயிரையும் ஒன்றாய் எண்ணுவது, semitic மதங்களான கிறித்துவம், இஸ்லாமில் சொல்வது போலன்றி, (eternal punishment) நித்திய தண்டனை என்று ஒன்றில்லாமல் பல பிறப்பு—பின் இறுதியில் முக்தி என்னும் உய்விப்பு, — இவைகள் எல்லாமே மனித நியாயங்களோடு இருப்பதாக எனக்குத் தெரிகிறது. இவைகள் நான் இந்து மதத்தில் பார்க்கும் சில பாசிட்டிவான கருத்துக்கள். ஆனாலும் இந்து மதம் என்பது இது மட்டும்தான் என்றில்லையாதலால் இம்மதத்தோடும் எனக்கு ஒன்றுதல் இல்லை. அதுவுமின்றி, சாதியமைப்புக்குச் சமயச் சாயம் பூசி, இந்த வேறுபாடுகள் கடவுளிடமிருந்து வந்தவை என்று சனாதன தர்மம் பேசும்போது அந்த மதமே ஒரு எட்டிக்காயாக எனக்கு மாறிவிடுகிறது.

சீக்கியம்: 15-ம் நூற்றாண்டில் இந்து, இஸ்லாம் இரண்டு மதத்தில் உள்ள நல்ல விதயங்களை ஒன்றிணைக்கப் பலர் முயன்றனர். அதில் கபீர் (1440) என்னும் முஸ்லீம், நெய்யும் தொழிலில் ஈடுபட்டிருந்த இவர், ஒரு கவிஞராக வாழ்ந்தார். இறைவனின் மேல் காதலுற்று, அவன் முன்னிலையில்

பரவசப்படுவதாக அவர் எழுதிய கவிதைகள் இந்து சமயச் சாயலோடு அமைந்தன. இந்தக் கவிதைகளாலும், கபீரின் கருத்துக்களாலும் கவரப்பட்ட நானக் (1469—1538) என்பவர், இந்து மதத்தில் பிறந்தவராயினும் இஸ்லாமின் கொள்கைகளால் ஈர்க்கப்பட்டார். அவருக்குக் கடவுளின் 'தரிசனம்' கிடைத்து, கடவுளால் ஏவப்பட்டு புதிய மதமாக சீக்கிய மதத்தை உருவாக்கியதாக அம்மதத்தினரின் நம்பிக்கை. குரு நானக்கின் இந்த சீக்கியமதம் இந்து—இஸ்லாம் மதங்களுக்கும் பொதுவானதுவாகத் தோன்றிய புது மதம்.

ஜைன மதமும், புத்த மதமும்: ஆறாம் நூற்றாண்டில் தோன்றிய இந்த இரு மதங்களில் பல ஒற்றுமைகள்: இரண்டுமே, கர்மம், ஆன்மா, மறுபிறவிகள், நிர்வாண நிலை— என்ற இந்து மதக்கொள்கைகள் பலவும் கொண்டிருந்தும் 'பரப் ப்ரும்மம்' என்ற கடவுள் கொள்கையில் மாறுபடுகின்றன. இரண்டுமே கடவுள் மறுப்பை சொல்லும் மதங்களாக ஆரம்பிக்கப்பட்டு, பின் அப்படி சொன்னவர்களையே கடவுளர்களாக மாற்றிய 'அற்புதம்' நடந்துள்ளது. இந்தியாவில் பிறந்த புத்தமதம் இங்கிருந்து விரட்டப்பட்டதற்கு முக்கிய காரணம்: இந்து மதத்தில் இருந்த பிராமணீய சாதியக் கொள்கைகளுக்கு எதிராக எழுந்தது புத்த மதம். அதன் காரணமாகவே, இங்கு வேறூன்றியிருந்த இந்து மதத்தின் எதிர்ப்பைச் சமாளிக்க முடியாது புத்த மதம் அது பிறந்த மண்ணிலேயே காலூன்றமுடியாது போயிற்று.

புத்தம், கன்பூசியிஸம், தாவோயிஸம்: இந்த மூன்றுமே 'சைனாவின் முக்கிய மூன்று மதங்கள்'(?) என்றே அழைக்கப் படுகின்றன. இந்த மூன்றுமே, 'ஒரே இடத்திற்கு செல்லும் மூன்று பாதைகள்' என்றே கருதப்படுகின்றன. பொதுவாகவே, எல்லா கீழ்த்திசை நாடுகளிலும் 'முன்னோர் வழிபாடு' என்பது நிலவிவருகிறது. அதிலும், சீன சமுதாயத்தில் இது எல்லா சமயங்களிலும் ஊடுறுவியுள்ளது.

குங் ஃபு ட்ஸூ (Kung Fu Tzu - Latinised as Confucius by Western missionaries) — இவரது கொள்கைகள் எல்லாமே சமூகச்சிந்தனை பற்றியதாகவே இருக்கின்றன. "அடுத்தவர்கள் எனக்கு எதைச் செய்யக்கூடாதென்று நான் நினைக்கிறேனோ, அதை நான் அவர்களுக்குச் செய்யக்கூடாது" (பைபிளிலும் இதே கருத்துண்டு.)

தாவோயிஸம்: (Tao—என்ற சொல்லின் பொருள்: 'வழி'). தாவோயிஸித்தின் முக்கிய நோக்கம்: இறுதியில் இறையோடு இணைவது' (அத்வைதம்?) இந்த மதக்கோட்பாட்டின் 'மூன்று தூயவர்கள்' தத்துவம் (Trinity of Christianity & Hinduism?) கிறித்துவ, இந்து மதக்கோட்பாடுகளோடு ஒத்துள்ளன. ஜென் (Zen) தத்துவங்கள் இம்மதக் கோட்பாட்டிலிருந்து பிறந்தவையே. கருத்துக்கள் மறைமுகமாகவே வெளிப்படுத்தப்படுகின்றன. ஒரு உதாரணம்: ட்ஸூ ஒரு பட்டாம்பூச்சி ஒன்றை கனவில் காண்கிறார். பின்பு, "நான் இப்போது ஒரு மனிதனாக இருந்து பட்டாம்பூச்சியைக் கனவில் காண்கிறேனா; இல்லை, பட்டாம் பூச்சியாக இருந்து ஒரு மனிதனைக் கனவில் காண்கிறேனா? இரண்டில் எது உண்மை?", என்று கேட்கிறார்.

இந்தக் கீழ்த்திசை சமயங்களைப் பற்றி மட்டும் போதும் என்றே நினைக்கிறேன். கடைசியாக இஸ்லாம் பற்றி...

இஸ்லாம்:

யூத மதத்திற்கு — பழைய ஏற்பாடும், தோராவும் (Torah); அதன் பின் வந்த கிறித்துவத்திற்கு பழைய ஏற்பாடும், பைபிளும்; அதன் பின் வந்த இஸ்லாமிற்கு பழைய ஏற்பாடும், குரானும். இந்த மூன்று மதங்களும் ஆபிரகாமிய மதங்கள் என்றோ, semitic religions என்றோ அழைக்கப்படுகின்றன. யூத மதம் மோசஸ் காலம் வரை பழைய ஏற்பாட்டில் சொல்லப்பட்டவைகளை உள்ளடக்கியது. அவர்களைப்பொறுத்த வரை மனிதர்களை மீட்க 'மெசையா' இன்னும் வரவேண்டும்; அதற்காகக் காத்திருக்கிறார்கள். கிறித்துவர்களுக்கோ மோசஸ் காலத்திலும் அதற்கு முன்பும் சொல்லப்பட்ட — கடவுளால் வாக்களிக்கப்பட்ட — 'மெசையா'தான் ஏசு. ஏசுவின் வருகை வருமுன் உறைக்கும் 'தீர்க்க தரிசி'கள் (Prophets)பலரால் முன்மொழியப்பட்டதாகவும், அவை அப்படியே நிறைவேறின என்பதும் கிறித்துவர்களின் நம்பிக்கை. தந்தை (Holy Father), ஜெஹோவா என்றழைக்கப்படும் முதல் கடவுளின் ஒரே மகனே ஏசு என்பது கிறித்துவர்களின் நம்பிக்கை. மூன்றாவதாக, மேற்கூறிய Torah-வும், பைபிளும் மனிதர்களால் திரிக்கப்பட்டு விட்டதால் இறுதியாக கடவுளால் (அல்லாஹ்) முகமது நபிக்கு ஜிப்ரீல் (Gabriel) என்ற கடவுளின் தூதன் (arch-angel) மூலம் ஹீரா என்ற மலையிலுள்ள ஒரு குகையில் 'வஹி'யாகக் கொடுக்கப்பட்டதே 'இறுதி வேதமான' குரான்

என்பது இஸ்லாமியரின் நம்பிக்கை.

முகம்மது *570* கி.பி.—ல் க்வாரிஷ் (Quraish) என்ற அரேபிய குலத்தில் (Tribe) பிறந்து, கதீஜா என்ற பணக்காரப் பெண்ணின் கீழ் வேலை செய்து, பின் அவரையே திருமணம் செய்திருக்கிறார். அதன் பின் *610*—ல் கடவுளின் தூதரால் 'கடவுளின் கட்டளைகள்' மனிதர்களுக்காக அருளப்பட்டது என்பதாகவும், தனக்கு எழுதப்படிக்கத் தெரியாத நிலையில் தான் எப்படி கடவுளின் வார்த்தைகளை எழுதிவைக்கமுடியும் என்ற அச்சத்தையும், ஐயத்தையும் ஜிப்ரீல் தீர்த்துவைத்ததாகவும் சொல்லப்படுகிறது. முகமது ஒரு பெரிய வியாபாரத்தைக் கவனித்துக் கொண்டிருந்தவர் என்ற முறையில் எப்படி எழுதப்படிக்கத் தெரியாதவராக இருந்திருப்பார் என்ற கேள்வியையும், எழுதப்படிக்கத் தெரியாதவரை ஏன் அல்லாஹ் தேர்ந்தெடுத்தார் என்றெல்லாம் கேட்க முடியாது. ஆனாலும் ஜிப்ரீல் தொடர்ந்து *23* ஆண்டுகளாக வஹி சொல்லியும், அத்தனை ஆண்டுகள் முடிந்த பின்னும் கடைசி வரை முகம்மது எழுதப்படிக்கத் தெரியாதவராக இருந்தார் என்பது நம்பக்கூடியதாக இல்லை. முகம்மதே ஜிப்ரீலின் வார்த்தைகளில் நம்பிக்கைகொள்ளத் தயங்கியபோது கதீஜா அவருக்குத் தைரியம் கூறியுள்ளார். 595 to 619 வரை கதீஜாவுடன் மட்டுமே திருமண வாழ்க்கை வாழ்ந்திருக்கிறார் முகம்மது. அவரது கூற்றுக்களில் முதன் முதல் நம்பிக்கைவைத்தவர் மனைவி கதீஜாதான். அதன் பிறகு *10* வயதான Ali ibn Abi Talib என்பவரும், அதன்பின் அவரது நெருங்கிய நண்பரான அபு பக்கரும் அவரைப் பின்பற்றினர். அதன்பின் முகம்மதின் பின்சென்ற மெதீனா முஸ்லீம்களுக்கும், மெக்காவிலிருந்தவர் களுக்கும் பலமுறை யுத்தம் நிகழ ஆரம்பிக்கின்றது. ஹதீஸ்களில் சொல்லப்பட்டவைகளை வைத்து அவரது பிந்திய வாழ்க்கை வரலாறு அறியப்படுகிறது. அந்த வரலாறுகளைச் சுருக்கிச் சொல்லும் முகமாக ஒரு சிறு அட்டவணை:

618 Medinan Civil War
624 Battle of Badr
625 Battle of Uhud
627 Battle of the Trench
628 Conquest of the Jewish oasis
629 Attack on Byzantine empire fails
630 Attacks and bloodlessly captures Mecca
630 Battle of Hunayn

630 Siege of al-Ta'if
631 Subjugates Arabian peninsula tribes
632 Attacks the Ghassanids: Tabuk

ஆக, 40—வது வயதில் கடவுள் தூதனின் தரிசனம்; 48—வது வயதிலிருந்து போர்முனையில் வாழ்க்கை. 15 ஆண்டுகள் போர்வீரனாகவும் வாழ்வு. இதில் சில போர்முனைகள் வெற்றியைத் தந்தன; சில தோல்விகளைத் தந்தன. *(வெற்றிக்குக் காரணம் அல்லாஹ்வின் ஆசி என்றால், தோல்விகளுக்கு யார் காரணம் — இந்தக் கேள்வி* Omniscience *பற்றி நான் எழுதிய முதல் பதிவின் தொடர்ச்சியாகக் கொள்ளவும்.)*

இதன் பின் அவரது திருமண வாழ்க்கை:

இது பற்றி அதிகம் பேச விரும்பவில்லையாயினும் சில முக்கிய சம்பவங்களைப் பற்றி மட்டும் பார்க்கலாம்: கதீஜாவிற்குப் பிறகு 9 அல்லது 10 மனைவியர் என்பது வரலாறு. அதில், மூன்று திருமணங்கள் மட்டுமே *(என்னைப் பாதித்தவை)* குறிப்பிடத்தக்கவை.

1 ஆயிஷா — முகம்மது இப்பெண்ணை மணம் முடிக்கும்போது அவரது வயது 50—க்கு மேல்; பெண்ணுக்கோ 9. *(இராமாயண சீதாதேவி கதையின் சாயலில் ஒரு நிகழ்ச்சியும் உண்டு)* Sahih Muslim Book 008, Number 3310: 'A'isha (Allah be pleased with her) reported: Allah's Apostle (may peace be upon him) married me when I was six years old, and I was admitted to his house when I was nine years old.'

2. Zaynab bint Jahsh - ஜேனாப் என்ற இந்தப் பெண்மணி முகம்மதின் வளர்ப்பு மகனின் மனைவி; வளர்ப்பு மகன் விவாகரத்து செய்த பின் இப்பெண்ணை முகம்மது மணம் முடிக்கிறார்.

3. ஜுவேரியா — இந்தப் பெண்ணின் கதை மனதுக்குக் கொஞ்சம் கஷ்டமாயிருந்தது. போரில் தோற்றவனின் மனைவி விரும்பாத ஒருவனின் மனைவியாவதைத் தவிர்க்க, பேரம் பேசப்பட்டு, முகம்மதின் மனைவியாகிறாள். எந்த நூற்றாண்டாயிருந்தால் என்ன... பெண்கள் நிலை எங்கும் எப்போதும் ஒரே மாதிரிதான் போலும்!

முகம்மதின் மனைவிமார்கள்:

1. Hafsa bint Umar
2. Juwayriya bint al-Harith
3. Khadijah bint Khuwaylid
4. Maria al-Qibtiyya
5. Maymuna bint al-Harith
6. Ramlah bint Abu Sufyan
7. Safiyya bint Huyayy Sawada bint Zama
8. Umm Salama Hind bint Abi Umayya
9. Zaynab bint Jahsh
10. Zaynab bint Khuzayma

இனி என் ஐயங்கள்:

1) ஆதாம் கடவுளால் தோற்றுவிக்கப்பட்டான்; ஏவாள் அவனது விலா எலும்பிலிருந்து உண்டாக்கப்பட்டதாக பழைய ஏற்பாடு சொல்கிறது. இஸ்லாமில் மனிதன் உறைந்த ரத்தத்திலிருந்து உண்டாக்கப்பட்டதாகக் கூறப்பட்டுள்ளது. அது யாருடைய ரத்தம்? மனிதன் படைக்கப்படுவதற்கு முன் எங்கிருந்து ரத்தம் வந்தது? ஒருவேளை கடவுளின் ரத்தமாக இருக்குமோ?

2) ஆபிரஹாமின் வழித்தோன்றல்கள்தான் கிறித்தவர்களும், இஸ்லாமியரும் — பழைய ஏற்பாட்டின் படி. அதை இஸ்லாம் ஏற்றுக்கொள்கிறதா? (ஏனெனில், குழந்தை இல்லா ஆபிரஹாமுக்கும் அவர் மனைவி சாராயின் அடிமைப் பணிப் பெண்ணான ஆகாருக்கும் பிறந்த குழந்தையான — 'இஸ்மயேலின்' சந்ததிகள்தான் பின்னால் இஸ்லாமியர்களாக ஆனார்கள் — என்கிறது பழைய ஏற்பாடு.) அதோடு, கடவுளின் தூதர் இஸ்மயேலைப் பற்றி சொல்லும் "நல்ல" வார்த்தைகள்...? (ஆதி. 16, 17) அவைகளை நான் இங்கு தர விரும்பவில்லை; வேண்டுமென்றால் தெரியாதோர் அங்கு சென்று வாசித்துக் கொள்ளவும். (இவையெல்லாம் மக்களால் திரிக்கப்பட்ட வசனங்கள் என்பது இஸ்லாமியரின் கருத்து.)

3) யூதர்களுக்கு அருளப்பட்ட தோராவும், கிறித்தவர் களுக்குக் கொடுக்கப்பட்ட புதிய ஏற்பாடும் திரிக்கப்பட்டு விட்டதாலேயே 'இறுதி' வார்த்தைகளாக குரான் கொடுக்கப்பட்டது என்ற வாதம் ஒன்று வந்தது. இது ஏதோ மதங்களின் பரிணாம வளர்ச்சிபோல சொல்லப்பட்டு, அந்தப் பரிணாம வளர்ச்சியின் 'இறுதி நிலை'தான் (the final format)

இந்த இஸ்லாம் என்பதுபோல கூறப்பட்டது. உலகம் என்ன இந்த மூன்றே மூன்று மதங்களை மட்டுமா கொண்டுள்ளது. ஆயிரக்கணக்கான மதங்கள்; நம்பிக்கைகள் — அவைகளில் இந்த மூன்றும் உண்டு; அவ்வளவே. நம் பார்வைகள் அகன்றிருக்க வேண்டிய அவசியம் இந்த விவாதத்திலிருந்து தெரியும்.

4) 'கண்ணுக்குக் கண்; பல்லுக்குப் பல்' (மத். 6: 38) என்பது பழைய ஏற்பாட்டின் விதிமுறை. இந்த வன்முறை புதிய ஏற்பாட்டில்... அப்போது ஏசு அவரிடம், "உனது வாளை அதன் உறையில் போடு. ஏனெனில், வாளை எடுப்பவன் வாளால் அழிந்து போவர்; ..." (மத். 26:52) என்றும், அதே போல, "... மாறாக, உங்களை வலது கன்னத்தில் அறைபவருக்கு மறு கன்னத்தையும் காட்டுங்கள்" (மத். 6: 39) மிகவும் சாத்வீகமான ஒன்றாக மாறியுள்ளது. (இது சரியா, நம்மால் முடியுமா என்ற கேள்விகளுக்குள் இப்போது நுழையத்தேவையில்லை. ஏனென்றால், வேதங்கள் சொல்வதை எல்லாம் நம்மால் கடைப்பிடிக்க முடியுமா என்ன? 'எதைக் கொண்டு வந்தோம்; எதைக் கொண்டு போகப் போகிறோம் என்றா இருக்க முடியும்?) . பழைய ஏற்பாட்டின் வன்முறை மறைந்து புதிய ஏற்பாட்டில் சாத்வீகம் வந்த பின்பு மறுபடியும் இஸ்லாமில் ஏன் இந்த வன்முறை மீண்டும் புகுந்தது? (ஏசுவின் இந்தக் கதையும் மனிதக் கரங்களால் திரிக்கப்பட்டது என்பது இஸ்லாமியரின் விவாதம்.) மனிதனுக்கும் மனிதனுக்கும் இந்த வன்முறை வந்தால்கூட பரவாயில்லை; இஸ்லாமில் இந்த வன்முறை கடவுளுக்கும்—மனிதனுக்கும் நடுவே வருவது ஆச்சரியம் மட்டுமல்ல; அதி பயங்கரமும் கூட.

இந்த வசனத்தைப் பாருங்களேன்: ஹதீது: ஹ்ல்ரத் அலீ (ரலி): "உலகினில் ஏற்படுகின்ற குழப்பங்களுக்குத் தீர்வு காண அல்லாவின் வேதந்தான் சிறந்த வழி. ...(தன் அறிவைக்கொண்டு) பெருமையடிக்கிறவன் இதனை (அமல் படுத்தாமல்) விட்டு விட்டால், அல்லாஹ் அவனைத் துண்டு துண்டாக ஆக்கிவிடுவான். அது அல்லாத (வேறு கிரந்தத்) தில் நேர்வழியைத் தேடுபவரை வழிதவறச் செய்து விடுவான்." கடவுள் கருணையின் உருவாய் இருக்கவேண்டாமா? இதென்ன கொடுமை? கடவுளின் வார்த்தைகளில் தேவையா இந்தக் கொடூரம்?

5) ஏற்கெனவே கிறித்துவ மதம் பற்றிப் பேசும்போது கேட்ட

கேள்வி இங்கும் பொருந்தும். நித்திய தண்டனையான நரகம் பற்றியது. அது போன்ற நித்திய தண்டனை சரிதானா என்று அங்கேயே கேட்டேன். இப்போது அதோடு சேர்ந்த மற்றொரு கேள்வி: கிறித்துவத்தில் 'மோட்சத்தில் கடவுளை முகம் முகமாய் கண்டு கொண்டிருப்பார்கள்' என்றிருக்கும்; கடவுளின் பிரசன்னமே பெரிய பாக்கியம் என்ற பொருளில். ஆனால், இஸ்லாமிய மோட்சத்தில் தேன் பாயும்; பச்சைப்பசேல் என்றிருக்கும் என்பதெல்லாம் சரி. ஆனால் இது என்ன? ஒவ்வொருவருக்கும் 'houris' எனப்படும் (perpetual virgins) 'நித்திய கன்னிகைகள்'? முகம்மதுக்கு இவ்வுலகத்தில் கிடைத்ததைவிடவும் இரண்டு மடங்கு எண்ணிகையில் (72 பேர்!) கிடைக்கும் என்பது எந்த வகையில் ஒரு கடவுள் தரும் 'பரிசாக' இருக்கும். It is not definitely in good taste. *(நரகத்தில் பெண்களே அதிகமாயிருப்பார்கள் என முகம்மதுவே ஒரு இடத்தில் குறிப்பிடுகிறார்.)* ஆயினும் ஆண்களுக்குக் கிடைக்கும் இந்தப் பரிசிற்குச் சமமாக மோட்சம் செல்லும் பெண்களுக்குக் கிடைக்க என்னவெல்லாம் காத்திருக்கப் போகிறது என்பதைப் பற்றி 'நல்ல வேளை' எதுவும் சொல்லப்படவில்லை! அதைப் பற்றிய எந்தக் கேள்விகளுக்கும் பதில் வருவதேயில்லை! பதிலளிப்போர் இதனை ஒரு குதர்க்க விவாதம் என்று பெயர் சூட்டிவிட்டார்கள்.

6) (Arch-angel, Gabriel) தேவதூதன் காப்ரியல் ஏசுவின் பிறப்பைப் பற்றி மேரியிடம் சொல்லியதாகவும், பிறக்கப்போகும் அந்தக் குழந்தையே மனிதர்களை உய்விக்க வந்த 'இம்மானுவேல்' என்றும் கூறியதாகவும் கிறித்துவம் சொல்கிறது. ஆனால், அதே தேவதூதன் (இஸ்லாமில், ஜிப்ரீல்) முகம்மதுவிற்கு அல்லாவின் வார்த்தைகளைக் கூறியதாகச் சொல்லப்படுகிறது. இரண்டு தேவதூதரில் எது சரி? 'இதோ, கடவுள் உன்னிடம் குழந்தையாகப் பிறக்கப் போகிறார்' என்று மேரியிடம் சொன்ன தேவதூதனா, இல்லை, பயப்படாதே, நான் அல்லாவினால் அனுப்பப்பட்டேன் என்று முகம்மதுவிடம் சொன்ன தேவதூதனா, எது சரி? இரண்டில் ஒன்றுதான் சரியாக இருக்க வேண்டும். அல்லது இரண்டுமே கதையாக இருக்க வேண்டும். கடைசியாகச் சொன்னதே எனக்குச் சரியெனப்படுகிறது.

இனி நபியின் வாழ்க்கை வரலாறுக்கு வருவோம்:

7) கிறித்துவத்தில் (St. Paul) பவுல் என்றொருவர் ஏசுவின்

பக்தர்களுக்குச் சிம்ம சொப்பனமாக இருந்தவர்; பின் மனம் மாறி ஏசுவின் முக்கிய போதகராக மாறினார் என்று சொல்வார்கள். அதைக்கூட விடுங்கள்; நம் நாட்டின் தந்தை காந்தியடிகள் சின்ன வயதில் தவறுகள் பல செய்தும் பின் மனம் மாறி மகாத்மா ஆனார் என்பது வரலாறு. சாதாரண மனிதர்களே வாழ்வில் இது போல நடந்து கொண்ட போது, முகம்மது 40 வயது வரை வியாபாரம் செய்து கொண்டிருந்தவர் ஒரு பெரும் போர்வீரனாக, தளபதியாக மாறியது மட்டுமின்றி, அந்த நாட்டின், மக்களின் அன்றைய வழக்கப்படியே கொள்ளையில் ஆரம்பித்து (Much criticism has been leveled at Muhammad for engaging in caravan raids and wars of conquest. Critics say that his wars went well beyond self-defense. Muslim commentators, however, argue that he fought only to defend his community against the Meccans, and that he insisted on humane rules of warfare), பல போர்களை முன்னின்று நடத்தி, ஒரு திறமையான போர்த்தளபதியாக விளங்கி, அதோடு அங்குள்ள வழக்கப்படியே, தோற்றவர்களைக் (வயதுக்கு வந்த சிறுவர்களையும், பெண்களையும் கூட) கொன்று, அல்லது சிறைப்பிடித்து அடிமைகளாக்கி — எல்லாமே அந்த நாளில் இருந்திருக்கக்கூடிய ஒரு தளபதியாகவே முகம்மது இருந்திருக்கிறார். (After the battle, all the Banu Qurayza adult males (including boys who had reached puberty), as well as one woman, were beheaded by the order of Saad ibn Muadh, an arbiter chosen by the Banu Qurayza. The remaining women and children were taken as slaves or for ransom. All the property from the tribe was then divided among the Muslims).இது வரலாறு தரும் சேதி. இஸ்லாமிய ஹதீஸ்-கள் தரும் சேதி. யாரும் மறுக்கவோ, மாற்றவோ முடியாதது. அடிமைப் பெண்களை தம் வீரர்கள் விருப்பம் போல் அனுபவிக்கலாம் என்பது ஹதீஸில் உள்ளன. அவர்களை அடிமைகளாகவோ, திருமணமோ செய்து கொள்ளலாம். இதற்கெல்லாம், தனித் தனி அர்த்தங்கள் கற்பிக்கலாம். அது அவரவரது நம்பிக்கையையோ, நம்பிக்கையின்மையையோ பொருத்தது.

இங்கு ஏசுவின் போதனைகளை நினைவு கூறுவது நலம். இஸ்லாமியர்கள் சொல்லுவது போலவே, ஏசுவின் வாழ்க்கையைத் திரித்து அப்படி அவரை ஜோடித்துவிட்டார்கள் என்று கூட வைத்துக்கொள்வோம். ஒரு இறைத்தூதன் என்ற மரியாதைக்கேற்ப அவரது கதை 'ஜோடிக்கப்பட்ட' விதயம்

என்றுகூட கொள்வோம். ஒரு மரியாதை வரக்கூடிய அளவில் ஏசுவின் ‘கதை’ உள்ளது. ஆனால், முகம்மதின் வாழ்க்கை — அதுவும் ஹதீஸிலேயே சொல்லப்பட்டுள்ள — வாழ்க்கை வரலாறு, கடவுளால் தேர்ந்தெடுக்கப்பட்ட மனிதனின் வாழ்க்கை — அது எப்படி இருக்கவேண்டுமென சாதாரணமாக எதிர்பார்ப்போம். நிச்சயமாக எல்லாவிதத்திலும் வேறுபட்ட, என்னைவிட, உங்களை விட சிறந்த ஒரு மனிதனாக அவர் இருக்க வேண்டாமா? நாம்தான் அது கோத்ராவாக இருக்கட்டும்; காஷ்மீராக இருக்கட்டும்; ஈராக்காக இருக்கட்டும்; செர்ப்—ஸ்லோவாக்கியாவாக இருக்கட்டும் — எங்கேயும் எப்போதும் சண்டை போட்டுக்கொண்டே இருக்கும் அற்ப மனிதர்களாய் இருக்கின்றோம். நம்மை வழிகாட்ட வந்த தெய்வமனிதர்களுமா அப்படி இருப்பார்கள்; கடவுள் அப்படிப்பட்ட ஒரு சாதாரண மனிதனையா தேர்ந்தெடுப்பார் என்கிறீர்கள்? எந்த விதத்தில் முகம்மது நம் வாழ்க்கையில் நாம் நித்தம் நித்தம் காணும் சாதாரண மனிதர்களை விட உயர்ந்தவராக இருந்ததாக வரலாறு கூறுகிறது?

8) ஏசுவின் வாழ்க்கையில் அவரின் ‘ஜாதித் துவேஷம்’ என்று சில நிகழ்வுகளை வைத்துக் கூறியிருந்தேன். அதன் முடிவாக — என் முடிவாக — அவர் தன் ஜாதி (tribe) மக்களை முன்னேற்ற வந்த சமூகத் தலைவர் என்றே நான் கருதியதாகச் சொல்லியுள்ளேன். அவராவது, பல இடங்களில் தன் குலத்திற்காக மட்டுமே வந்ததாகக் கூறியிருந்தாலும், சில இடங்களிலாவது தான் எல்லா மானுடப் பிறவிகளுக்காகவும் வந்ததாகக் குறிப்பிட்டுள்ளார். நான் காண்பித்தது எனக்கு வேண்டியிருந்த negative side மட்டும்தான்.

ஆனால், நபி முழுக்க முழுக்க தன் க்வாரஷி குல நன்மைக்காகப் போராடிய மாவீரன் என்பதைத் தவிர — உலக மக்களுக்காக, அனைத்து மனிதர்களுக்காக, அவர்தம் நன்மைக்காக வந்ததாக எங்கும் குரானிலோ, ஹதீஸிலோ கூறியுள்ளதாகக் காண்பித்தால் நன்று. ஏசு தன் குலம்பற்றியே பேசியது போலவே, முகம்மதுவும் தன் க்வாரஷி மக்களுக்கு என்று ஆரம்பித்து, முஸ்லீம்கள் என்ற தன்னைப் பின் பற்றிய அந்த நாளைய அரபி மக்களைப் பற்றி மட்டும்தானே பேசுகிறார்?

9) முகம்மதுவின் மறைவிற்குப் பின் வந்த நான்கு கலிஃபாக்களுமே அவரோடு ரத்த சம்பந்தம் உள்ளவர்கள்

தான். (நாம் இன்று சொல்கிறோமே — குடும்ப அரசியல் அல்லது அரசியல் குடும்பம் என்று; அதேபோல் தான்.) இந்தக் கலிஃபாக்கள் முகம்மதின் மறைவுக்குப் பின் 'சில தத்துவங்கள்' பேசி, இறந்த முகம்மதின் விதவைகளுக்கு நியாயமாகக் கிடைக்கவேண்டிய சொத்தில் ஏதும் பங்கு தராது விட்டது வரலாற்று உண்மை. அந்த விதவைகளை யாரும் மணம் முடிக்கக் கூடாதென்றும் ஒரு உத்தரவு! ("We (Prophets) do not have any heirs; what we leave behind is (to be given in) charity" நபி உலக உறவுகளுக்கு அப்பாற்பட்டவர்; ஆகவே, அவருக்கு விதவைகள் என்று யாரும் உரிமை கொண்டாடக்கூடாது என்ற தத்துவமே அது!) Might is right— இந்த இரண்டு வரலாற்று உண்மைகளைப் பார்க்கும்போது அன்றிருந்தது முழுக்க முழுக்க ஒரு tribal set up என்பதே இதிலிருந்து தெரிகிறது.

இனி அவர்தம் தனி வாழ்க்கை பற்றி:

10) Less said about this is better. முகம்மதின் திருமணங்களைப் பற்றி அதிகம் கூற விரும்பவில்லை. இருப்பினும், அவைகளுக்குக் கற்பிக்கப்பட்ட சில நியாயங்கள் பற்றி மட்டும் சொல்ல விழைகிறேன். சில மேற்கோள்கள் தர ஆசை. தனக்குக் கற்பிக்கப்பட்டது எவ்வளவு தவறான ஒரு விதயமாக இருந்தாலும் ஏதோ ஒரு காரணம் காட்டி, அவைகளை நியாயப்படுத்தப் பார்க்கும் மனித மனங்களின் இயல்பு இங்கு தெளிவாகத் தெரியும் என்றே நினைக்கிறேன்.

Rather, they (இந்தத் திருமணங்கள்) had much higher purposes in the divine plan. These goals were mainly related to his mission of unifying Arabs, and also, not less importantly, intended to set standards (என்ன விதமான ஸ்டாண்டர்ட்ஸ்!!!) for reforming intractable customs that had caused so much misery and destruction for humanity."

11) "By marrying them he was setting a precedent to reverse the taboo of widow marriage" (கைம்பெண்களுக்கு வாழ்வளிப்பதற்கு இதுதான் நல்ல வழியா? ஏன் தன் கீழுள்ள வாலிபர்களுக்குத் திருமணம் செய்வித்திருக்கலாமே!!!????). Secondly, he was paying back his due to some of the companions who had perished in battles leaving behind widows.

இப்படியும் ஒரு காரணம்: The wisdom behind the Prophet

(SAW)'s plural marriages is to show all possible types of marriage in Islam. *(முன்மாதிரி? இந்த விளக்கங்கள் உண்மையிலேயே நம்பிக்கையாளர்களுக்கு ஏற்புடையதாகத்தான் இருக்கிறதா? ஆம், என்று சொல்வீர்களேயானால், அதற்கு மேல் உங்களிடம் பேசுவதற்கு என்னிடம் ஏதுமில்லை. அதில் எந்த பொருளு மில்லை — கால விரயம் மட்டுமே)*

இதை விட, கீழ்வரும் மேற்கோள் எனக்கு முக்கியமாகப் படுகிறது. The question of the Prophet's multiple marriage should never pose a problem for the faithful when they heed the statement of Allah in the Qur'an concerning his marriages:

"(Hence) no blame whatever attaches to the Prophet for (having done) what God has ordained for him. (Al-Ahzab: 38).13.) *எனது கேள்வி: கடவுளால் தேர்ந்தெடுக்கப்பட்ட ஒரு தனி மனிதனின் செயல்களை அல்லாவே இவ்வாறு எல்லோரையும் ஏற்றுக்கொள்ளச் சொல்வார் என்பதை நம்புவதா? அல்லது அப்படி அல்லா என்னிடம் சொன்னார் என்று சொல்வதை நம்புவதா? குற்றம் சுமத்தப்பட்டவரே சாட்சி சொல்வதுபோல் அல்லவா இது இருக்கிறது!* Is it not strange to accept that God himslef would have come to give excuses to the excess of his disciple?

12) இன்னொன்று. நம் ஊரில் இப்போதும் ஒன்று பார்க்க முடியும். Our law makers are the first law-breakers. *நான்கு மனைவிகள் வைத்துக்கொள்ளலாம் என்று மற்றவர்க்குச் சொன்ன நபி தான் மட்டும் எப்படி இப்படி...?* "Those who regard him as the inventor of these Qur'anic rules see this as a case of a leader enjoying privileges he denied to his followers!"

13) Dr Annie Besant(Dr Annie Besant in 'The Life and Teachings of Mohammad,' Madras, 1932)"But do you mean to tell me that the man who in the full flush of youthful vigour, a young man of four and twenty (24), married a woman much his senior, and remained faithful to her for six and twenty years (26), at fifty years of age when the passions are dying married for lust and sexual passion?"— *இதற்குப் பதில் சொல்லவேண்டுமா? வயதிற்கும், பாலியல் உணர்வுகளுக்கும் தொடர்புண்டா என்ன? அதோடு 45—50 வயதிற்குப் பிறகே அவர் தன் இனத்தாருக்குத் தனிப்பெருந் தலைவராகிறார்; அது மட்டுமல்லாது, வாழ்வின் வசதிகள் கூடியாதாகவும், பெரும் செல்வந்தர் ஆனாரெனவும்*

ஹதீஸிலிருந்து தெரிகிறது. அதிலும், 50 வயதிற்குப் பிறகு இளம் பெண்களைக் கல்யாணம் செய்து கொள்வதால் அந்த பெண்களுக்கு வாழ்வா கிடைக்கும்; அது அவர்களுக்கு 'இரட்டை தண்டனை' அல்லவா?

14) அன்றைய சமுதாயச் சூழலில் நான்கு மனைவியர் என்பது தேவையான ஒன்று; அதனாலேயே அவ்வாறு நபி சொன்னதாக நம் நண்பர்கள் சொல்வதுண்டு. ஆனால், இப்போது யாரும் அப்படி செய்துகொள்வதில்லை என்பதும் தெரியும். நபியைப் பின்பற்றும் நம் தற்காலத்து முஸ்லீம் நண்பர்கள் யாரும் அப்படி பலதாரக்காரர்கள் அல்ல; ஏனென்றால், இன்றைய வாழ்க்கைக்கு, சமூகத்துக்கு, வாழ்வியலுக்கு ஒத்து வராத காரியம். Simple logic: ஆக அன்று நபி சொன்னது எல்லாருக்கும் எல்லா காலத்துக்கும் பொதுவான விஷயங்களாக இல்லை, இருக்கவும் முடியாது என்பது தெளிவாகிறதல்லவா? பின் எப்படி என்றைக்கும், எல்லாருக்கும் அருளப்பட்டதாகக் குரானைச் சொல்ல முடியும்?

15) இஸ்லாமியர் ஒவ்வொருவருக்கும் ஐந்து கடமைகள் உள்ளன; அவைகளில் ஒன்று ஹஜ் யாத்திரை. முகம்மதால் அருளப்பட்ட இந்தக் கடமையை உலகில் உள்ள இஸ்லாமிய மக்கள் யாவரும் நிறைவேற்ற முடியுமா? ஏழை இஸ்லாமியருக்கு அது ஒரு கனவாகவே முடியும். பின் எப்படி இந்தக் கடமை கொடுக்கப்பட்டிருக்க முடியும். 90 விழுக்காடு முஸ்லீம்களுக்கு இந்தக் கடமையை ஒரு காலத்தில் நிறைவேற்ற முடியாது போகும் என்பது அல்லாவிற்கு அன்றே தெரிந்திருக்காதா? அன்று, நபியால் இந்தக் கடமை கொடுக்கப்பட்ட போது, இஸ்லாம் அன்றைய அரபு நாட்டில் மட்டுமே பரவியிருந்த மதம். அப்போது அந்தக் கடமையைச் செய்ய — குதிரைப் பயணமாகவோ, ஒட்டகப் பயணமாகவோ — சிறிது சிரமத்துடன் நிறைவேற்றக்கூடிய ஒன்றாக இருந்திருக்கும். அதனால் அன்று அது சரி. ஆனால், இன்று எல்லா கண்டங்களிலும் பரவியிருக்கும் இஸ்லாம் மதத்தினர் எல்லோருக்கும் அது சாத்தியமில்லை. அப்படியானால், ஏற்கெனவே கூறியபடி இது ஒரு குறிப்பிட்ட சமூகத்தினரை வைத்து வந்த மதமே — கிறித்துவம் போலவே — என்பது (எனக்குத்) தெளிவாகிறது.

16) என்னிடம் கடவுள் பேசினார்; நானே கடவுள்;— இப்படியெல்லாம் சொல்லி தனக்கென cult-களை

உருவாக்குவது என்பது எல்லா மதங்களிலும் நடந்துவரும் ஒரு விதயமே. ஒரு மேற்கோள் கூட ஒன்று உண்டு: Doris Egan: "You talk to God, you're religious. God talks to you, you're psychotic." இதுபோன்ற சான்றுகள்: நம்ம ஊர் கல்கி; அமெரிக்காவில் ஜோன்ஸ்; ஜப்பானில் ரயிலில் விஷ வாயு வைத்த கூட்டம்.: இதுபோல் எண்ணற்றவர்கள் உண்டு — இவர்களின் சாயம் நாளாவட்டத்தில் வெளிறி விடுகிறது. இவர்கள் இப்படி சொல்வதற்கு அவரை நம்புவோர் யாரும் எந்தச் சான்றுகளும் கேட்பதில்லை. மதங்களில்தான் கேள்விகளே கிடையாதே! ஏசு பல அதிசயங்கள் நிகழ்த்திக் காட்டியதாகவும், இறுதியில் உயிர்த்தெழுந்தாரென்றும்— அவைகள் இட்டுக் கட்டப்பட்ட கதைகளாகவேகூட இருக்கட்டும்— சொல்லப்படும் காரியங்கள் அவரை நம்புவோர்க்குச் சான்றுகளாகத் தெரியும். அது போலவே, முகம்மதுதான் கடவுளின் தூதன் என்று சொல்லியதை 'அன்று' அவர் கூட்டத்தினர் நம்பியது பெரிதல்ல; ஆனால் இன்றுவரை நம்புவதற்குரிய காரணங்கள் — ' ஊட்டப்பட்ட மத நம்பிக்கை என்பதைத் தவிர — ஏதாவது உண்டா? என் தாத்தா பாட்டியும் நம்பினார்கள்; அப்பா அம்மாவும் சொல்லிக் கொடுத்தார்கள் என்பதா வளர்ந்தவர்களின் நம்பிக்கைகுரிய தூண்களாக இருக்கவேண்டும்? நமது நம்பிக்கைகளுக்கு ஏதாவது ஒரு சான்று வேண்டாமா? அது தேவையில்லையா? ஆத்மார்த்தமாக உணர்கிறேன் என்ற கிறித்துவர்களின் வழக்கமான பதிலில் எனக்கு உடன்பாடில்லை. ஏனெனில், ஆத்மார்த்தமான உணர்வுகள் ஊட்டப்பட்டவை; simple brain-washing.

17) தன் அம்மாவின் கைச்சமையலை அவ்வப்போது புகழ்ந்து பேசாதவர் யாரேனும் உண்டா? அதற்குக் காரணம் நம் அம்மாவின் உண்மையான சமையல் திறன் அல்ல. சிறு வயதிலிருந்தே our tastes are conditioned to her cooking.— என்பதுதான் உண்மை. And it becomes the reference point throughout. நம் மதங்களும் அப்படியே. We are conditioned to accept the beliefs and faiths as they were given to us from childhood. அதைவிட்டு கொஞ்சம் வெளியே எட்டிப் பார்த்தாலென்ன? அதில் என்ன தவறு? ஆனால், 'வெளியே' பார்த்து விடாதே என்பதில்தான் இந்த மூன்று ஆபிரஹாமிய மதங்களில் என்ன ஒரு ஒற்றுமை!

மூன்றிற்கும் உள்ள ஒற்றுமைகள் இதோடு முடிவடை

வதில்லை. வெளியே இருந்து பார்ப்பவர்களுக்கு இன்னொரு முக்கிய ஒற்றுமை தெரியும் — இந்த மூன்று மதத்தினருமே தம் தம் மதமே, மார்க்கமே சரியான வழி என்ற நம்பிக்கையில் மிகவும் தீவிரமாக இருப்பவர்கள். யூத மதம் பிறப்பினால் வரும் ஒன்றாக இருப்பதால் அதை நாம் விட்டுவிடலாம்; அதோடு அவர்கள் மற்றவர்களைத் தம் மதத்தின் பக்கம் இழுக்க முயற்சிப்பதேயில்லை; ஆகவே, அவர்களைப்பற்றிய விவாதம் நமக்கு இங்கு தேவையில்லை. நானே ஒரு கிறித்துவனாக வளர்க்கப்பட்டாலும் எனக்கு புரியாததும், ஆச்சரியத்திற்குரிய விதயமாக இன்னும் இருப்பது இந்த இரு மதங்களிலும் உள்ளவர்களுக்கு மட்டும் மதத்தின் மேல் எப்படி இவ்வளவு ஆழமான நம்பிக்கையும், ஈடுபாடும், தீவிரமும் சிறு வயது முதற்கொண்டே வந்துவிடுகின்றன என்பதே. இதிலும் இஸ்லாம் ஒரு படி மேல்தான். இந்த மதத்தீவிரம் தீவிரவாதமாக மாறுவதும் தேவையற்ற ஒன்றாகவே உள்ளது. 'அவரவர் நம்பிக்கை அவரவர்க்கு' என்று இஸ்லாத்தில் சொல்லப்பட்டாலும், இவ்விரு மத நம்பிக்கையாளர்களுமே தன் மதமே உயர்ந்தது என்ற நம்பிக்கையால் ஒரு superiority complexயை ஏற்படுத்திக் கொண்டு, தம் கருத்துக்களைத் தவிர வேறு உண்மைகளே இருக்கமுடியாது என்ற தீவிர நம்பிக்கையால், தங்கள் மதம் கேள்விகளுக்கு அப்பாற்பட்டது; விமரிசிப்பவர்களின் விமர்சங்கள் எல்லாமே தேவதூஷணம் (blaspehmy) என்ற முடிவுக்கே வருகிறார்கள். அவர்களின் மதங்கள் தரும் அறிவுரைகளைப் பார்ப்போமே: ஹல்ரத் அலீ (ரலி): "உலகினில் ஏற்படுகின்ற குழப்பங்களுக்குத் தீர்வு காண அல்லாவின் வேதந்தான் சிறந்த வழி ....(தன் அறிவைக்கொண்டு) பெருமையடிக்கிறவன் இதனை அமல் படுத்தாமல் விட்டு விட்டால், அல்லா அவனைத் துண்டு துண்டாக ஆக்கிவிடுவான். அது இல்லாத (வேறு கிரந்தத்) தில் நேர்வழியைத் தேடுபவரை வழிதவறச் செய்துவிடுவான்...". ஏசுவோ என்னைத் தவிர உனக்கு வேறு கடவுளே இல்லை; நானே வழியும் ஜீவனுமாயிருக்கிறேன்' என்கிறார். இந்த மதத்தீவிரம் தேவைதானா? நானும், நீயும் நண்பனாயிருக்க மதம் தேவையா? 'மனிதம்' மட்டுமே போதாதா? இதிலும் இன்னொரு படி அதிகமாக, இஸ்லாத்தில் நுழைந்த எவரும் அம்மதத்தை விட்டு வெளியே வரக்கூடாதென மதச்சட்டமேயுள்ளது. பல இஸ்லாமிய நாடுகள் இதை அரசியல் சட்டமாகவும் ஆக்கியுள்ளன. அன்பைப் போதிக்கும் மதங்களில் இப்படி ஒரு கட்டுப்பாடா?; இப்படி ஒரு

கட்டுப்பெட்டித்தனமா?

18) "இஸ்லாத்தை ஏற்று அம்மார்க்கத்தை சரியாகப் பின்பற்றியவர்களுக்கு பரிசாக சொர்க்கமும், இஸ்லாத்தை நிராகரித்தவர்களுக்கு தண்டனையாக நரகமும் வழங்கப்படும் என்று எவ்வித ஒளிவு, மறைவு இல்லாமல், வெளிப்படையாக இஸ்லாம் கூறுகிறது." அதாவது, நீ அந்தப் பக்கமா, இந்தப் பக்கமா என்பதை வைத்துதான் உன் மறு வாழ்க்கையும், அதற் குரிய பரிசு / தண்டனையும் தீர்மானிக்கப்படும்.

"You are either with us or with them". 9/11—க்குப் பிறகு ஜார்ஜ் புஷ் சொன்ன இந்த வாக்கியத்தின் பொருளை நான் விளக்க வேண்டியதில்லை. மதத்தின் பெயரால் ஒசாமா செய்ததால் அந்த மதத்தையும், மதத்தைச் சார்ந்தவர்களையும், விரோதி களாக அவர் பார்த்தார்; அதே போல்தான் எல்லோரும் பார்க்க வேண்டும் என்றும் எதிர்பார்த்தார். அவரின் இந்தக் கூற்றுக்கு உலகத்தின் பல நாட்டவரும், பல நாட்டுத் தலைவர்களும் எதிர்ப்பைத் தெரிவித்தனர். அவரைப் பொருத்தவரை அவருக்குச் சரியானதாகத் தோன்றும் ஒன்று, உலகத்தில் எல்லோருக்கும் அதே போல்தான் தோன்ற வேண்டுமென அவர் எதிர்பார்த்ததை உலகம் ஒப்புக் கொள்ள வில்லை. இல்லையா?

இந்த புஷ்ஷின் கருத்திற்கும், மேலே சொல்லியுள்ள இஸ்லாமியக் கருத்திற்கும் — ஒன்று மனிதன் கூறியது; இன் னொன்று கடவுளால் கூறப்பட்டதாக நம்பிக்கையாளர்களால் கருதப்படுவது என்பதைத் தவிர. இரண்டுமே கருத்துக்கள் என்ற வரையில் ஒன்றுதானே? ஆனால் ஒன்றை தவறென்று கூறி, இன்னொன்றை எப்படி புனித வார்த்தையாகக் கொள்ளுவது?

19) என் சின்ன வயதில் மனிதன் எவ்வளவு நல்லவனாயிருந் தாலும் அவன் கிறித்துவனாக இருந்தால் மட்டுமே அவனுக்கு மோட்சம் என்ற கருத்தைத்தான் சொல்லி வந்தார்கள். நாங்கள் சின்ன பசங்களாக இருந்த போது இதற்கு எதிர்க் கேள்வியாக காந்தி அல்லது அதுபோன்ற பெரிய, நல்ல, ஆனால், கிறித்துவரல்லாத மனிதர்களின் பெயர்களைச் சொல்லி, அவர்கள் கூடவா மோட்சம் செல்ல முடியாது என்று கேட்டிருக்கிறோம். அப்போதெல்லாம் அவர்களுக்கு மோட்சம் கிடைக்காது; வேறு என்ன என்பதை ஏசு முடிவு

செய்வார் என்றுதான் கூறினார்கள் எங்களுக்கு வேதம் சொல்லித் தந்தவர்கள். ஆனால், பின்னால் இந்தக் கருத்து கிறித்துவத்தில் நன்றாகவே நீர்த்துப் போய் விட்டது; முன்பு போன்று 'வெட்டு ஒன்று; துண்டு இரண்டு' என்ற நிலை மாறிவிட்டது. ஆனால், இன்னமும் இஸ்லாம் அந்தக் கருத்தில்தான் வேரூன்றி நிற்கிறது. இது ஒரு பாஸிச கருத்தன்றி வேறல்ல.

20) ஒரு பானைக்கு ஒரு சோறு: Satanic verses *என்பது முகம்மது சாத்தானால் சோதிக்கப்பட்டு, அல்லாஹ் கூறாத ஒரு வசனத்தைக் குரானில் சேர்த்ததாகவும், பின்பு மனம் கசிந்து அதை எடுத்ததாகவும், இல்லை அப்படி ஒன்று நடக்கவே இல்லை என்றும் இரு தரப்பு வாதங்கள் உண்டு. முகம்மதின் வாழ்க்கையில் நடந்த இந்த நிகழ்வுக்கு சர் வில்லியம் முய்ர் என்பவர் வைத்த பெயரே இது. இதை ஒரு நாவலுக்கு தலைப்பாக வைத்தார், சல்மான் ருஷ்டி. அதற்கு ஏன் இத்தனை வன்மம்? எந்த மதத்தின் மீதுதான் கிண்டல்களோ, விவாதங்களோ, எதிர்ப்புகளோ வரவில்லை. ரீமாயணம் எழுதியதால், பிள்ளையார் சிலை உடைப்பால் இந்து மதம் நலிந்து விட்டதா? கடைசியாக எழுதப்பட்ட* Da Vinci Code *மாதிரி எத்தனை புத்தகங்கள், சினிமாக்கள் — கிறித்துவமதத்தைவிட்டு எல்லோரும் வெளியேறி விட்டார்களா? அதை விடுங்கள், கிறித்துவமதமும், இஸ்லாமும் எதிர் கொள்ளாத தடைகளா, இல்லை போர்களா; இந்த இரண்டு மதங்களுமே போடாத சண்டைகளா (பங்காளிகள் அல்லவா?)* crusades, spanish inquisition *— இதனாலென்ன, அந்த மதங்கள் மறைந்து விட்டனவா, என்ன? மதத்திற்கு எதிராக எழும் வாதங்களையோ, மற்ற விதயங்களையோ ஏன் மற்ற மதத்தினர்போல் இஸ்லாமியர்கள் எதிர் கொள்ளக் கூடாது? ஏனிந்த மதத்தீவிரம்? யாருக்குத்தான் அவரவர் மதங்கள் மேலும், கடவுள்கள் மேலும் பற்று இல்லை. பற்று சரி; தீவிரப் பற்று ஒரு 'மதக்காரனை' தன்னையே முதலில் காயப் படுத்திக் கொண்டு, பின் அடுத்தவனையும் காயப்படுத்த வைக்கிறது. அத்தகைய 'தீவிர மதப்பற்று' தேவைதானா?*

Some references:

1. குரான் தர்ஜமா —திரீயெம் பிரிண்டர்ஸ், சென்னை

1. Revelation, Rationality, Knowledge and Truth -Mirza Tahir

Ahmad

3. Introduction to Asian Religions - Geoffrey Parrinder, Oxford University Press

4. http://www.arches.uga.edu/~godlas/Sufism.html 5.http://www.islamonline.net/servlet/Satellite?id=1119503547222&pagename=IslamOnline-English-Ask_Scholar/FatwaE/FatwaEAskTheScholar

6. http://answering-islam.org.uk/Hahn/Mawdudi/

7. http://en.wikipedia.org/wiki/Bah%C3%A1%27%C3%AD_Faith

8. http://www.islamonline.net/servlet/Satellite?cid=1119503547222&pagename=IslamOnline-English-Ask_Scholar/FatwaE/FatwaEAskTheScholar

9. <http://www.islamicinstitute.ca/answers.php?id=362>

10. <http://www.themodernreligion.com/women/w_polyplural.htm>

11. <http://www.wefound.org/texts/Muhammad_files/Muhammad2.htm> (Wisdom Behind Prophet Muhammad's Plural Marriages Dr. Norlain Dindang Mababaya)

12. http://en.wikipedia.org/wiki/Islam 10.http://en.wikipedia.org/wiki/Pillars_of_Islam 13.http://en.wikipedia.org/wiki/Muhammad

14. http://en.wikipedia.org/wiki/Gabriel_%28archangel%29 15.http://en.wikipedia.org/wiki/Archangel

16. http://en.wikipedia.org/wiki/Fundamentalism

17. http://en.wikipedia.org/wiki/Ahmadiyya

"மதங்கள் எதுவும் எனக்குப் பிடிக்காது போயின; அதனால், எனக்கு எம்மதமும் சம்மதமில்லை".

எனக்கு சமயங்களில் ஏன் நம்பிக்கை இல்லாமல் போன தென்பதைப் பற்றி விலாவாரியாக எழுதியாயிற்று. அதனால், கடவுளின் உந்துதலால் எழுதப்பட்டதாகவோ,

கடவுளே தந்ததாகவோ நம்பப்படும் சமய நூல்களின் மேலும் நம்பிக்கையில்லை. பின் ஏன் அவைகளை மேற்கோள் காட்டினாய் என கேட்டால், அவைகளில் என் பார்வையில் நான் கண்ட குழப்படிகளையோ, அல்லது நம்பிக்கையாளர்களின் நம்பிக்கைகளுக்கு எதிர் வாதமாக அவர்களே நம்பும் 'வார்த்தைகளையே' பயன்படுத்தவோதான் அவைகளை மேற்கோளிட்டேன்.

சமயங்களில் நான் கண்ட சில ஒற்றுமைகள்:

சமயங்களில் நான் கண்ட சில ஒற்றுமைகளால் எனக்கு நானே சமயங்கள், சமய நம்பிக்கைகள் மேல் ஒரு முடிவுக்கு வரமுடிந்தது. முடிவு என்ன என்பதை பிறகு கடைசியில் காண்போம்; இப்போதைக்கு நான் கண்ட ஒற்றுமைகளைப் பார்க்கலாம்.

1.) carrot & donkey, carrot & stick principles பற்றிக் கேள்விப்பட்டிருப்பீர்கள்; முதலாவதற்கு ஒரு கதை சொல்வதுண்டு. கழுதை மேல் ஏறி உட்கார்ந்தவன் கழுதை அவனைத் தூக்கிச் செல்ல தயங்கியதும், ஒரு குச்சியின் முனையில் ஒரு காரட்டைக் கட்டி, அந்தக் குச்சியைக் கழுதைக்கு முன்பாகப் பிடித்துக் கொண்டானாம். முட்டாள் கழுதை இன்னும் ஓரடி நடந்தால் காரட் கிடைக்கும் என்று எண்ணி ஒவ்வொரு அடியாக நடந்து போய்க்கொண்டே இருந்ததாம்! இரண்டாவது, நல்லது செய்தால் காரட், தவறு செய்தால் குச்சி என்ற தத்துவம்.

எல்லா மதங்களுமே தீவினை செய்தால் கடவுளால் தண்டிக்கப்படுவாய்; நல்லவனாக இருந்தால் கடவுள் உனக்கு வெகுமதி தருவார் என்ற கோட்பாட்டை கொண்டிருக்கின்றன. இந்து மதம் கர்மவினைக்கேற்ப பிறவி பல எடுத்து, இறுதியில் ஸ்வர்க்கம் / முக்தி பெறவேண்டுமெனக் கூறுகிறது. கிறித்துவம்— பாவம், மோட்சம், நரகம் எனவும், இஸ்லாம் இஸ்முர், அல்—ஜன்னத், ஜன்னத் என்று முற்கூறிய அதே கோட்பாடுகளைக் கொண்டுள்ளன. ஜைனம், புத்தம், தாவோயிஸம் என்ற சமயங்கள் இறுதி நிலையை 'நிர்வாண நிலை' என்றழைக்கின்றன. அதுவும் இந்நிலை உயிருள்ளபோதே எய்தும் நிலை..

2.) "இரண்டாம் வருகை", "அந்தி நாள்", "தீர்ப்பின் நாள்"— போன்ற பல பெயர்களில் உள்ள கோட்பாடுகளும்

பல சமயங்களில் காணப்படுகின்றன. தீர்ப்பின் நாள் — judgment day — கிறித்துவத்திற்கும், இஸ்லாத்திற்கும் ஒன்றே. இந்து சமயத்தில் கடவுளின் பத்தாவது அவதாரமாக எதிர்பார்க்கப்படுவதும், இறுதிக் காலமான கலியுகத்தில் அழிக்கும் 'கல்கி' அவதாரமாக கடவுள் வருவாரென்பதும் உள்ளது. 'இறுதி எச்சரிக்கை' என்று ஏன் ஒன்று — கல்விச் சாலைகளில் நம்மைக் கலங்க வைக்கும் final exam மாதிரி — இருக்கவேண்டும்? யோசிப்போம்.

3.) "திரித்துவம்" — கடவுளின் மூன்று நிலைகள், அல்லது கடவுளர்களே மூன்றாக இருப்பது என்பதும் பல சமயங்களில் பரவிக்கிடக்கும் ஒரு கோட்பாடு. கிறித்துவத்தில் — பிதா, மகன், ஆவி என மூவர்; ஆனாலும் ஒரே கடவுள். இந்து சமயத்தில் — பிரம்மா (ஆக்கல்), விஷ்ணு (காத்தல்), சிவன் (அழித்தல்) என முக்கடவுள்கள். தாவோயிஸத்தில் 'the three pure ones'.

4.) ஆத்மா, ஆன்மா என ஏறத்தாழ எல்லா மதங்களுமே ஒரே மாதிரியாகவே பேசுகின்றன. இந்த ஆத்மா /ஆன்மா அழியாத ஒன்று என்ற நிலைப்பாடும் எல்லாரிடமும் உண்டு. ஆனால், ஆபிரஹாமிய மதங்கள், கடவுள் மனிதனைத் தன் சாயலாகப் படைத்தார் என்ற நம்பிக்கையால், மனிதனுக்கு மட்டுமே ஆன்மா உண்டென்கிறார்கள். இந்து சமயமோ எல்லா உயிர்க்கும் ஆன்மா உண்டென்கிறது. மனிதன் இறந்த பிறகு அவனுக்குக் கிடைக்கும் (காரட்டோ, குச்சியோ) வெகுமதியோ, தண்டனையோ அந்த ஆத்மாவினால், ('நித்தியத் திற்கும்') அழிவின்றி காலா காலத்துக்கும் அனுபவிக்கப்பட வேண்டுமென கூறப்படுகிறது.

5.) ஓஷோ சொல்கிறார்: "All religions are very oppressive." உண்மைதானே. கடவுள் பெயரால் மக்கள்தான் எப்படியெல்லாம் தங்கள் உடலை வருத்திக் கொள்கிறார்கள். பாத யாத்திரை, விரதம், உருளல், பிறழல், உடம்பெல்லாம் அலகு — இப்படி ஒரு பக்கம். தங்கள் கைகளில் ஆணிகளை அடித்துக் கொள்ளும் கூட்டம் இன்னொரு புறம். தங்களைத் தாங்களே அடித்துக் கொண்டு உடம்பெல்லாம் ரத்த விளாராக ஆக்கிக்கொள்ளும் மதத்தினர் இன்னொரு புறம். எந்தக் கடவுளும் இப்படியெல்லாம் பண்ணிக்கொள் என்று கூறியதாகத் தெரியவில்லை.

அதேபோல, எல்லா மதங்களுமே ஏழ்மையை பெருமைக் குரிய விதயமாகவே பார்க்கின்றன. எதற்காக ஏழ்மை உயர்த்தப்படவேண்டும்? மக்களில் பலரும் ஏழைகளாக இருப்பதால் அவர்களைக் 'குழுமை'ப்படுத்தவா? செக்ஸ் ஒரு தகாத விதயமாக, மறைக்கப்படவேண்டிய ஒரு விதயமாக, ஒடுக்கப்படவேண்டிய காரியமாக ஏன் கருதப்பட வேண்டும். பசி போல அதுவும் ஒரு அடிப்படை உணர்வு. பசி என்பதால் எதை வேண்டுமானாலும், எப்போது வேண்டுமானாலும், எங்கே வேண்டுமானாலும் சாப்பிட்டு விடுகிறோமா? அதே போல் செக்ஸ் சிந்தனைகளும் இருந்தால் போதுமே. celibacy ஏன் மதங்களால் தீவிரத் தன்மையோடு உயர்த்தப் படுகின்றன?

6.) நம்பிக்கையாளர்களிடம் அதிகமாகக் காணக் கிடைக்கும் இன்னொன்று — கடவுளர்கள் நடத்தும் அதிசயங்கள் மேலுள்ள நம்பிக்கைகள். எண்ணெயும், தண்ணீரும், தீச்சட்டிகளும், தாயத்தும்,விபூதியும், மந்திரித்தலும் — எல்லாம் எவ்வளவு நம்பிக்கைகளைத்தான் வளர்க்கின்றன! Miracles எனப்படும் சமய அதிசயங்கள் எந்த மதத்தில்தான் இல்லை. ஆனால், அதில் ஒரு வேடிக்கை: ஒரு மதத்தினரின் அதிசயம் மாற்று மதத்தினருக்கு வேடிக்கையாக இருப்பதுதான். நானே இதைச் சோதித்திருக்கிறேன். கிறித்தவர்களிடம் கர்ணன் குந்தவிக்கு சூரிய பகவானால் பிறந்த முறையைச் சொன்னால் 'ஐயோ, என்ன இவ்வளவு அசிங்கமாக இருக்கிறது' என்று சொல்வது வழக்கம். அவர்கள் மறந்து போகும் விதயம், ஏசு மரியாளுக்குப் பிறந்ததற்கும், அந்த இந்துக் கதைக்கும் என்ன பெரிய வித்தியாசம்? எல்லாமே நம்பிக்கையைப் பொருத்த விதயங்களே. ஏசு பலரைக் குணமாக்கினாரென்றால், பாண்டிய மன்னனுக்கு சிவனடியார் விபூதி கொடுத்து குணமாக்கினார்; கண்ணில் மண்ணை வைத்து குருடனுக்குக் கண் கொடுத்தாரென்றால், திருநாவுக்கரசருக்கு பேச்சு வந்த கதை நினைவுக்கு வருகிறதே. ஏசு துர்ஆவிகளை பன்றிக்குள் செலுத்தி கடலுக்குள் விரட்டினாரென்றால், இங்கே இந்து சமயத்தில், மதுரையில் நரிகள் பரிகளாயினவே. போதும்; சொல்லிக்கொண்டே போகலாம்.

அடுத்து,பக்தர்களுக்கு கடவுளர்கள் 'காட்சி'தருவது (apparitions). "Many mystics have visions, and the envisioned objects almost inevitably reflect the cultural background of the mystic. Protestants never envision the Virgin Mary, but Catholics do; Jews never envision the resurrected Jesus, but Christians do; Buddhists and Hindus envision divine messengers quite different from those encountered by Western mystics'(Reason and religion" An introduction to the Philosophy of Religion by Rem B. Edwards pp306). இவர் சொல்வது போல, அந்தந்த சமயத்தினருக்கு மட்டும் அந்தந்தக் கடவுள்கள் காட்சி தருகிறார்கள்; மாறி வருவதில்லை!

7.) நம் உலகம் சூரியக் குடும்பத்தில் ஒரு சிறிய பகுதி; இந்தச் சூரியக் குடும்பமோ 'பால் வீதி'யின் மிக மிகச் சிறிய பகுதி; இந்த பால் வீதியோ ஒரே ஒரு காலக்ஸி; இதுபோல் எண்ணிக்கையிலடங்கா காலக்ஸிகள். அப்படியென்றால், பரந்துபட்ட இந்த பிரபஞ்சத்தில் நம் உலகம் எவ்வளவு இத்தனூண்டு (insignificant)! ஆனால், பாருங்கள் எல்லா சமயங்களுமே anthropocentric-ஆக, நம் உலகில் உள்ள மனித குலத்தை மட்டுமே கடவுள்கள் சுற்றி சுற்றி வந்ததாகப் பேசுவது,... அவர்களை மட்டுமே உய்விக்க அவதரித்தார்கள் என்பது...யோசித்துப் பாருங்களேன்... எனக்கு வேடிக்கையாக இருக்கிறது. ஏன் மற்றக் கோள்களை கடவுள் கைவிட்டு விட்டார்?

8.) 'Making of pudding is in the eating' என்பார்கள். அம்மா செய்த சமையல் நன்கிருந்தால் அன்று வீட்டில் சட்டி காலி. மாற்றியும் சொல்லலாம். சட்டி காலி என்றால் அன்று அம்மா சமையல் டாப்! Process produces results; results prove the process. எல்லாம் வல்ல, நல்ல, கருணை நிறைந்த,அன்பே உருவான கடவுளால் படைக்கப்பட்டிருந்தால் உலகம் இப்படியா இருக்கும்? 'இல்லை. இல்லை..கடவுள் நல்லாதான் படைச்சார்; நானும், நீயும்தான் — அல்லது, உன்னமாதிரி ஆளுங்களாலதான் உலகம் கெட்டுப் போச்சுன்னா' சொன்னால் அடிப்படை தப்பு இருக்கிறது அந்தக் கேள்வியில். "If this chaotic world is the creation of a god, it tells you that god had bungled! The theistic rationalists of the eighteenth century argued that when God created the world, he did either a perfect job or an imperfect job. If he did a perfect job, there was no need for him to interfere with the orderly workings of events within the world, since any deviation from perfection would be for the worse. If there was a need for him to suspend the laws of nature, this implied that he had bungled the job in the beginning. (Reason and Religion, pp 94)

9.) இந்தக் கடைசிக் கேள்வியை எனக்காக கொஞ்சம் நின்று நிதானமாக யோசித்து, அசை போட்டு, மெல்ல ஒரு முடிவுக்கு வருமாறு கேட்டுக்கொள்கிறேன். என்னைப் பொறுத்தவரை, இது ஒரு முக்கியமான கேள்வி; நடுநிலையோடு யோசித்தால் என் முடிவை நீங்கள் எதிர்க்க முடியாதென்ற நம்பிக்கை எனக்கு. மூட நம்பிக்கையோ, என்னவோ!!

NO RELIGION IS UNIVERSAL

எந்த சமயமுமே உலகம் தழுவிய சமயமாக இல்லவே இல்லை.

நம் இந்திய இந்துக் கடவுள்கள் எங்கெல்லாம் 'சஞ் சரித்தார்கள்'? வடக்கே கைலாயம் என்ற இமயம் —. தெற்கே குமரி முனை. இந்த இந்திய துணைக் கண்டத்தைவிட்டு வெளியே செல்லாத கடவுள்கள். கொஞ்சம் தாண்டியதாகக் கூறினால் 'அடுத்த நாடு' இலங்கை சொல்லலாம். காரணம் என்ன? கிரேக்க நாட்டு கடவுள்கள் நம்ம முருகன் மாதிரி அங்கே உள்ள மலைகளில் வாசம் செய்வதான கதை. ஆபிரஹாமிய மதங்களில் வரும் சம்பவங்கள் மட்டுமல்ல, பழைய ஏற்பாட்டில் வரும் அனைத்து தீர்க்க தரிசிகளின் செயல்பாடுகளும் அரேபிய நாட்டு எல்லைகளுக்குள்ளேயே நடந்ததாகத்தான் சொல்லப்படுகிறது. அத்தனை தீர்க்க தரிசிகளில் யாருமே மற்ற கண்டங்களிலோ, ஏனைய நாடுகளிலோ பிறந்ததாகவோ, அதிசயங்கள் (திமிங்கிலத்தின் உள்ளே மூன்று நாட்கள் இருந்தது போன்று...)நடத்தியதாகவோ இல்லை.

இதற்குக் காரணம் என்ன?

மனிதர்கள் தங்களுக்குத் தெரிந்த நிலப்பரப்பில் தாங்களே உருவாக்கிக்கொண்டதே சமயங்கள்; தங்கள் சாயலில் உருவாக்கியவைகளே கடவுள்கள். (Ludwig Feuerbach in the nineteenth century and Sigmund Freud in the twentieth century hold that "our view of God is merely a psychological projection of our own image of ourselves - perhaps our actual selves, perhaps our ideal selves - on the universe as a whole....... The image of God as a divine father has strong Freudian overtones".)Reason and religion" An introduction to the Philosophy of Religion by Rem B. Edwards pp 285. இதை ஒட்டியே இன்னொரு அறிஞர், If triangles have gods, their gods would be triangles. என்றார். மனிதன் தன்னை வைத்தே தனது கடவுள்களைப் படைத்தான் என்பதே என் எண்ணம்.

வாசிக்கும் நம்பிக்கையாளர்களுக்கு — அவர்கள் எந்த சமயத்தினைச் சார்ந்தவராக இருப்பினும் — கோபம் வரலாம்; நம்பிக்கையின்மையால் சிரிப்பும் வரலாம். அவர்களுக்கு ஒரு சொல்: இந்த 'முடிவு'க்கு வர எனக்கு ஏறத்தாழ 15 நீண்ட ஆண்டுகள் ஆயிற்று. ஒரு நாளில் வந்த, எடுத்த முடிவல்ல. ஏன் கடவுளர்கள் ஒரு குறுகிய எல்லைக்குட்பட்டு இருந்தார்கள் என்று யோசித்துப் பாருங்கள். நீங்களும் நன்றாக நேரம் எடுத்துக்கொண்டு, மெல்ல யோசித்து,..........

அப்படியே நீ சொல்வதுபோல மனிதன்தான் கடவுளைப் படைத்தான் என்றால், அப்படித் தோன்றிய மதங்களின் நோக்கம் என்ன? அப்படிப் படைத்த நம் முன்னோருக்கு அதற்குரிய நோக்கம் என்ன? — என்பது உங்கள் கேள்வி.

பதில்: எனக்கும் தெரியாது. ஆயினும், இப்படி இருக்குமா?

1. Policing the society? ஒழுங்கா நல்லவனா இரு என்று சொன்னால் யார் கேட்பார்கள். பொய்சொன்ன வாய்க்கு போசனம் கிடைக்காது என்றால்தான் ஒரு பயம் வரும். அந்த பயம் வரத்தான் புத்திசாலி முன்னோர்கள் சமயங்களை ஆரம் பித்திருப்பார்களோ? அதனால்தானோ எல்லா மதங்களும் கடவுளையும், தண்டனைகளையும் சேர்த்தே சொல்லி நம்மை மிரட்டி வைத்திருக்கின்றனவோ?

2. Psychotherapy? இது என் வாழ்க்கையில் நானே அனு பவித்தது. யாரிடமும் முழு நம்பிக்கையை நாம் வைக்க முடியுமா? எல்லாரிடமும் நம் மன அழுத்தங்களை, வெளியில் சொல்ல முடியா சோகங்களைப் பகிர்ந்து கொள்ள முடியுமா? எல்லா வேதனைகளையும் எப்போதும் பகிர்ந்து கொள்ள முடியுமா? முடியாது. நம் தனிப்பட்ட ஆற்றல்கள் தோற்கடிக்கப்படும்போதும், தாங்க முடியா சோகத்தில் மனம் அல்லாடும் போதும், இது ஏன், இது ஏன் எனக்கு, இது ஏன் எனக்கு இப்போது என்று அடுக்கடுக்காய் வரும் வேதனைகளை முழுங்க முடியாமல் மனம் திணறி, உடல் தவிக்குபோது நமக்கென ஒரு துணை வேண்டாமோ?

வேதனைகள், ஏமாற்றங்கள் வரும்போது நம்மைத்

தாங்க ஒரு தோள் வேண்டுமென நினைக்காதார் யார்? மேற்சொன்னமாதிரி நேரங்களில், மனிதத் தோள்கள் ஆறுதல் கொடுக்கமுடியாத நேரங்களிலும் நாம் முழுமையாகச் சரணடைய ஒரு 'இடம்' வேண்டும்.

(கண்ணதாசனின் பாடல் வரிகள் நினைவுக்கு வருகின்றன! இதோ அந்த வரிகள் — மனத்தின் வேதனையை அனுபவித்துச் சொல்லும் அந்தக் கவிதை வரிகள்:

எங்கே மனிதர் யாரும் இல்லையோ

அங்கே எனக்கோர் இடம் வேண்டும் — (எவ்வளவு சரியான வரிகள். பல துயர நேரங்களில் இந்த மனித குலத்தின் மேல் வெறுப்பு வருவதில்லையா?)

என்னைக் கொஞ்சம் தூங்க வைத்தால்

வணங்குவேன் தாயே

இன்று மட்டும் அமைதி தந்தால்

உறங்குவேன் தாயே

எந்த வித அச்சமும், தயக்கமும், வெட்கமும் இல்லாமல் நாம் சரணடையச் செல்லும் அந்த இடம்தான் கடவுள் என்ற concept. மத நம்பிக்கையோடு இருந்த இளம் வயதில் பூட்டி கிடந்த கோவிலின் முன்னால் இரவு நேரத்தில் போய் தனியாக உட்கார்ந்து அழுதது இன்னும் நினைவில் இருக்கிறது.

ஆற்றமுடியாத சோகங்களை காலம் ஆற்றும் — மெல்ல;

ஆனால், அதே சோகங்களை கடவுள் நம்பிக்கை போக்கும்—உடனடியாக.

இதைப் புரிந்து, வாழ்ந்து, பட்டுணர்ந்து, தெளிவு பட்ட நம் மனித சமுதாயத்தின் முன்னோர்கள் நமக்காக ஏற்படுத்திக் கொடுத்த 'சுமைதாங்கித் தூண்கள்' நம் கடவுளர்கள். அவைகள் கற்கள்தான்; வெறும் கதைகள்தான். ஆனால், மனதிற்கு இதம் அளிக்க மனிதனால், மனிதனுக்காக ஏற்படுத்தப்பட்ட கற்பனைப் பாத்திரங்கள். சிறு வயதில் கடவுள் பயம் தேவை— மனத்தை நல்வழிப்படுத்த; வயதும், மனமும் வளர வளர அந்தக் கடவுள் concept தேவையில்லை; செத்த பிறகு மோட்சமாவது, நரகமாவது. இருக்கும்போது உன்னையும்

என்னையும் 'மனிதம் உள்ள மனிதனாக' வைத்திருக்க வந்ததே மதமும், கடவுளும். இந்த 'வெளிச்சத்திற்கு' (இதைத்தான் enlightenment? என்கிறார்களோ?) வந்த பின், இல்லாத கடவுள் மனிதனுக்கு எதற்கு?

மனிதம் போதுமே!

I REST MY CASE !

பகுதி
II

1

எங்கே உன் கடவுள்? எனக்குக் காட்டு!

தமிழ்ப்படை

நமக்கு வெளியே கடவுள் என்றொருவர் இருப்பதாகவும், ஆக்கல் காத்தல் அழித்தல் என்ற முத்தொழில்களையும் ஏதோ ஒரு நோக்கத்தில் அவர் தொடர்ந்து செய்து வருவதாகவும் கூறுகின்றார்கள் மதவாதிகள். கடவுளை "வெளியே தேடாதே உன்னுள்ளே தேடு' என்றார்கள் சித்தர்கள். இறை நம்பிக்கையாளர்களின் இந்தத் தேடல் பல நூற்றாண்டு காலமாக நடந்துவருகிறதெனினும், "கண்டவர் விண்டிலர், விண்டவர் கண்டிலர்' என்பதுதான் இதில் கிடைத்திருக்கும் கடைசி ரிசல்ட்.

இந்தப் பூவுலகில் கடவுள் மிகவும் பத்திரமாகப் பதுங்கியிருந்த ஒவ்வொரு மூடநம்பிக்கைக் குகையிலிருந்தும் புகை போட்டு அவரை வெளியேற்றி வருகின்றது அறிவியல். எனினும், இரண்டு இடங்களிலிருந்து மட்டும் அறிவியலால் "கடவுளை" அப்புறப்படுத்த முடியவில்லை.

எல்லா வாதங்களிலும் தோற்ற பிறகு ஒரு பக்தன் முன்வைக்கும் கடைசி இரண்டு வாதங்கள் இந்த இடங்களை அடையாளம் காட்டுகின்றன. "நீங்க நம்பினா நம்புங்க நம்பாட்டி போங்க, அந்த கோயிலுக்குப் போனா எனக்குள்ள ஒரு ஃபீலிங் வருது பாருங்க, அதாங்க கடவுள்!" "என்ன வேணா சொல்லுங்க, நமக்கு மேல ஏதோ ஒரு பவர் இல்லாம இந்த உலகம் உருவாகியிருக்க முடியுமா?" ஒன்று உள்ளே, இன்னொன்று வெளியே.

புறவய உலகத்தின் "தோற்றம்" குறித்த புதிரையும், அகவயமாக மனித மூளையில் தோன்றும் "உணர்வு" குறித்த புதிரையும் விடுவிக்கும் முயற்சியில் பெரும் முன்னேற்றத்தைக் கண்டிருக்கிறது அறிவியல். மதவாதிகளின் மொழியில் சொல்வதென்றால் பிரம்ம ரகசியத்தையும் ஆன்ம ரகசியத்தையும் "கண்டு", பிறகு அதனை "விண்ட உலகத்திற்குச் சொல்லவும் முனைந்திருக்கிறார்கள் விஞ்ஞானிகள்."

முதலில் "படைப்பு ரகசியம்" பற்றிப் பார்ப்போம். பிரான்சு நாட்டின் எல்லையில் பூமியின் 300 அடி ஆழத்தில், 17 கிலோ மீட்டர் நீளம் கொண்ட குறுக்கு நெடுக்கான குழாய்ப்பாதையினுள் (Large Hydron Collider) அணுத்துகள்களை மோதவிட்டு பிரம்மாண்டமான ஆராய்ச்சி ஒன்றைத் துவக்கியிருக்கின்றார்கள் உலக விஞ்ஞானிகள்.

"இந்த ஆராய்ச்சி தொடங்கினால் அந்தக் கணமே உலகம் அழிந்துவிடும்" என்று ஐரோப்பாவில் உள்ள அல்லேலுயா கூட்டத்தினர் முதல் ஒரிசாவில் உள்ள இந்துக்கள் வரை பலரும் தத்தம் தெய்வங்களைச் சரணடைந்தனர்.. இதனைப் பரபரப்புச் செய்தியாக்கிய ஊடகங்கள், "உலகம் அழியுமா, அழியாதா?" என்று அப்துல் கலாமிடம் விளக்கம் கேட்க, நவீன இந்தியாவின் அழித்தல் கடவுளான அப்துல் கலாம் "அழியாது' என்று அருள்வாக்கு கொடுத்தார். அதன் பின்னர்தான் கோயிலை விட்டு வெளியே வந்தார்களாம் சிவபக்தர்கள். நாம் விசயத்துக்கு வருவோம்.

நாம் வாழும் இந்தப் பிரபஞ்சம் சுமார் 1300 கோடி

ஆண்டுகளுக்கு முன்னர் ஒரு பெருவெடிப்பினூடாக (Big bang) நிகழ்ந்திருக்க வேண்டும் என்பது இயற்பியல் விஞ் ஞானிகளின் கருத்து. இந்தக் கோட்பாட்டு முடிவை, அதாவது பெருவெடிப்பை, சிறிய அளவில் ஒரு சோதனைச் சாலையில் நடைமுறையில் நிகழ்த்திப் பார்ப்பதுதான் இந்த ஆய்வின் நோக்கம்.

கிறிஸ்துவுக்கு முந்தையவரும் அணுக்கோட்பாட்டின் தந்தையுமான கிரேக்க தத்துவஞானி டெமாக்ரைடஸின் காலம் முதல் இன்று வரை இயற்பியல் ஆய்வு வெகு தூரம் வளர்ந்து விட்டது. மூலக்கூறுகள் அணுக்களால் ஆனவை; அணுக்கள் புரோட்டான், நியூட்ரான், எலக்ட்ரான் போன்ற துகள்களால் ஆனவை. புரோட்டான்களும் நியூட்ரான்களும் குவார்க், குளுவான்களால் ஆனவை என்கிறது இயற்பியல். குவார்க்குகள்தான் அடிப்படைத் துகள்களா, அல்லது அவை அதனினும் நுண்ணிய வேறொன்றினால் ஆனவையா? இந்தத் துகள்களுக்குப் பொருண்மையையும், கனத்தையும் (mass and weight) வழங்கியது எது? என்ற கேள்விகளுக்கும் விஞ் ஞானிகள் விடை தேடி வருகின்றார்கள்.

புரோட்டான் உள்ளிட்ட துகள்களுக்கு வேறொரு துகள்தான் பொருண்மையை அளித்திருக்க வேண்டும் என்பது இங்கிலாந்தைச் சேர்ந்த இயற்பியல் விஞ்ஞானி பீட்டர் ஹிக்ஸ் என்பவர் 40 ஆண்டுகளுக்கு முன் வெளியிட்ட கணிப்பு. இனிமேல்தான் கண்டுபிடிக்கப்பட வேண்டிய அந்தத் துகள் அவருடைய பெயரால் "ஹிக்ஸ் துகள்' என்று அழைக்கப்படுகிறது. நாம் காணும் இந்த உலகத்திற்கு இந்த ஹிக்ஸ் துகள் பொருண்மையை வழங்கியிருக்கக்கூடும் என்பதால் அதனை "கடவுள் துகள்" என்றும் வேடிக்கையாக அழைக்கிறார்கள் விஞ்ஞானிகள். தற்போது நடைபெற்றுவரும் ஆய்வு அந்த கடவுள் துகளைக் கண்டறிய விழைகிறது.

களிமண்ணை உருட்டினால் கடவுள்! கடவுளை உருட்டுகிறார்கள் விஞ்ஞானிகள்!

"ஆற்றலும் பருப்பொருளும் ஒன்றின் இரு வடிவங்களே" என்ற ஐன்ஸ்டினின் கோட்பாட்டின் அடிப்படையில் இந்தச் சோதனை நடைபெறுகிறது. புரோட்டான் துகள்கள் இந்த 20 கி.மீ நீளக் குழாய்க்குள் கிட்டத்தட்ட ஒளியின் வேகத்தில் மோதவிடப்படுகின்றன. இவ்வாறு மோதும்போது உருவாகக் கூடிய வரம்பற்ற ஆற்றலும், வெப்பமும் குளிரும், பிரபஞ்சம்

தோன்றிய அந்தத் தருணத்திற்குப் பின் நாம் எப்போதும் காணாதவை. நம் பிரபஞ்சத்தின் விதிகளை எழுதிய துகள்களும் இந்த மோதுகையின் விளைவாக (collision) வெளிப்படக் கூடும். அத்துகள்களில் பல நாம் இதுவரை கண்டறியாதவையாக இருக்கக் கூடும். பல கோடி முறை நிகழவிருக்கும் இந்த மோதுகைகளில் ஏதேனும் ஒன்று அந்தக் "கடவுள் துகளை'த் தோற்றுவிக்கவும் கூடும். ஆயின், "இந்த உலகம் என்பது என்ன, நாம் ஏன் இங்கு வந்தோம்?" என்று தத்துவஞானிகள் பலர் எழுப்பிய கேள்விக்கான விடையை, அதாவது "பிரம்ம ரகசியத்தை"க் கண்டறிந்து விட முடியும்.

ஒருவேளை தோற்று விட்டால்? "40 ஆண்டுகளுக்கு முன் ஊகிக்கப்பட்ட ஒரு துகளைக் கண்டறிவதைக் காட்டிலும் எங்களைப் போன்ற விஞ்ஞானிகளுக்கு தோல்விதான் சுவை யானதாக இருக்கும். எறும்புக் கூட்டத்திலிருந்து மனிதர் களாகிய நம்மைப் பிரிப்பது எது? அறிவுத் தேட்டம்தானே!" என்கிறார்கள் இந்த ஆய்வில் ஈடுபட்டிருக்கும் விஞ் ஞானிகள்.

"எறும்பையும் மனிதனையும் கடவுள்தான் படைத்தான்" என்று கூறும் மதவாதிகளோ, கொஞ்சம் கூடக் கூச்சமே இல்லாமல், "அவிசுவாசிகள்" உருவாக்கிய கணினியின் வழியே, 'தேவனாகப்பட்டவன் களிமண்ணை உருட்டி ஆதாமைப் படைத்த செய்தி'யையும், இத்தகைய சோதனைகளால் தேவன் படைத்த உலகம் அழிந்து போகக்கூடிய அபாயத்தையும் இணையத்தில் பரப்பிக் கொண்டிருக்கிறார்கள்.

சித்தத்தினுள்ளே சதாசிவம் எங்கே?

வளி மண்டலத்திலிருந்து கடவுளை விரட்டும் முயற்சியில் விஞ்ஞானிகள் வெற்றி பெற்று விட்டாலும், மனிதனின் நரம்பு மண்டலத்திலிருந்து கடவுள் தானாக வெளியேறிவிடப் போவதில்லை. பக்தர்களின் மூளையில் எந்த இடத்தில்

கடவுள் குடியிருக்கிறார்? மூளையின் எந்தப் பகுதி நரம்புகள் தூண்டப்படும்போது அவர்களின் கண் முன்னே கடவுள் "காட்சி" தருகிறார் அல்லது இயேசு அவர்களுக்குள் "இறங்கு கிறார்"? இந்தக் கேள்விகளுக்கு விடை கண்டு வருகின்றது நரம்பியல் மருத்துவம்.

"மனிதனின் பேசும் திறன், கேட்கும் திறன், மற்றும் நினைவாற்றலைக் கட்டுப்படுத்துகின்ற மூளையின் "டெம்பரல் லோப்" என்ற பகுதி, காதுகளின் அருகே அமைந்திருக்கிறது. மூளையின் இந்தப் பகுதி வலிப்பு நோயால் பாதிக்கப்படும் போதோ அல்லது ஏறுக்கு மாறாக செயல்படும்போதோ சம்பந்தப்பட்ட நோயாளிகளுக்கு விசித்திரமான "ஆன்மீக அனுபவங்கள்" ஏற்படுகின்றன" என்கிறார் கனடா நாட்டின் நரம்பியல் விஞ்ஞானி டாக்டர் பெர்சிங்கர்.

இந்த வலிப்பு நோயால் பாதிக்கப்பட்டிருந்த ருடி அபால்டர் என்ற நாத்திகர், உயிரோடு இருக்கும்போதே தான் இறந்துவிட்டது போன்ற நினைப்புக்கு ஆளானார். இன்னொரு நோயாளியான வென் திகே என்ற கிறித்தவப் பெண்ணோ, "தான் ஏசுவைப் பெற்றெடுத்திருப்பதாக"க் கூறினாள். மோசஸ், புனித பால் முதலானோர் "கண்ட" காட்சிகளாக விவிலியத்தில் கூறப்படுபவை, வென் திகேயின் "அனுபவத்தை" ஒத்திருப்பதால், இறைத்தூதர்கள், தீர்க்கதரிசிகள் என்று கூறப்படுவோர் இந்த மூளை வலிப்பினால் பாதிக்கப் பட்டவர்களாக இருக்கக் கூடும் என்கிறார் பெர்சிங்கர்.

"செவன்த் டே அட்வன்டிஸ்ட் பிரிவைத் தோற்றுவித்தவர் களில் ஒருவரான எல்லன் ஒயிட் என்ற பெண்ணுக்கு (1836 இல்) 9 வது வயதில் மண்டையில் அடிபட்டு, மூளையில் காயம் ஏற்பட்டது. இதற்கு ஆதாரமும் உள்ளது. இதன் பிறகு தான் "ஏசு அவர் முன் 'தோன்றத்' தொடங்கினார்" என்கிறார் நரம்பியல் விஞ்ஞானி கிரகரி ஹோம்ஸ். மண்டையில் குறிப்பிட்ட இடத்தில் தாக்கப்படுபவர்களுக்கு மட்டும்தான் இத்தகைய "இறையருள்" கிட்டும் என்பதில்லை. தொடர்ந்து ஆன்மீக சிந்தனையால் தாக்கப்படுபவர்களுக்கும் இத்தகைய "உள்காயம்" ஏற்படக்கூடும்.

"இந்த வலிப்பு தோற்றுவிக்கும் மின் அதிர்வுகள் "டெம்பரல் லோப்" என்ற பகுதிக்கும், உணர்ச்சியையும் உணர்ச்சி சார் நினைவுகளையும் ஆளுகின்ற மூளையின் பகுதிகளுக்கும் உள்ள இணைப்புகளை வலுப்படுத்துவதால், மத உணர்வுகள் பொங்குகின்றன" என்கிறார் கலிபோர்னியா பல்கலைக்

கழகத்தைச் சேர்ந்த நரம்பியல் விஞ்ஞானி, விலயனூர் ராமச்சந்திரன்.

“ஒருவேளை மூளையில் கடவுள் “குடியிருக்கும்” இந்தப் பகுதியை (God spot) அறுத்து அகற்றுவோமாகில், அந்த அறுவை சிகிச்சைக்கு என்ன பெயரிடலாம்? அதனை காடோக்டமி (வாசக்டமி போல) என்று அழைக்கலாமா?” என இரு மாதங்களுக்கு முன் சென்னையில் நடைபெற்ற கருத்தரங்கொன்றில் வேடிக்கையாக அவர் குறிப்பிட்டார். இதையெல்லாம் சகித்துக்கொண்டு சும்மாயிருப்பார்களா மதவாதிகள்? இப்படிப்பட்ட ஆய்வுகள் தங்களது மத உணர்வைப் புண்படுத்துவதாக இங்கிலாந்தைச் சேர்ந்த கிறித்தவ அமைப்புகள் கூக்குரல் எழுப்பின. “கடவுளை விரைவாகத் தொடர்பு கொள்வதற்கான ஆண்டனாவாக எங்களுடைய கண்டுபிடிப்புகளை நீங்கள் ஏன் கருதக்கூடாது?” என்று அவர்களை “சமாதானப்படுத்தினார்” ராமச்சந்திரன். அப்படியொரு “ஆன்மீக ஆண்டனா”வை டாக்டர் பெர்சிங்கர் தயாரித்தும் விட்டார்.

கோவில் கனெக்சன் இல்லாமலேயே கடவுளை ஒளிபரப்பும் ஆண்டனா!

காட் ஹெல்மெட் கடவுள் தலைக்கவசம்! இதுதான் அவரது தயாரிப்பின் பெயர். மின்சாரத்தில் இயங்கும் இந்தக் கவசம், இதனை அணிந்திருப்பவரின் மூளையில் உள்ள டெம்பரல் லோப் பகுதியைக் குறி வைத்து காந்தப்புலங்களை உருவாக்க வல்லது. எவ்வித நரம்பியல் நோயும் இல்லாத நூற்றுக்கணக்கான மனிதர்கள், கண்கள் கட்டப்பட்ட நிலையில் ஒரு தனியறையில் இந்தக் ‘கவச’ சோதனைக்கு உட்படுத்தப்பட்டனர். பல்வேறு நாடுகளையும் மதங்களையும் சார்ந்த அந்த நபர்கள் இந்த மூன்று நிமிடச் சோதனையின்போது தத்தம் கலாச்சாரத்துக்கு ஏற்ப, தாங்கள் ஏசுவையோ புத்தனையோ கண்டதாகக் கூறினர்.

டேவிட்சன் என்ற விஞ்ஞானி, கிறித்தவ ஜெபக்கூட்டங்களில், ஜெபித்துக் கொண்டிருக்கும்போதே, திடீரென்று உளறத் தொடங்கும் பெண்களின் மூளைகளை ஸ்கேன் (MRI scan) செய்தார். அத்தருணத்தில் அவர்களது மூளையுடைய முன்பகுதி ஏறத்தாழ செயலிழந்திருப்பதைக் கண்டார். தன் மீதான சுயகட்டுப்பாட்டை மனிதனுக்கு வழங்கும் மூளையின் முன்பகுதி செயலிழப்பதால், மொழி பிறழ்ந்து வரும் இந்த

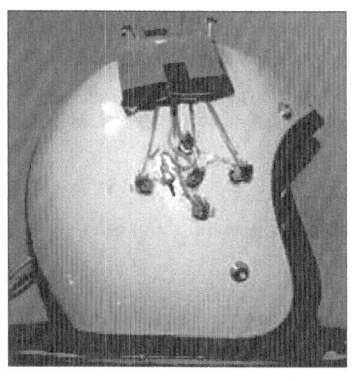

உளறலைத்தான், "அந்நிய பாஷை" என்று கிறித்தவர்கள் கூறுகின்றர்.

தியானத்தில் ஈடுபடும் போது, 'தான்' என்ற உணர்வு மறைந்து பிரபஞ் சத்துடன் இரண்டறக் கலந்து விடுவதாகக் கூறும் புத்த பிக்குகளும் ஆய்வுக்கு உட்படுத்தப் பட்டனர். ஒரு குறிப்பிட்ட பொருள் அல்லது சிந்தனையின் மீது மட்டுமே மூளை ஒன்று குவிக்கப்படும்போது, திசை மற்றும் வெளி குறித்த பிரக்ஞையை வழங்குகின்ற 'பாரிடல் லோப்' செயலிழப்பதையும், அதன் காரணமாகவே இவர்கள் இத்தகைய பிரமைக்கு ஆளாவதையும் விஞ் ஞானிகள் சுட்டிக் காட்டினர்.

இவையன்றி, பட்டினி கிடத்தல் (விரதம்), இரத்தச் சர்க்கரை யின் அளவு அலைபாய்தல், திரும்பத் திரும்ப ஓரே சொல்லை உச்சரிக்கும் மந்திர உச்சாடனங்கள், ஒரே விதமான அசைவு கொண்ட நடனம் ஆகியவையும் 'அமானுஷ்யமானவை' என்று சொல்லப்படும் அனுபவத்தைத் தரவல்லவை. மிக உயர்ந்த சிகரங்களுக்கு (அமர்நாத்) செல்லும்போது மூளைக்கு பிராணவாயு செல்வது குறைவதும், கஞ்சாவும், வேகமாகப் பக்கவாட்டில் சுழலும் குடைராட்டினமும் கூட 'ஆன்மீக அனுபவங்களை'த் தூண்டக்கூடும் என்கிறது நரம்பியல் விஞ் ஞானம்.

மூளையின் உட்பகுதியில் உள்ள பீனியல் சுரப்பியிலிருந்து வெளியாகும் டைமெதில் டிரிப்டாமைன் என்ற வேதிப் பொருள்தான் இது போன்ற மாயத்தோற்றங்களை உருவாக்குகிறது என்று 'ஆன்மீக மூலக்கூறு' என்ற தனது நூலில் குறிப்பிடுகிறார் ரிக் ஸ்டிராஸ்மேன். மொத்தத்தில் பக்தர்கள் துரும்பில் தேடிய இறைவனை நரம்பில் கண்டுபிடித்ததுடன், 'இறை நரம்பியல்' (neuro theology) என்றொரு துறையையும் உருவாக்கிவிட்டது அறிவியல்.

எனினும், தூக்க மாத்திரை சாப்பிட்டுத் தூக்கத்தை வரவழைப்பது போல கடவுள் மாத்திரை சாப்பிட்டுக் கடவுளை வரவழைக்கலாம் என்றோ, பேதி மாத்திரை போன்றதொரு மாத்திரையால் மூளையிலிருந்து சுமுகமாகக் கடவுளை

வெளியேற்றிவிடலாம் என்றோ அறிவியல் கூறவில்லை. "மனித மூளையின் உள்ளே தோன்றும் மாயத்தோற்றங்களோ, விவரிக்கமுடியாத "பரவச உணர்வுகளோ", வெளியே கடவுள் என்பவர் இருப்பதற்கான ஆதாரமாக முடியாது" என்பதையே இந்த ஆய்வுகள் நிறுவுகின்றன.

ஏசு இறங்கினாரா? எம்.ஆர்.ஐ.ஸ்கேன் வழங்கும் தேவ சாட்சியம்!

மதம் என்பது ஒரு நம்பிக்கை. அந்த நம்பிக்கையைத் தோற்றுவிக்கும் சிந்தனைக்கான காரணத்தையும் அதற்கான சமூக அடிப்படைகளையும் நரம்பியல் ஆராயவில்லை; ஆராயவும் முடியாது. மாறாக, அந்த நம்பிக்கை தோற்றுவிக்கும் உணர்வை, நமது நரம்பு மண்டலம் உயிர் வேதியல் மொழியில் எவ்வாறு மொழிபெயர்த்துள்ளது என்பதை, அதாவது மத உணர்வின் பொருள் வடிவத்தைக் கண்டறியவே நரம்பியல் முயல்கின்றது.

பெர்சிங்கரின் ஹெல்மெட்டால் நாத்திகரின் மூளையில் கடவுள் நம்பிக்கையை வரவழைக்க முடியாது; ஆத்திகரின் மூளையிலிருந்து நம்பிக்கையை அகற்றவும் முடியாது. அவருடைய ஹெல்மெட் சோதனையில் பங்கேற்ற ஒரு கன்னியாஸ்திரீ, "ஏசு எனக்குள் இறங்கினாரா டாக்டர்? ஸ்கேன் ரிப்போர்ட்டைப் பார்த்து கொஞ்சம் சொல்லுங்களேன்" என்று சோதனை முடிந்தபின் பெர்சிங்கரிடம் கேட்டாராம். இறை நம்பிக்கையை ஒழிக்கும் என்று நாம் எண்ணிக்கொண்டிருக்கும் ஒரு அறிவியல் கண்டுபிடிப்பு, அதற்கு நேரெதிரான விளைவை அந்த கன்னியாஸ்திரீயிடம் ஏற்படுத்தியிருக்கின்றது.

பொருளும் சிந்தனையும்: புரட்சி எனும் ஹைட்ரஜன் கொலைடர்!

இயற்பியல் கடவுள் துகளைக் கண்டறிந்தாலும், மத உணர்வின் உயிர் வேதியல் சங்கேதங்களை நரம்பியல் கண்டுபிடித்தாலும் இவற்றின் விளைவாகவெல்லாம் மத நம்பிக்கை தானே ஒழிந்து விடாது. மதம் என்ற அபினை மனித மூளைக்குள் உற்பத்தி செய்யும் அடித்தளம் சமூகத்தில் இருப்பதால், ஒரு சமூகப் புரட்சியின் மூலம் மட்டுமே மனித மூளையிலிருந்து "கடவுளை" அகற்ற முடியும் என்றார் மாமேதை மார்க்ஸ். அத்தகையதொரு புரட்சியை சாதிக்கும் பொருட்டு, மனித சமூகம் எனும் சோதனைச்சாலையில்

நடத்த வேண்டியிருக்கும் ஆய்வும், மனிதர்களின் சிந்தனையை மாற்றியமைக்கும் இந்தச் "சோதனையும்" ஒப்பீட்டளவில் கடினமானவை.

உலக முதலாளித்துவத்தின் சுரண்டலுக்கு மென்மேலும் ஆட்படுத்தப்படும் மக்கள், அந்தத் துயரத்திலிருந்து விடுபடவும் முடியாமல், காரணமும் விளங்காமல், கடவுளிடமும் மதத்திடமும் சரணடைகிறார்கள். இந்தச் சுரண்டலால் ஆதாயமடையும் ஆளும் வர்க்கமோ மக்களை இந்த மடமைப் படுகுழியில் ஆழ அமிழ்த்துகிறது.

எந்த மேலை நாடுகளில் நடைபெறும் அறிவியல் ஆய்வுகள் கடவுளைத் துரத்துகின்றனவோ, அதே அமெரிக்காவிலும் பிரிட்டனிலும் கடவுள் அரியணையில் ஏற்றப்படுகின்றார். அமெரிக்காவின் 5 மாநிலங்களில் பள்ளி மாணவர்களுக்கு விவிலியம் கற்பிக்கப்படுகிறது. மதச்சார்பற்ற நாட்டில் பள்ளி களில் மதக்கல்வி அளிக்க சட்டரீதியான தடை இருப்பதால், "கல்விச் சுதந்திரம்" என்ற பெயரில் அறிவியல் வகுப்புக்குள் விவிலியம் நுழைக்கப்பட்டு விட்டது.

"டார்வினின் பரிணாமக் கோட்பாட்டுடன் விவிலியத்தின் படைப்புக் கோட்பாட்டையும் கற்பிக்க வேண்டும்" என்பதை ஒரு இயக்கமாகவே நடத்தியவர், புஷ் கட்சியின் சார்பில் குடியரசுத் துணைத்தலைவர் பதவிக்குப் போட்டியிட்ட சாரா பாலின். அமெரிக்காவைத் தலைமையிடமாகக் கொண்டு இயங்கும் கிறித்தவ தீவிரவாதக் குழுக்கள், கோடிக்கணக்கில் டாலரை இறைத்து ஐரோப்பிய நாடுகளின் பள்ளிகளிலும் ஏசுவை இறக்கி வருகின்றன.

பரிணாமக் கோட்பாட்டை உருவாக்கிய சார்லஸ் டார்வின் பணியாற்றிய இடமும், உலகின் புகழ் பெற்ற அறிவியல் மையமுமான, பிரிட்டிஷ் ராயல் சொசைட்டி என்ற நிறுவனமே பள்ளிகளின் அறிவியல் வகுப்புகளில் பைபிளின் படைப்புக் கோட்பாட்டைச் சேர்ப்பதற்கு ஒப்புதல் அளித்திருக்கின்றது.

விவிலியக் கோட்பாடே அறிவியல் பூர்வமானது என்று சித்தரித்து, டார்வினைக் கேவலப்படுத்தும் குறுந்தகடுகளை இலட்சக்கணக்கில் இங்கிலாந்தின் பள்ளி மாணவர்களுக்கு இலவசமாக விநியோகிக்கின்றன அமெரிக்க இவான்ஜெலிகல் குழுக்கள். "குரங்குக்கும் மனிதனுக்கும் மூதாதை ஒன்று என்றால் மிச்சமுள்ள குரங்கெல்லாம் இன்னும் ஏன்

மனிதனாகவில்லை?" என்று 1860 ஆம் ஆண்டில் டார்வினுக்கு எதிராக மூடப்பாதிரிகள் எழுப்பிய அதே நைந்துபோன கேள்வியை மீண்டும் எழுப்புகின்றன இந்தக் குறுந்தகடுகள். ஒவ்வொரு பள்ளியாகச் சென்று பைபிளுக்குப் பலியான மாணவர்கள் மத்தியில் இந்தக் கேள்விகளுக்கெல்லாம் பொறுமையாக விளக்கமளித்துக் கொண்டிருக்கிறார் ஆக்ஸ்ஃபோர்டு பல்கலைக் கழகத்தின் பேராசிரியரும், பிரிட்டனின் புகழ் பெற்ற பகுத்தறிவாளருமான ரிச்சர்டு டாகின்ஸ்.

"அடுத்தது என்ன, உயிரியல் வகுப்பில் ஆதாமின் விலா எலும்பை ஆய்வுக்கு எடுத்துக் கொள்ள வேண்டுமா?" என்று குமுறியிருக்கிறார் ஒரு அறிவியலாளர். இல்லை, அமெரிக்க ஏகாதிபத்தியத்தின் விலா எலும்பை முறிக்க வேண்டும். அதுதான் டார்வினுக்கு நாம் செலுத்தும் அஞ்சலி. அறிவியல் பார்வை வளர்வதற்கும் கூட அதுதான் வழி..

2

மத அடிப்படைவாதங்களின் தோற்றமும் வளர்ச்சியும்

ஜமாலன்

1. இஸ்லாமிய அடிப்படைவாதம், மத அரசியல்

(பாரிஸில் 2001—ல் நடந்த இலக்கிய சந்திப்பில் வாசிப்பதற்காக எழுதப்பட்ட கட்டுரை. சூழ்நிலை காரணமாக வாசிக்க இயலாமல் போனது. பிரான்ஸிலிருந்து வெளிவரும் அசை என்கிற இதழ் இதனை வெளியிட்டது. அதன்பின் 2003—அக்டோபரில் வெளிவந்த எனது 'மொழியும் நிலமும்' என்கிற நூலில் இது வெளிவந்தது. இது இஸ்லாமிய அடிப்படைவாதம் குறித்தும் பொதுவாக மதம் குறித்தும் பேசுகிறது.)

மதம் நம்பிக்கை சார்ந்த ஒன்று என்பதற்கு மாறாக, பெரும்பான்மையான மக்களுக்கு மதம், சாதி, இனம் ஆகியவை பிறப்பின் அடிப்படையில் முன்னரே தீர்மானிக்கப் பட்டு விடுகிறது. மதத்தை நிராகரிப்பவர்கள் சேர்ந்தியங்கும் ஒரு தளம் என்று ஏதும் இல்லை. மதம் உள்ளார்ந்த நினைவாக பெரும்பான்மையான மக்களிடம் இருக்கிறது. ஏதோ ஒருவகையில் நினைவற்ற நிலையில் இவர்களுக்குள் அது இயங்கி கொண்டிருக்கிறது.

ஃப்ராய்டு கூறியதைப் போல ஆதிச் சமூகத்தில் கொலை செய்யப்பட்ட தந்தை பற்றிய நினைவு குற்ற உணர்ச்சியால் மாற்றீடு செய்யப்பட்ட கடவுளின் இயக்கமாக ஆழ்மனதில்

படிந்து கிடக்கலாம். இந்த கொலை மறக்கடிக்கப்பட்டு அல்லது ஒடுக்கப்பட்டு இருப்பதன் ஒரு அறிகுறிதான் மதங்கள். குறிப்பாக யூதம், கிறித்துவம் மற்றும் இஸ்லாம் இந்த 'உண்மை'—யை (அல்லது இந்த வரலாற்று உண்மையை) வெவ்வேறுவிதமான அறிகுறிகளாக வடிவமைத்துக் கொண்டுள்ளன என்கிறது பிராய்டியம். அல்லது சமூக உளவியலாளரான யங் கூறியதைப் போல அது ஒரு தொல்மனப் படிவமாக (ஆர்க்கிடைப்) எல்லோருக்குள்ளும் இயங்கி வரலாம். அதனால்தான் கடவுள் என்ற கருத்தாக்கம் எல்லா மதங்களிலும் ஒரு தந்தையாக உருவகப்படுத்தப்படுகிறது. தந்தை என்பவன் எப்பொழுதுமே அதிகாரத்தின் பிரதிநிதியாக இருப்பதால், மதங்கள் இன்று உலக அரசாட்சிக்கான அதிகார போட்டியில் குதித்துள்ளன. மதங்களின் கருணை (தாய்மை) அழிக்கப்பட்டு வெறி (அதிகாரம்) மட்டும் எஞ்சிய நிலையே இன்று உள்ளது.

அதிலும் குறிப்பாக பெரும்பான்மை—சிறுபான்மையாகப் பிரிக்கப்பட்டுள்ள ஒரு சமூகச் சூழலில், இரு மதங்களும் தனக்குள் முரண்படுகிற ஒரு அரசியல் நிலையில் இந்த ஆழ்மன இயக்கம் அல்லது மதவெறி முழுப் பிரக்ஞையுடன் வெளிப்பாடு கொண்டு விடுகிறது. இவ்வெறியின் தன்மை ஏற்ற—இறக்க அளவில் அல்லது மத உணர்வு என்கிற அளவில் ஒவ்வொரு உடலுக்குள்ளும் இயக்கம் கொள்ள முனைகிறது. இவ்வுணர்வுடன் பிரக்ஞை பூர்வமாக விலகி நின்று இயங்குவது என்பது மதச்சார்பற்றவர்களுக்கு ஒரு சவாலாகவே உள்ளது. இந்தியாவில் இயங்கும் மதச்சார்பற்ற அறிவுஜீவிகளிடம் ஏற்பட்டிருக்கும் ஒரு மன நெருக்கடி என்றும் கூட இதனைச் சொல்லலாம். அதாவது பெரும்பான்மை மதத்தை சார்ந்தவர்கள் சிறுபான்மையாக அறுதியிடப்பட்டள்ள மதங்களை நெகிழ்வுடன் அணுகுவதும், சிறுபான்மை மதத்தை சார்ந்தவர்கள் தங்களது தேசிய அடையாளத்தை அடித்துக்கூற வேண்டியதுமான ஒரு நிலையும் இருக்கிறது.

பொதுக் கருத்தியல்களுக்கு இந்நூற்றாண்டின் பிற்பகுதியில் ஏற்பட்ட நெருக்கடி அல்லது பிறராக்குதல் (otherization) அல்லது தனிமைப்படுத்துதல் என்பதான நிகழ்வுப் போக்கின் ஒரு துணை விளைவே இது. அல்லது அடையாள அரசியலுடன் உறவுடைய ஒரு அரசியல் நிகழ்வு. இது ஒருவகை அரசியல் வன்முறை அல்லது வன்முறையாக ஒவ்வொரு உடலுக்குள்ளும் உணர்த்தப்பட்டுள்ள ஒன்று எனலாம். இக்கட்டுரை இவ்வன்முறை பற்றிய நினைவுடனேயே எழுதப்படுகிறது.

1. பொதுவிசாரணை

இஸ்லாமிய அடிப்படைவாதம் குறித்த கருத்துக்களை தொகுப்பதற்கு முன்பாக பொதுவாக மதம் மற்றும் அதன் அரசியல் கூறுகளைப் புரிந்த கொள்ள முயலலாம். மதங்களை மூன்றாக வகைப்படுத்தலாம்:

1. பழங்குடி மதங்கள்: பழங்குடியினரிடம் உருவான ஆதி மதங்கள், இன்றளவும் சில பழங்குடியினரிடம் இயங்கி வருபவை. இயற்கையுடன் இயைந்த சடங்குத் தன்மைகள் அதிகம் கொண்ட நிலம் மற்றும் அதன் வளமைப் பெருக்குடன் உறவு கொண்ட ஒரு வகை பொருண்மைத் தன்மையான மதங்கள். பழந்தமிழர்களிடம் நிலவிய இயற்கையை வணங்கும் மதங்களைக் கூறலாம்.

2. தேசியத் தன்மை கொண்ட மதங்கள்: ஒரு குறிப்பிட்ட தேசிய எல்லைக்குள் உருவாகி இயங்கும் மதங்கள். இயற்கையை கையகப்படுத்தி நிலத்தை நாடாக மாற்றி பகுதி அளவு சடங்கும், பகுதி அளவு கருத்தியல் வலிமையும் கொண்ட மதங்கள். சைவ, வைணவ மற்றும் திராவிட, பிராமண மதங்களை உள்ளடக்கிய இன்றைய இந்து மதத்தைக் கூறலாம்.

3. சர்வதேசியத் தன்மை கொண்ட மதங்கள்: ஒரு குறிப்பிட்ட தேசிய எல்லைக்குள் உருவாகி, உலகு தழுவியதாக கிளைக்கும் மதங்கள். நில விரிவாக்கம் அல்லது நாடுகள் விரிவாக்கம் என்பதுடன் உறவு கொண்ட சடங்குகள் மற்றும் இயற்கை இவற்றை மீறிய அதீத கருத்தியல் வலிமை கொண்ட மதங்கள். இம் மதங்கள் ஒற்றை கருத்தியலையும் அதற்கான கற்பித நிலப்பரப்புகளையும், அதன் தோற்ற மூலங்களையும் கொண்டவை. (சான்றாக, ஜெருஸ்லேமை யூத, கிறித்துவ, இஸ்லாமிய மதங்கள் தங்களது புனித நிலமாக உரிமை கொண்டாடுவதைக் கூறலாம்.) பிரபஞ்சம் உள்ளிட்ட அனைத்து உலகிற்குமான முறைப்படுத்தப்பட்ட ஒரு பார்வையை அதற்கான நம்பிக்கையை, கருத்தியல் அடிப்படையைக் கொண்டவை. நிறுவனத் தன்மையைக் கொண்டவை. இதற்குள் வரவும் வெளியேறவுமான திறப்புகளை கொண்டவை. அதனால்தான் தேசிய எல்லைகளைத் தாண்டி விரிந்து செல்லக் கூடியவையாக இவை உள்ளன.

மேற்கண்ட வகைமை ஒரு வசதி கருதியதே. சில மதங்களுக்குள் இம்மூன்று தன்மைகளும் இருக்கலாம். சில முதலிரண்டு தன்மை கொண்டதாக மட்டுமே இருக்கலாம்.

இம் மூன்றாவது வகை மதங்களாக யூதம், கிறித்தவம், இஸ்லாம் மற்றும் பௌத்தம் ஆகியவை இன்று உலகு தழுவிய மதங்களாக கிளைவிட்டுள்ளன. அவை தோன்றிய சமூகத்தில் நிலவிய பல சிறு சிறு மதங்களை அல்லது வழிபாட்டு முறைகளை அல்லது சடங்காச்சாரங்களை மறுத்தும், உள்ளடக்கியும் அன்றைய சமூகத் தேவைக்கு ஏற்ப செதுக்கியும் உருவானவை என்பதில் இரு கருத்துக்கள் இருக்க வாய்ப்பில்லை. யூதம், கிறித்துவம், இஸ்லாம் ஆகியவை இறையின் வெளிப்பாடுதான் என்று அவற்றின் தூதர்கள் வழியாக அறிவித்துக் கொண்ட போதிலும், அதன் தோற்ற மூலங்களை ஆய்ந்தவர்கள் அதன் சமூகக் காரணிகளைச் சுட்டிக்காட்டத்தான் செய்கிறார்கள். இம்மதங்கள் அவை தோன்றிய காலத்தில் சமூகத்தின் முற்போக்கு பாத்திரத்தை ஆற்றியவை. அல்லது மார்க்ஸ் கூறியதுபோல "மனமற்ற உலகின் மனமாக இருந்தவை".

பௌத்தம் தவிர்த்த மற்ற 3 மதங்களிலும் ஒரு அடிப்படை ஒற்றுமை உண்டு. அது அவற்றின் ஒற்றைத் தன்மை அல்லது ஏகத்துவம் எனலாம். அதாவது ஒற்றைக் கடவுள், ஒற்றை வேதம், அங்கீகரிக்கப்பட்ட ஒரு தேவதூதர் என்கிற அடிப்படைகள். இந்த அடிப்படைகள் மற்ற எல்லா காரணிகளையும்விட இவற்றை 1. உலகு தழுவிய ஒன்றாக, 2. நில, மொழி, நிற, இன எல்லைகளைத் தாண்டிச் செயல்பட காரணமாக அமைந்துள்ளன எனலாம். இக்காரணிகளே உலக அரசாட்சி பற்றிய கண்ணோட்டத்துடன் இம்மதங்கள் இயங்க காரணமாக அமைகிறது. உலகை அதன் அழிவிற்கு முன்பாக ஆளும் மதங்களாக இவை விரிவடையும் என்பது இம்மதத்தின் மைய நம்பிக்கைகளில் ஒன்றாய் உள்ளது. பிற மதங்களை அறியாமையின் விளைவாக இவை குறியிடுகின்றன. அதனால், பிற மதத்தினருக்கு அறிவு ஒளியை ஏற்றுகின்ற கடமையைக் கொண்டதாக தங்களைக் கருதிக் கொள்கின்றன. மொத்த மனித குலத்தின் பிரதிநிதியாக அறிவித்துக் கொள் கின்றன. இதன் ஒரு நீட்சியே உலகை ஆள்வதற்கான போட்டி. குறிப்பாக, இஸ்லாம் மற்றும் கிறித்துவத்திற்கு இது பொருந்தும்.

வரலாற்றை அணுகிப் பார்த்தால் இஸ்லாம் மற்றும் கிறித்துவ மதங்களைச் சேர்ந்த பேரரசுகள் உலகின் அதன் தேசிய எல்லைக்கு அப்பால் ஆண்டிருப்பதையும், மதத்தை காக்கின்ற பெயரால் அப் பேரரசுகள் பெரும் போர்களில் ஈடுபட்டதையும் காணமுடிகிறது. ஒருபுறம் உலகெங்கும் இம்மதங்கள் அதன் பேரரசுகளுடன் பரப்பப்பட்டதையும்

மற்றொரு புறம் இம்மதங்கள் தங்களது நெகிழ்வுத் தன்மையற்ற அடிப்படை அடையாளங்களை காத்து வந்துள்ளதையும் காணமுடிகிறது. இதனை இப்படிக் கூறலாம் — வெவ்வேறு பண்பாடுகளிலும் இம்மதங்கள் தங்களது ஒற்றைக் குரலை அப்பண்பாட்டினது மொழி வழியாக மொழிமாற்றம் செய்து கொண்டு அவற்றை வென்றடக்கி வந்துள்ளன எனலாம்.

இம்மதங்கள் அடிப்படையில் உலகின் பன்முகத்தன்மையை மறுதலிப்பவையாகவும், முழு மனித குலத்திற்கான விடுதலை என்கிற கதை கூறலால் உலகப் பொதுவான கருத்தியலைக் கொண்டவையாக உள்ளன. இம்மதங்களுக்குள் இருக்கும் ஒரு பெரும் புனைவு உலக அழிவு அல்லது பிரளயம் பற்றிய கருத்தாக்கம். இவ்வழிவிற்கான அறிகுறிகளை இம்மதங்களின் வேத நூல்கள் அறுதியிட்டுள்ளன. இறுதி அழிவு பற்றிய கதையாடல் அற்ற நிலையில் எந்த ஒரு மத இருப்பும் கேள்விக்குரியதாகிவிடும். அல்லது பிராய்டு கூறிய உயிர்ச்சிதை உணர்வுடன் (death instinct) உறவு கொண்ட சாவு விருப்பை மையமாகக் கொண்டதாக இருக்கின்றன. மதங்களின் பேரழிவு பற்றிய கதையாடல் ஒரு அடிப்படையான பிரபஞ்சம் தழுவிய வாழ்வியல் தத்துவத்தைத் தந்து விடுகிறது. அடிப்படைவாதம் தன்னை நியாயப்படுத்திக் கொள்ள ஒரு உளவியல் பலத்தை தந்திருப்பது இந்த பேரழிவு பற்றிய கதையாடல்தான். எல்லாம் அழியக் கூடியவை, இறைவனின் தீர்ப்பு இவ்வுலக அழிவுதான். அதற்குப் பல அடையாளங்கள், அவற்றைத் தழுவிய கதையாடல்கள் கட்டமைக்கப்பட்டுள்ளன. மதம் மனிதர்களை ஒரு நிரந்தர அச்சத்தில் அல்லது பதற்றத்தில் வைத்திருக்க இது அவசியப்படுகிறது. மரணம் குறித்த பேரச்சத்தின் விளைவே மதங்களை தோற்றுவிக்கிறது.

மதங்கள் ஒரு முடிவெல்லையை அறிவித்து விட்டு, அவ்வழிவிற்கு முன்பாக உலகை ஆளும் என்று கூறுகின்றன. இவ்வழிவிற்கு பிறகு ஒவ்வொரு மனிதனின் இவ்வுலக செயல்பாடுகள் அனைத்தும் கேள்விக்கு உட்படுத்தப்படும் என்றும் அந்த இறுதி விசாரணைக்குப் பிறகு மனிதனின் பாவ—புண்ணியங்களுக்கு ஏற்ப தண்டனைகள் வழங்கப்படும் என்றும் அதன்பின் உள்ள கடவுளின் மறு உலகில் சொர்க்க நரக இன்ப துன்பங்கள் வழங்கப்படும் என்றும் அறிவித்துள்ளன. மனித குலம் முழுமையும் கடவுளின் கண்காணிப்பிற்கு உட்படுத்தப்பட்டுள்ளதாக நிச்சயப்படுத்தப்பட்டுள்ளன. மனிதனைச் சுற்றி தப்ப முடியாத மர்ம வலை அல்லது வெளி ஒன்று மதங்களால் உருவமைக்கப்பட்டுள்ளது. இந்த வெளிக்குள் கடவுளுக்கும் சாத்தானுக்கும் இடையிலான

பெரும்போர் ஒன்று நடந்துக் கொண்டிருக்கிறது. இப்போரின் பகடைக் காய்களாய் மனிதர்களின் வாழ்வியக்கம் அர்த்தப்படுத்தப்படுகிறது. சாத்தான்களோ, அரக்கர்களோ, எதிர்ப்பாளர்களோ இல்லாமல் இம்மதங்கள் சாத்தியமல்ல. மதத்தின் அறவியல் என்பதே அதன் தடைசெய்தல் மற்றும் கண்காணித்தல் என்பதிலிருந்தே உருவாகுகிறது. சாத்தான் கடவுளின் ஒரு கண்ணாடி பிம்பம் அல்லது ஒரு மாற்றுத் தன்னிலை அல்லது கடவுளை கட்டமைப்பதற்கான ஒரு எதிர்மை எனலாம். அல்லது கடவுள் என்கிற self—ஐ கட்டமைப்பதற்கான லக்கானியன் other எனலாம். மதத்தின் தடை செய்யப்பட்ட வெளியை ஆளும் ஒரு 'கடவுள்' எனலாம்.

கிறித்துவம் மற்றும் இஸ்லாம் மனித அறிவை அல்லது அறிதலை பாவம் என்று அறிக்கையிடுகின்றன. அறிதல் என்பது கடவுளால் தடை செய்யப்பட்ட சாத்தானின் கனி என்கின்றன. கனியை உண்டு பெற்ற அறிவு பாவமாக குறிக்கப் படுகின்றது. மனித குலம் முழுமையுமே 'ஆதி—பாவம்' பற்றிய குற்ற உணர்ச்சிக்குள் ஆழ்த்தப்பட்டுள்ளது. இந்த பாவத்தின் சம்பளமாக மனித குலத்தின் மீதும் மரணம் கவிழ்த்து வைக்கப்பட்டுள்ளது. மரணத்திலிருந்து தப்ப முடியாத மனித வாதையை இதப்படுத்திக் கொள்ள 'பேரழிவு' என்கிற கதையாடல் நுட்பமாக புனையப்பட்டுள்ளது. ஆக அறிவின் வளர்ச்சி என்பது ஒருவகையில் மரணத்தை நோக்கிய பாய்வாக அறுதியிடப்பட்டுள்ளது.

அறிவு மனித அழிவிற்கே இட்டுச் செல்லும் என்றவாறு முன்னரே வேத நூட்களில் தீர்க்க தரிசனப்படுத்தப் பட்டுள்ளதால், மதவாதிகளால் நவீன அறிவிலிருந்து மனித குலத்தை காப்பாற்றும் கடமையும் அதற்காய் பிறரை அழிப்பதற்கான புனிதப் போர் உரிமையும் எடுத்துக் கொள்ளப்பட்டுள்ளது. அறிவின் வளர்ச்சியாக உலகில் வெளிப்பட்ட பெரும் போர்கள், அணு ஆய்வுகள், உயிர்க் கொல்லி தொழில் நுட்பங்கள், மழைதரும் காடுகளின் அழிவு, ஓசோன் படலச் சிதைவு, தட்ப வெட்ப மாற்றம், எண்ணற்ற சக உயிரினங்கள் அழித்தொழிப்பு, மக்கள் தொகைப் பெருக்கம், எண்ணை கையிருப்புக் குறைந்து வருதல், நீர் மற்றும் நிலப் பற்றாக்குறை ஆகியவை இந்த தீர்க்க தரிசனத்தின் மறு— உரைத்தலுக்கு அல்லது உலக அழிவிற்கான ஆதாரமாக உள்ளதையும் மறுத்து விட முடியாது. அவ்வகையில், நவீன விஞ்ஞானப் பிறப்பு அல்லது அறிவின் வளர்ச்சி ஆகியவற்றின்

எதிர்மறை விளைவே இந்த நூற்றாண்டில் மத மீட்புவாதம் தலையெடுத்தற்கு ஒரு காரணம்.

ஆக, உலக அழிவு நிச்சயிக்கப்பட்டபின் கடவுள் ஆட்சியின் வருகைக்கான அறிகுறிகள் வெளிப்பாடு கொள்வதாக இன்றைய சமூகச் சிதைவுகள், மனித அழிவுகள் கண்டுணர்ந்து கதைக்கப்படுகின்றன. அழியப்போகும் இவ்வுலகில் மனிதம் என்கிற பொருண்மையான உயிர்ப்பு தன்னை அழிவற்றதின் அடையாளத்துடன் இணைக்கத் துடிக்கிறது. இத்துடிப்பின் விளைவாக இயல் உலகிலிருந்து மறு உலகிற்கான கூடுபாய்வு உடல்களாக மத உடல்கள் தங்களைக் கருதிக் கொள்கின்றன. வாழ்வின் அர்த்தமின்மைக்கு எதிராக ஒரு அர்த்தம் மத ஏடுகளால் கற்பிக்கப்பட்டுள்ளது. அது வாழ்தல் என்பதே இறையை அடைவதற்கான அல்லது மறு உலகில் மரணமற்ற ஒரு பெருவாழ்வை பெறுவதற்கான ஒன்று என்பதே. அவற்றின் அடிப்படையில் மத உடல்கள் தங்களை இலட்சிய உடல்களாக கடவுளின் போர்ப்படையாக கருதத் துவங்குகிறது. இஸ்லாமிய ஜிகாத் எனப்படும் புனிதப்போரோ அல்லது கிறித்துவத்தின் சிலுவைப்போரோ இந்த உடல்களுக்கு ஒரு தத்துவ ஆன்மீக அந்தஸ்த்தை தருகின்றன. மதத்திற்காக இறப்பவன் ஒரு அமரனாக (martyr) ஆக கருதப்பட்டு புகழுடம்பாக சிறப்பிக்கப்படுகின்றான். இம் மதங்கள் தங்களது புனைவுகளுக்குள் வைத்திருக்கும் பெரும் வன்முறையே அவை. உடல்களின் பொருண்மைத் தன்மைக்கு எதிராக ஆன்மீகத் தன்மை என்கிற ஒரு 'ஆத்மா'— சார்ந்த தொழில் நுட்பத்தைக் உட்செறித்துக் கொண்டிருப்பது தான். இதுவே மத அடிப்படைவாதம் உருவாகுவதற்கான தத்துவ பின்புலத்தையும், அதன் இயக்க சக்திகளான உடல்களுக்கு உளவியல் பலத்தையும் தரும் ஒரு முக்கியமான அடிப்படையாகும்.

ரோமப்பேரரசுடன் கிறித்தவமும், உதுமானியப் பேரரசுடன் இஸ்லாமும் இப்படித்தான் உலக மதங்களாக வளர்ந்து வந்துள்ளன. இவைகூறும் உண்மை, மதம் அரசுடனும் சிலவேளை அரசாகவும் செயல்பட்டு வந்துள்ளது. ஆக மதம் அரசியலுக்கு அப்பாற்பட்டதோ, சுயேட்சையானதோ அல்லது அதிகாரத்திற்கும், அரசிற்கும் வெளியே நிற்பதோ அல்ல. அது ஒரு அதிகார மையமாக இருந்து வந்துள்ளது. உலகின் ஒரு குறிப்பிட்ட காலகட்டத்தில் மதம் என்கிற நிறுவனம்தான் உலகப் பார்வையை, அரசை, அரசியலை, அறிவியலை, வாழ்வை ஏன் மனிதனைக்கூட உருவமைத்தது. அல்லது

இன்று மதமாக நாம் அறிந்திருப்பவை சமூக வளர்ச்சியில் ஒரு கட்டத்தில் அரசியல் நிறுவனமாக அல்லது இன்றைய நவீன அரசியல் மொழியில் கூறினால் ஒரு கட்சியாக இருந்துள்ளது என்பது மிகையானதல்ல. கட்சி என்பது வர்க்க உணர்வு பெற்ற முன்னணிப் படை என்கிறது மார்க்சீய—லெனினியம். அரசியல், பொருளாதாரம், இஸ்லாம் வளர்ச்சியுடன் வணிக வர்க்க வளர்ச்சியையும், கிறித்துவ வளர்ச்சியுடன் பண்ணை அடிமை சமூகம் சிதைந்து போனதையும் சுட்டிக் காட்டுவதை இதனுடன் இணைத்துக் காணலாம். ஒரு குறிப்பிட்ட வர்க்கத் தேவையுடன் உருவாகிய மதங்கள் வர்க்கத் தன்மைக்கு அப்பால் மனிதம் தழுவியதாக கிளைக்கின்றன.

எல்லா மதங்களும் தனது மதத்தின் அடிப்படையிலான ஒரு மனித முன்மாதிரியை அல்லது மனித சாராம்சத்தைக் கொண்டிருக்கின்றன. இந்த மனித முன்மாதிரிக்கு இணையான ஒரு மனித சாராம்சத்தை உருவாக்கியது நவீன சமூகம் என அறியப்படும் இன்றைய சமூகம். அது மதசாரமாக இருந்த மனித நிலையில், தனி மனித சுயம் என்கிற ஒவ்வொரு உடலுக்குமான தனித்துவமான சாரம் (essence) ஒன்று இருக்கிறது என்று மனிதனின் அடையாளத்திற்குள் தனியன் என்ற ஒரு பிளவினை உருவாக்குகிறது. ஒரு மனிதன் மதம் சார்ந்தவனாக இருப்பதும், அதே நேரத்தில் அவனுக்கு தனித் தன்மைகள் என்கிற சுயம் ஒன்று இருப்பதாகவும் சொல்லப்பட்டது. ஆத்மா உடல் என்கிற எதிர்மை ஒரு புதிய அர்த்தத்தில் மீள உரைக்கப்பட்டது. மனித அறிதலில் பகுத்தறிதலுக்கு உட்பட்டவை மட்டுமே ஏற்கத் தக்கவை என்பதான தர்க்கம் கட்டமைக்கப்பட்டது. அதற்குத்தக்க, மதப்பிரதிகளுக்கு பகுத்தறிவிற்கு உட்பட்டு மறுவிளக்கம் அளிக்கப்பட்டது.

மனிதசாரம், மனிதனின் மையம், ஆத்மா, சுயம் என்பதாக மதத்தின் மையம் மனித விடுதலை என்கிற வடிவில் வேறு உருவெடுத்து உலா வந்தது. பகுதிசார் மனித விடுதலை என்பதிலிருந்து பொதுவான மனித விடுதலை என்கிற பெரும் எடுத்துரைப்பின் வழியாக உலகம் அர்த்தம் கொள்ளத் துவங்கிய போது, மனித விடுதலையைப் பேசும் தத்துவங்கள், இயக்கங்கள் மற்றும் வழி காட்டுதல்கள் பெரும் நம்பிக்கை மையங்களாக மக்களை வழிநடத்திச் சென்றன. இந்த நம்பிக்கையில் ஒன்றுதான் மார்க்சீயமும், அதன் வழிகாட்டுதலில் புரட்சிகர மாற்றமடைந்த சோவியத் ரஷ்யாவும். 20—ஆம் நூற்றாண்டின் பிற்பாதியில் இம்மையங்கள்

சிதையத் துவங்கியது. இச்சிதைவுகள் உருவாக்கிய கருத்தியல் நெருக்கடிகளே மத மீட்புவாதம் உருவாக வழிகோலியது. இதன் அதிதீவிர வடிவமே மத அடிப்படைவாதம் என்பது.

2. வரலாற்று விசாரணை

18—ஆம் நூற்றாண்டிற்குப் பிறகு உலகின் முகம் முதலாளித்துவ பொருளுற்பத்தி முறையுடனும், நவீன விஞ் ஞான பிறப்புடனும் முற்றிலுமாக மாற்றம் அடைகிறது. எந்தவொரு பொருளுற்பத்தி முறையும் அதற்கான கருத்தியல் கட்டுமானத்தை கொண்டிருக்கும். அக் கருத்தியல் கட்டுமானம் கிராம்சி கூறுவதுபோல அதற்கான 'பொதுபுத்தியை' உருவமைக்கும். அப்பொது புத்தியின் விளைவாக வெகுசன உலகப் பார்வையும் அதன் அடிப்படையிலான தினவாழ்வும் உருவாகும். இத் தினவாழ்வின் பிரச்சனைகள் பொதுபுத்தியின் வழியாக புரிந்து கொள்ளப்பட்டு, அதற்கான தீர்வைக் கோரி நிற்கும். இத் தீர்வுகள் பொருண்மையாக (யதார்த்த பூர்வமாக) தீர்க்கப்படாத நிலையில் கற்பானார்த்தமான தீர்வுகள் ஒரு விடிவெள்ளியாகத் தோன்றும். பழைய வகைப்பட்ட சமூகங்களில் இக்கற்பனார்த்தமான தீர்வுகளை மதம் தந்து கொண்டிருந்தது.

நவீன சமூகத்தின் முக்கிய சிந்தனைகளான 1. மனிதநேயவாதம் (Humanism) 2. தனிமனிதவாதம் (Individualism) 3. பகுத்தறிவுவாதம் (Rationalism) 4. மதச்சார்பின்மை (Secularism) 5. வரலாற்றின் முன்னோக்கிய வளர்ச்சி (Progressive History and progress) ஆகியவை மனிதனை மையமானதாகக் கொண்டு கடவுளின் இடத்தை மனிதனைக் கொண்டு மாற்றீடு செய்தது. மதங்களை அரசிடமிருந்தும் அதிகாரத்திடமிருந்தும் பிரித்தது. மதங்களை சமூக அதிகாரத்தின் பொதுத் தளத்திலிருந்து (Public Space) தனித்தளத்திற்கு (Private Space) நகர்த்தியது. இது மதத்தை அதன் சமூக அதிகார பீடத்திலிருந்து நகர்த்துவதாகியது. மதம் அரசிலிருந்தும், அரசிடமிருந்தும் 300 ஆண்டுகளுக்கு முன்பே பிரிக்கப்பட்டது. இப்பிரிவினையே நவீன அரசு மற்றும் அரசியல் அதன் மதச்சார்பின்மை என்கிற கருத்தியல் ஆகியவற்றின் தோற்றத்திற்கு காரணமாகியது. இக்கருத்தாக்கம்கூட 'சீஸரின் பொருட்கள் சீஸருடையவை, கடவுளின் பொருட்கள் கடவுளுடையவை' என்கிற கிறித்துவ மறையிலிருந்து எடுத்தாளப்பட்டதே.

மதமும் அரசும் பிரிக்கப்பட்ட நிலையில் மக்கள் தங்களது பிரச்சனைக்கான தீர்வுகளை பொது நிறுவனங்களிடம் அல்லது மதச்சார்பற்ற கருத்தியல்களிடம் எதிர் நோக்கும் படியாகியது. மதம் என்ற பொற்கால கனவுகளில் கட்டுண்டு கிடந்த நிலை மாறியது. இருபதாம் நூற்றாண்டின் முற்பாதிவரை இத்தீர்வுகளுக்கான ஒரு சோதனைக்களமாக உலகில் பல இயக்கங்கள், நிறுவனங்கள், காலனியம், ஏகாதிபத்தியம், சோஷலிஸம், உலகப்போர் முதல் பல்வேறுபட்ட புரட்சிகள் வரை நடந்தேறின. இவை பிரச்சனைகளை முழுமையாக தீர்க்கவியாலாத நிலையில் பெரும் சரிவைக் கண்டன.

சமிர் அமீன் சுட்டிக்காட்டுவதைப்போல 'எல்லா நிறுவனங்களும் பகுதி அளவிலோ அல்லது முழு அளவிலோ தங்களது நியாயப்பாடுகளை இழந்தன. மக்கள் இனி எந்த அளவிலும் அவற்றை நம்பத் தயாரில்லை. இவற்றிற்கு பதிலாக சூழலியல், பெண்ணியம், ஜனநாயகப் போராட்டங்கள், சமூக நீதி, இனரீதியான இயக்கங்கள் போன்றவை மையமான இடத்தை பிடித்தன.

புதிய வகைப்பட்ட சமூக, அரசியல், பொருளியல் நெருக்கடிகளைச் சமாளிக்க ஜனநாயகம், மதச்சார்பின்மை உள்ளிட்ட முதலாளித்துவ எழுச்சிக் கொண்டு வந்த கருத்தியல்களும், சோஷலிஸம், மக்கள் ஜனநாயகம் போன்ற மார்க்சீயம் முன்வைத்த கருத்தியல்களும், அமைப்புகளும், அவற்றின் விஞ்ஞான தர்க்கங்களும் பிரச்சனைக்கு உள்ளாயின. சமூகம் ஒரு குறிப்பிட்ட அச்சினைப் பற்றி இயங்கிய நிலையிலிருந்து சிதைந்து மையமிழக்கத் துவங்கியது. இச் சிதைவுகளும், சிதறலும் உலகப் பார்வையின் ஒருமுகத்தன்மையை கேள்விக்கு உட்படுத்தின. மையமற்றதான சிந்தனைகள் வலுக்கத் துவங்கியது. உலகளாவிய சிந்தனையோ அல்லது எல்லாவற்றிற்குமான தீர்வைத் தரக்கூடிய ஒரு முழுமைப்படுத்தப்பட்ட கருத்தியலோ அல்லது முழுமுதலான கருத்துப் போக்குகளோ இனி சாத்தியமில்லை என்கிற நிலை உருவாகியது. மனிதன் என்கிற மையமும், மனிதனுக்கான மையமும் சிதறத் துவங்கியது. மனித ஆத்மா அல்லது சுயம் சிதறடிக்கப்பட்ட நிலையில் புதிய சிந்தனையாளர்கள் வர்ணிக்கிற 'பின் நவீனத்துவ சமூகம்' (Post-modern Society) என்கிற ஒரு சமூகம் தோற்றம் கொள்கிறது. இதன் ஒரு இணை விளைவாகவே மத அடிப்படைவாதமும் உருவாகுகிறது.

"நவீனத்துவம் அநேகமாக அடிப்படைவாதத்திற்கு எதிரானது. அடிப்படைவாதம், (அல்லது அப்படி

அழைக்கப்படுகிற) இஸ்லாமி ய மரபு இலக்கியங்களை, பொதுவாக இஸ்லாமிய மரபார்ந்த வாழ்க்கை முறைகளை நவீனப்படுத்துவதை அவர்களால் புரிந்து கொள்ள முடியவில்லை. அது நவீனம் மட்டுமல்ல பின் நவீனத்தவ போக்கிலும் செல்லக்கூடியது"— என்கிறார் தன்னை ஒரு இஸ்லாமிய அடிப்படைவாதி எனக் கூறிக் கொள்ளும் சூடானின் புரட்சிகர இஸ்லாமிய அரசின் அமைச்சரும் அரசியல் தலைவருமான ஹஸன் அல் துராபி. (அவர்கள் என்று அவரால் குறிப்பிடப்படுவது மேற்கத்தியர்களையும், அமெரிக்கர்களையும், நவீனத்துவவாதிகளையும்.)

"இஸ்லாமிற்கு திரும்புதல் என்பது ஒரு பின் நவீனத்துவ நிகழ்வு — இருபதாம் நூற்றாண்டின் பிந்தைய காலங்களில் நிகழ்ந்த தேசிய மற்றும் உலகளாவிய வளர்ச்சியின் விளைவால் உருவான அழுத்தங்களுக்கான பதிலே அது." என்கிறார் முக்தாதர் கான்.

நவீன சமூகமும் அதன் தத்துவங்களும் அரசுகளும் மக்களின் பிரச்சனைகளை தீர்க்கவியலாத நிலை மட்டுமின்றி, தீர்ந்துவிடும் என்கிற நம்பிக்கையையும்கூட சிதைத்து விட்ட நிலையில் மதங்களின் பொற்காலம் பற்றிய கதை கூறல்கள் பெரும் நம்பிக்கை மையங்களாக மாறிவிடுவது இயல்பானதே. மதம் சரியான வழியில் பயன்படுத்தப்படாத நிலையே இதற்கான காரணம். அதனால் மதத்தை அதன் முழுவீச்சில் பயன்படுத்தி பழைய பொற்காலத்தை கட்டமைத்து விடலாம் என்கிற நம்பிக்கையும், மனித குலத்தின் மீதான நவீன மறுமலர்ச்சிக்காலம் முன் வைத்த நம்பிக்கைக்கு பதிலீடாக கடவுள் மீதான பழைய நம்பிக்கையும் ஒரு தீர்வாக தோன்றத் துவங்குகிறது. எல்லாவற்றிற்கும் மதம் ஒன்றே பதில் என்கிற மத அடிப்படைவாத நிலைக்கு மக்கள் இப்படித்தான் தள்ளிச் செல்லப்படுகிறார்கள்.

புதிய மத மீட்புவாதம் என்பது 1. மார்க்சீய அரசுகளின் வீழ்ச்சி 2. சுதந்திரத்திற்குப் பிந்தைய பின் காலனீய சமூகங்களின் தேசிய அரசுகள் தந்த வாக்குறுதிகளை நிறைவேற்ற முடியாமல் போனது. 3. உலகச் சந்தை உருவாக்கத்தில் மரபான படிமுறை அமைப்புகள் புதிதாக வந்த சக்திகளால் மாற்றீடு செய்யப்பட்டது, அதாவது மண்ணின் மைந்தர்கள் அந்நியர்கள் என்கிற முரணாக மாறியது. மத அடிப்படைவாதம் அந்நியர்கள் அல்லது குடியேறியவர்களுக்கு எதிராக தனது மரபுகளைத் தூக்கிப் பிடித்தது. இந்த உள்ளார்ந்த முரண் ஒரு சர்வதேசிய தளத்திற்கு மத அடையாளத்தால் மாற்றீடு

செய்யப்பட்டது. அந்தந்த சமூகத்தின் சிறுபான்மை மதங்கள் பிறராக, அந்நியராக குறிக்கப்பட்டனர். உள்ளிருப்பவர்களுக்கு ஒருமித்த அடையாளத்தை தருவதற்கு மதம் ஒரு காரணியாக மாற்றப்பட்டது. மதத்தின் போர்வையில் சமூக ஏற்றத்தாழ்வுகள் வர்க்க படிமுறை அமைப்புகள் மறைக்கப்பட்டன. வரலாற்றின் மிக அடிப்படையான விதிமுறையே இந்த 'தான்' மற்றும் 'பிறர்' என்கிற முரண்தான். இம்முரணை தீர்ப்பதற்கான விதிமுறைகள் ஒவ்வொரு சமூக கட்டத்திலும் அச்சமூக அமைப்பின் தன்மைக்கு ஏற்பட மாறுபடும். உலக மயமாகி வரும் இன்றைய பின் காலனிய சமூக அமைப்பில் இம்முரண் மரபான விதிமுறையான மதத்தை அதன் கருத்தியலை எடுத்துக் கொண்டுள்ளது.

ஆக, மத அடிப்படைவாதம் அதன் தத்துவ வேர்களைவிட அரசியல் நோக்கையே ஆதரமாகக் கொண்டு இயங்குகிறது. அல்லது அதிகாரத்திற்கான ஒரு போட்டியாளனாக சர்வதேச அளவில் உருவாகி உலக அரசாட்சி பற்றிப் பேசுகிறது. இதில்தான் ஏகாதிபத்தியங்களும் மேற்கத்திய நாடுகளும் உடனடியாக பயமும் கவலையும் கொள்கின்றன. உலகை ஆள்வதற்கான அதிகார பீடத்தை அடிப்படைவாத அமைப்புகள் அசைக்கத் துவங்கின. அரசியல் படுகொலைகள் இடத்தில் மதவெறிப் படுகொலைகள் மாற்றீடு செய்யப்பட்டன. அரசியல் பயங்கரவாதங்கள் பின்னுக்கு தள்ளப்பட்டு மத பயங்கரவாதம் பிரச்சனைக்கு உயர்ந்த கவனம் குவிக்கப் பட்டது. இந்த மத பயங்கரவாதத்தை தங்கள் நலனுக்காக நீரூற்றி வளர்த்தவைதான் இந்த மேற்கத்திய ஏகாதிபத்திய அரசுகள்.

சான்றாக, கென்யாவில் நடந்த அமெரிக்க தூதரக குண்டு வெடிப்பிற்கு காரணம் சூடானிய இஸ்லாமிய பயங்கரவாத அமைப்புதான் எனக்கூறி சூடான் மீது அமெரிக்க விமான படை தாக்குதல் தொடுத்தது. சூடானிய அரசு பின்லாடனுக்கு உதவுவதாக கூறி அமெரிக்கா சூடானை பொருளாதார தடைவிதிப்பதாக மிரட்டியது. ஆனால், சூடானில் இஸ்லாமிய 'பயங்கரவாத' அரசை வளர்த்ததில் அமெரிக்காவிற்கு முக்கிய பங்கு உண்டு என்கிறது Radical Islamic Fundamentalism Update என்கிற செய்தி இதழ். அதாவது, உலகிலேயே 'கம்மி அராபிக்கம்' (Gummy Arabicum) எனப்படும் பழச்சாறுகளை வீழ்படிவு இல்லாமல் காப்பதற்கான ஒரு கூட்டுப் பொருள் 90 சதவீதம் சூடானில்தான் உற்பத்தி ஆகிறது. இதற்கான அகாசியா எனப்படும் மரம் சூடானில்தான் அதிகம்

உள்ளது. இப்பொருள் இல்லாமல் பழச்சாறு உற்பத்தி செய்ய முடியாது. இக் கூட்டுப் பொருளிற்காக அமெரிக்கா வருடத்திற்கு 9 பில்லியன் டாலர் செலவழிக்கிறது. இதன் பொருட்டே சூடான் மீது அதிக வாஞ்சை காட்டி வந்தது மட்டுமின்றி சூடானிற்கு எல்லாவித உதவிகளையும் செய்து வந்தது. தங்களது நலனுக்காக எச் செயல்களையும் செய்வது ஏகாதிபத்திய வழக்கம்தான், ஆனால், தாங்கள் தீட்டிய அடிப் படைவாதம் என்ற கூர் வாளிற்கு தாங்களே பலியாகிவிடும் அபாய நிலை உருவாகி விட்டதுதான் இதில் நகை முரணான விஷயம்.

மத அடிப்படைவாதத்தின் மிக அடிப்படையான நோக்கம் மதத்துடன் அரசியலையும், அரசையும் இணைப்பது, கற்பிதம் செய்யப்பட்ட கடவுள் ஆட்சி என்கிற பொற்காலக் கனவுகளைக் கொண்ட அல்லது புனிதப் பிரதிகள் அடிப்படையிலான ஆட்சியை, அரசை உருவாக்குவது. அதன் பொதுவான பண்பு அரசு அதிகாரத்தைக் கைப்பற்றி, மத ஆட்சியை நிறுவுவதே.

1. இஸ்லாமிய குடியரசாக மாறிய 'வளர்ச்சியற்ற' சமூகமான சூடான் முதல் பத்து வலிமைமிக்க நாடுகளில் ஒன்றாக மாறும் என்று கூறுகிறார் துராபி. இன்று அமெரிக்க அரசிற்கும் அதன் உளவுத்துறைக்கும் முக்கிய எதிரியாக வர்ணிக்கப்படும் ஒஸமா பின்—லாடன் உலக இஸ்லாமியர்களை ஜிகாத்திற்கு அழைக்கிறார். இஸ்லாமியப் புனித இடங்களை காப்பதற்கும் உலகம் இஸ்லாமை பின்பற்றும்வரையும் போரிட அழைக்கிறார். 'அல்லா கூறுகிறார் அவர்கள் நம்மை பின்பற்றாதவரை நமக்கு நண்பர்கள் இல்லை. எனவே அவர்களுக்கு எதிராக புனிதப் போரை துவக்குங்கள்.' என்கிறார்.

2. கிறித்துவ சுவிசேஷ தலைவர்களில் ஒருவரான Francis Frangipane "இந்தப் போரின் முடிவு புவியில் Lord's Kingdom என்கிற கிறித்தவ மடாலயங்களின் ஆட்சியை நிறுவுவதுதான்" என்று கத்தோலிக்க ஆய்வாளரும் எழுத்தாளருமான Yves DuPont எழுதுகிறார் "நாங்கள் புதிய சமுக அரசியல் முறைமையின் வெளித்தோற்றத்தைக் காண்கிறோம்... அரசு நீண்டநாளைக்கு கிறித்துவ மடாலயத்திலிருந்து பிரிந்திருக்க முடியாது."

3. இந்தியாவில் இந்து அடிப்படைவாத அமைப்பான ஆர்.எஸ்.எஸ். ராமராஜ்யம் என்கிற இந்து அரசை அமைப்பதே இறுதி லட்சியம் என்கிறது.

4. சியோனிஸம் என்கிற யூத அடிப்படைவாதம், உலகை ஆளப்பிறந்த ஒரே இனம் மற்றும் கடவுளின் இரட்சிப்பிற்குள்ளான ஒரே மதம் யூத மதம்; ஒரே மக்கள் யூதர்கள் என்கிறது.

மனித குல வளர்ச்சியில் ஒருவகை — உச்ச விளைவுகளை— சந்தித்த இந்த நூற்றாண்டின் இறுதியில் பிறந்ததே மத அடிப்படைவாதம். பகுத்தறிவின் உயர்ந்தபட்ச எல்லையாக அறுதியிடப்பட்ட மத—அரசியல் பிரிவினை அல்லது மதச் சார்பின்மை என்கிற கருத்தியலின் தோல்வியே அல்லது மதச்சார்பின்மை என்கிற பெயரில் மேற்கத்திய ஐரோப்பிய அமெரிக்க நாடுகளின் அரசியல் விளையாட்டே மத அடிப்படைவாதம் உருவாகக் காரணம்.

குறிப்பாக இஸ்லாமிய அடிப்படைவாதம் உருவாக்கப்பட்ட பின்னணியைப் பார்த்தால் இதனைப் புரிந்து கொள்ளலாம்.

1. எகிப்திய, ரோமப் பேரரசுகளின் தொடர் யுத்தங்கள், சிலுவைப்போர்கள் வழியாக இஸ்லாம் ஒரு நிரந்தர எதிரியாக மேற்கத்திய சமூகத்திற்குள் பதிவுறுத்தப்பட்டது. இஸ்லாம் யூத—கிறித்துவ மூலத்திலிருந்து தோன்றி தனது புதிய பார்வையால் ஒரு பழங்குடி இனத்தை ஒருங்கிணைத்து ஒரு அரசை உருவாக்கி மேற்குலகை வென்றடக்கி ஆண்டது. யூத— கிறித்துவ அடிப்படையை எதிர்த்து தத்துவார்த்த ரீதியாகவும், நடைமுறை ரீதியாகவும் ஒரு சவாலாக நின்றது.

2. சிலுவைப் போரில் ஈடுபட்டு வென்ற ரோமப் பேரரசின் அரசு மதமான கிறித்துவம், இஸ்லாமை அரசியல் ரீதியான எதிரியாக உருவகப்படுத்திக் கொண்டது. காரணம் இஸ்லாம் இதர மதங்களிலிருந்து குறிப்பாக ஒரு குறிப்பிட்ட பண்பு ரீதியான வேறுபாட்டைக் கொண்டது. அது அதன் அரசியல் உள்ளடக்கம். இஸ்லாம் ~உம்மா~ என்கிற அரசு அமைப்பையும், அதற்கான வாழ்க்கைத் திட்டத்தையும் கொண்டது. மற்ற மதங்களைவிட இஸ்லாம் அதிகாரத்தின் மீது அதிக பற்றுறுதி கொண்டது. சமூக வாழ்வை அரசியலிலிருந்து பிரிப்பதில்லை. அதிகாரம் என்பதே இஸ்லாத்தில் மதத்தை பாதுகாப்பதற்கானதுதான். இதன் ஒரு விளைவே இஸ்லாம் மதச்சார்பின்மை என்கிற கருத்தாக்கத்தை எதிர்மறையாக அணுகுவதற்கு காரணம். மேற்கத்தியம் இஸ்லாமின் இந்த அரசியல் உள்ளடக்கத்தின் மீதே பயம் கொள்கிறது.

3. ஐரோப்பிய காலனியம், அதன் தொடர்ச்சியான

முதல் உலகப்போர், இரண்டாம் உலகப்போர் இவற்றின் வெற்றிகளால் உருவான வல்லரசுகள் இரண்டும் தங்களது கருத்தியல் போட்டிக்கான தேர்வாளர்களாக இஸ்லாமிய மக்களைத் தேர்ந்தெடுத்து ஏதேனும் ஒரு பக்கத்தில் அவர்களைச் சார்ந்து நிற்கும்படி நிர்ப்பந்தித்தது. இவை இரண்டினாலும் பாதிப்பிற்குள்ளானவர்கள் இஸ்லாமியர்களே. ஈரான், ஈராக், ஆப்கான், மத்திய ஆசிய நாடுகள் போன்றவை இவ்விரண்டு வல்லரசுகளின் பந்து விளையாட்டிற்குள் சிக்கி சிதறடிக்கப் பட்டவை. இந்நாடுகளே இன்று அடிப்படைவாதத்தினை ஏற்றுக்கொண்டு விட்ட நாடுகளாக உள்ளன.

4. இவ்விரண்டு வல்லரசுகளின் எந்த மதிப்பீடுகளும் இஸ்லாமிய அடிப்படை மதிப்பீடுகளான மத நம்பிக்கை, சடங்குகள் ஆகியவற்றுடன் ஒத்துப் போகக்கூடியதாக இல்லை. ஏகாதிபத்தியம் தனது நாகரீகம், வளர்ச்சி என்ற பெயரால் நுகர்வுப் பண்பாட்டின் மீதே கட்டப்பட்டிருந்தது. இந்நுகர்வுப் பண்பாடு இஸ்லாமிய மதிப்பீடுகளுக்கு எதிரானதாகவும், இஸ்லாமியப் பண்பாட்டை அச்சுறுத்துவதாகவும், அதனை அழித்துவிடக் கூடியதாகவும் இருந்தது. அதனால், ஏகாதிபத்தியம் முன்வைத்த வாழ்க்கை மதிப்பீடுகளுக்கு எதிராக தனது மரபான வாழ்க்கையையே உயர்த்திப் பிடிக்க வேண்டிய தேவை உருவானது.

5. ஒருவகை சமதர்மப் பண்பு இஸ்லாம் தோன்றிய கால வணிக வர்க்கத்தன்மையுடன் அதற்குள் ஊடுருவியிருந்தது. இஸ்லாமிய அரச அமைப்பான உம்மா—வின் அடிப்படை கருத்தியலே சகோதரத்துவம். மனிதர்களுக்குள் பிரிவினையைப் பார்ப்பதில்லை. இவை மேற்கத்திய மதிப்பீடுகளை அதன் உள்ளார்ந்து ஊடுருவியிருக்கும் இனவாதத்தை, அதன் ஏற்றத் தாழ்வுகளை கேள்விக்கு உட்படுத்துவதாக இருந்தது. மனிதத் தன்மையற்ற தீண்டாமையை பேணும் இந்து மதத்திடையே இந்தியாவில் இஸ்லாமின் வளர்ச்சி இப்பண்பினாலேயே அதிகரித்தது. மேற்கத்திய நாடுகளின் இனவாதத்திற்கு எதிராக இஸ்லாமின் வளர்ச்சி என்பது அதிகரித்து வருவதற்கும் இது ஒரு காரணமாக இருப்பதால், மேற்குலகிற்கு இஸ்லாம் ஒரு அச்சமூட்டும் சவாலாக இருக்கிறது. அதனால், தொடர்ந்து மேற்குலகம் இஸ்லாம் பற்றிய ஒரு பயமூட்டும் பிம்பத்தை கட்டமைத்தது. இது இஸ்லாமிய சனநாயக சக்திகளுடன் ஆன உரையாடலை முற்றாக அழித்ததுடன், அடிப்படைவாத சக்திகளுக்கு எதிர்மறையாக பலம் ஊட்டுவதாக அமைந்தது.

6. மேற்கத்திய பணக்கார நாடுகள் விலை மலிவான

எண்ணெய்க்காக அரேபிய உலகின் சுய வளர்ச்சியை, அறிவுத் தேடலை மறுத்து அரசியல் ரீதியாக தன்னாட்சி பெற முடியாமல் அல்லது ஜனநாயக அரசுகளை உருவாக்க முடியாமல் செய்து தங்களுக்குச் சாதகமான பொம்மை அரசுகளை உருவாக்கின. அவற்றிற்கான நிதி மற்றும் இராணுவ உதவிகளை முன் வந்து செய்தன. இராணுவத் தொழிற்கூடங்களுக்கு பதிலாக ஆயுதங்களை தந்து உதவின. அந்நாடுகளின் சுய பொருளாதார வளர்ச்சி தடுக்கப்பட்டது. மேற்கத்திய மதிப்பீடுகள் கேள்விக்கு உட்படுத்தப்படாமல் நடைமுறைப்படுத்தப்பட்டன. இவ்வரசுகள் மேற்கத்தியத்தின் கைப்பாவையாகச் செயல்பட்டதின் விளைவு ஒட்டு மொத்த மேற்கத்திய எதிர்ப்பு என்பது ஒரு அரசு எதிர்ப்பு வடிவமாக உருவாகியது. குறிப்பாக ஈரானின் கலாச்சாரப் புரட்சியைக் கூறலாம். இஸ்லாமிய மத நம்பிக்கைகளைக் கொண்டே முல்லாக்களின் ஆதரவுடன் மசூதிகளை பயன்படுத்தியே அரசு அதிகாரம் ஷாவின் பொம்மை ஆட்சிக்கு எதிராக கோமெனியால் கைப்பற்றப்பட்டது.

7. இவ்வரசுகள் ஆளும் வர்க்கத்தினரையும் அவர்களது மேற்கத்திய எஜமானர்களின் நலன்களையும் பேணியதே தவிர மக்களின் அடிப்படைப் பிரச்சனைகளைத் தீர்க்கவில்லை. மாற்றுத் திட்டமாக முன் வைக்கப்பட்ட அரேபிய தேசியவாதம், பான்—அரேபியவாதம், அரேபிய சோஷலிஸ வாதம் ஆகியவையும் துருக்கி மற்றும் அல்பேனியா போன்ற நாடுகளின் வழியாக வளர்ந்த மார்க்சியம் அல்லது கம்யூனிசம் ஆகியவற்றை முறியடிக்கவும், பொம்மை அரசுகளைத் தனது கட்டுப்பாட்டிற்குள் வைக்கவும் அரேபிய நாடுகளின் உள்ளார்ந்து கிடந்த எதிர்ப்புணர்வை மதப்போர்வையில் தூண்டி அடிப்படைவாத இயக்கங்களுக்கான அடிப்படைகளை போட்டுத் தந்தது மேற்கத்திய ஏகாதிபத்தியங்கள். இதன் விளைவு சர்வாதிகாரம், வறுமை, ஊழல், மனித உரிமை மீறல்கள் ஆகியவை இஸ்லாமிய மத அடிப்படைவாதத்திற்கு மேலும் எண்ணெய் ஊற்றி எஜமானர்களுக்கு எதிராகவே வளர்த்து விட்டன.

இன்று "மேற்குலகம்" எதை இஸ்லாமிய அடிப்படைவாதம் என்கிறதோ அது அதன் பொருளாதாரம் மற்றும் அரசியல் வன்முறையின் ஒரு பின் விளைவே என்பதைச் சுட்டிக்காட்டுகிறது குளோபல் விஷன் என்கிற வலைத்தளம்.

3. அரசியல் — விசாரணை

அடிப்படைவாதம் என்று இன்று வரையறுக்கப்படும் மதத்தின் புனிதத்தைக் காக்கும் குரல் என்பது மதத்திற்கு ஏற்பட்ட அதிகார நெருக்கடியின் விளைவே. மதம் அரசியலுடன் முற்றாகப் பிரிக்கப்பட்டு மதச்சார்பின்மை அரசியல் என்பது நவீன முதலாளித்துவ சமூகத்துடன் தோன்றுகிறது. சமூக அதிகாரத்தில் தங்களது பிடிப்பை இழந்த இம்மதங்கள் சமூகத்தின் நவீன பார்வைகளுடன் அல்லது நவீன காலம் எனப்படும் ஐரோப்பிய மறுமலர்ச்சிக் காலத்துடன் முரண்பட்டு நிற்கத் துவங்கின. நவீன காலம் எனப்படும் வெள்ளை ஐரோப்பிய கண்டுபிடிப்பிற்குப் பிறகு அதிகாரம் தளமாற்றம் அடைந்ததால், மதங்கள் தனது பழைய அதிகார நிலையை கைவிட்டு சமரசப் போக்கை கைக்கொண்டு அரசுடன் அதிகாரப் பகிர்வைச் செய்து கொள்ள தனது அடிப்படைகளை மறுவரையறை செய்ய முற்பட்டன. இச்செயல், மதங்களை நவீனப்படுத்தவும், நவீன கருத்தியல்களை உள்வாங்கி புத்தாக்கம் செய்ய வேண்டிய நிலைக்கு மதங்களின் அதிகார பீடங்களை நகர்த்தியது. இச்சூழலில் ஒரு கருத்தியல் நெருக்கடியை மதங்கள் சந்திக்கின்றன. இந்தக் கருத்தியல் நெருக்கடியின் விளைவாக மதங்களின் புனிதங்களைக் காக்கும் மத வாரிசாகப் பிறந்ததே அடிப்படைவாதம் என்கிற மதக் காப்புரிமைக் கழ(ல)கங்கள்.

குறிப்பாக கிறித்துவத்தில்தான் இந்த அரசியல் நெருக்கடி முதலில் உருவாகுகிறது. அதற்கு டார்வினின் பரிணாமக் கொள்கையும், கொபர்நிக்கஸின் சூரிய மையவாத (Heliocentric) கோட்பாடும் முக்கிய காரணங்கள். இவ்விஞ் ஞான விதிமுறைகள் பைபிளின் மனிதத் தோற்றம் மற்றும் புவியின் சுழற்சி பற்றிய கருதுகோளை அசைக்கத் துவங்கியது. கிறித்துவத்தின் அடிப்படை மீது ஏற்பட்ட இந்நெருக்கடியைத் தீர்க்க மீண்டும் கடவுள் ஆட்சி அல்லது இயேசுவின் வருகை என்கிற அடிப்படையுடன் (இஸ்லாத்துடன் மட்டுமே அடையாளம் காட்டப்படும்) அடிப்படைவாதம் என்கிற கருத்து முதன்முதலாக உதயமாகிறது. இது ஐரோப்பிய வெள்ளை பகுத்தறிவாதத்துடன் ஏற்பட்ட முரண் மட்டுமின்றி ஒரு எதிர்ப்புக் குரலாகவும் வெளிப்பாடு கொள்கிறது. ‘புனித ஆவி’களை வெள்ளை பகுத்தறிவிலிருந்தும் அதன் மதச்சார்பின்மை என்கிற கருத்தாக்கத்திலிருந்தும் காக்க முற்பட்ட முதல் எதிர்ப்புக் குரல் இது எனலாம். இவர்களே முதன்முதலாக தங்களை அடிப்படைவாதிகள் என்று அழைத்துக் கொண்டார்கள்.

இச் சொல்லாடலானது 1920—ல்தான் முதன் முதலாக அமெரிக்க மற்றம் பிரித்தானிய கிறித்துவ மீட்பியக்கத்தை குறிப்பிடும் சொல்லாக வெளிப்படுகிறது . 1870—ல் உருவான புரட்டஸ்டன்ட் கிறித்துவ இயக்கத்திற்கு எதிராக கிறித்துவ அடிப்படைகளைக் காக்கவென 1910—15—ல் ‘அடிப்படைகள்’ (The Fundamentals) என்ற தலைப்பில் 12 புத்தகங்கள் அமெரிக்க மற்றும் பிரித்தானிய கிறித்துவ பிரச்சாகர்கள், ஆய்வாளர்களால் எழுதப்பட்டு 30 லட்சம் பிரதிகள் உலகெங்கும் விநியோகிக்கப்பட்டுப் பிரச்சாரம் செய்யப்பட்டது. ஐரோப்பாவை இருண்ட காலத்திலிருந்து மீட்க கிறித்துவ மடாலயங்களுக்கு அதிகாரம் தேவை எனக் கோரி வெளிவந்த இவ்வியக்கம், 1920—ல் உலக கிறித்துவ அடிப்படை இயக்கம் (World Christian Fundamentals Association) என்கிற ஒன்றைத் துவக்கியது.

1925—ல் ஜான் தோமஸ் ஸ்கோப்ஸ் என்கிற உயர்நிலைப் பள்ளி ஆசிரியர் ஒருவர் பள்ளியில் பரிணாமக் கோட்பாட்டை நடத்த மறுத்ததை ஒட்டி அவ்வழக்கு நீதி மன்றத்திற்கு வந்தது. அதற்கான ஆதரவு, எதிர்ப்பியக்கமாக கிறித்துவ அடிப்படைவாதம் அமெரிக்க சமூகத்தின் வழியாக ஆழமாக காலூன்றியது. இவ்வடிப்படைவாதம் 3 முக்கிய கட்டங்களை கொண்டது என்கிறது கத்தோலிக்க வலைத்தளம் ஒன்று (Catholic Answers Inc.). 1. 1890—ல் துவங்கி 1925—ல் நடந்த பரிணாமவாத எதிர்ப்பு வழக்கு வரை அடிப்படைவாதம் உருவாகிய கட்டம். 2. இது பொதுமக்கள் பார்வைக்கு வந்து டி.வி. மற்றும் பத்திரிக்கை வாயிலாக பரவலானது இரண்டாவது கட்டம். 3. இது அமேரிக்க தேசத்தின் கவனத்தைப் பெற்று, அரசியல் ரீதியாக அரசைத் தீர்மானிப்பதாக மாறியது. கிறித்துவ அடிப்படைவாதிகளின் வாக்குகள் இல்லாமல் இன்று எந்த அமெரிக்க அரசும் ஆட்சிப் பொறுப்பை கைப்பற்றிவிட முடியாது. Moral Majority— என்கிற கிறித்துவ அடிப்படைவாத இயக்கம் ரீகனின் வெற்றியில் பெரும் பங்கு செலுத்தியது . 1994—ஆம் ஆண்டு நடந்த அமெரிக்க தேர்தலில் 60—சதவீதம் வேட்பாளர்கள் கிறித்துவ மத ஆதரவுடன் வெற்றிப் பெற்றவர்கள். ‘ரீகன் மற்றும் புஷ் ஆகியோர் கிறித்துவ அடிப்படைவாத ஆதரவு இல்லாமல் வெற்றி பெற்றிருக்கவே முடியாது’ என்கிறது Global Vision ஆய்வு.

1930—களில் உருவான பொருளாதார பெருமந்தம் (Great Depression) மற்றும் இரண்டாம் உலகப்போரின் விளைவாக இவ்வியக்கம் சற்றுத் தாழ்ந்தாலும் 1940—களுக்குப் பின்

பல இயக்கங்களாக ஒன்று சேர்ந்து 60—களுக்குப் பின் தொலைக்காட்சி வழியாக பரவலான பிரச்சாரத்தையும் ஆதரவையும் பெற்று அமெரிக்க மக்களிடம் வேரூன்றியது. மேற்கத்திய நாடுகளிலேயே மிகப்பெரும் மத உணர்வு கொண்ட நாடு (பகுத்தறிவின் விஞ்ஞானத்தின் அதி உச்சத்தில் இருப்பதாகக் கூறிக் கொண்டு பிற நாடுகளையும் அதன் பண்பாடுகளையும் காட்டுமிராண்டிகள் என அறிக்கையிட்டுக் கொண்டிருக்கும்) அமெரிக்காதான் என்கிறார் எஸ்.ஆர். ஸியரர். இஸ்லாம் பற்றிய அமெரிக்கா உருவாக்க விரும்பும் சித்திரம் அதன் கிறித்துவ மேலாண்மைக்கான அல்லது மத துவேஷத்திற்கான (religious prejudice) அடிப்படையைக் கொண்டது. ஆக, அடிப்படைவாதம் என்கிற கருத்தாக்கம் கிறித்துவ மீட்பியக்கத்துடன் துவக்கப்பட்டு அது உலகங் கெங்கும் ஒரு பொதுச் சொல்லாடலாக அதிலும் அரசியல் சொல்லாடலாக கட்டமைக்கப்பட்டிருக்கிறது.

இன்று அடிப்படைவாதமாக குறிக்கப்படும் சொல்லாடலை விரிந்த தளத்தில் பாவிக்க வேண்டியது அவசியம். மதநூல்களை அடிப்படையாகக் கொள்வதும், அதன் தீர்க்கமான, தவறற்றதான (inerrancy) போக்கிற்கு வாதாடுவதும், அதன் புனிதத் தன்மையை காப்பதாக அதனைத் திருத்தவோ புத்தாக்கம் செய்வதையோ நிராகரிப்பதையும் மட்டுமே கொண்டு இன்று அடிப்படைவாதத்தை வரையறுத்துவிட முடியாது. இவ்வரையறை கிறித்துவ அடிப்படைவாதத்தையும் இஸ்லாமிய அடிப்படைவாதத்தையும் விளக்குமே தவிர பிற மதங்களது மதத் தீவிரவாதத்தை உள்ளடக்காது. இஸ்லாமிய ஆய்வாளர்கள் திரும்ப திரும்ப தங்களது மதத்திற்குள் அடிப்படைவாதத்திற்கான தத்துவார்த்த அல்லது வரலாற்றுப் பிரிவுகள் எதுவும் இல்லை என்று வாதிடுவதும், தங்களை இஸ்லாமியவாதிகள் என்றும் அடிப்படைவாதிகள் இல்லை என்றும் மறுக்கின்றனர். காரணம் இஸ்லாமிய புனித நூலான குரானை அடிப்படையாக ஏற்றுக் கொள்வதும், அதன் தவறற்ற தன்மையை ஒத்துக் கொள்வதும் எல்லா முஸ்லிம்களுக்கும் பொருந்தும் என்றும் அடிப்படைவாதிகளை பாமர முஸலிம்களிடமிருந்து எப்படிப் பிரிப்பது? என்பதும் அவர்கள் முன்வைக்கும் கேள்விகள்.

அதேபோல் இந்து மதத்தில் ஒற்றை வேதமோ அல்லது ஓரிறைக் கொள்கை போன்ற அடிப்படைகள் எதுவும் இல்லை. அதனால் இந்து அடிப்படைவாதம் என்பது ஒரு தவறான பிரயோகம் என்கின்றனர் இந்துத்துவ ஆதரவாளர்கள்.

இவை எல்லாம் மத அடிப்படைவாதம் பற்றிய வரையறை பிரச்சனைதானே தவிர மத அடிப்படைவாதம் என் மதத்தில் இல்லை என்று வாதிடுவது அடிப்படைவாத போக்கை நிராகரிப்பதாகிவிடாது. மத அடிப்படைவாதம் என்பது இன்றைய உலக அரசாட்சியில் அதிகாரப் போட்டிக்கு மதத்தை கருவியாக்கும் ஒரு பிரிவு. இம்மத அடிப்படைவாத சக்திகள் பல பொதுவான பண்புகளை கொண்டிருக்கிறது. அப்பண்புகள் அடிப்படையிலேயே மத அடிப்படைவாதம் வரையறுக்கப்பட வேண்டுமே தவிர, பழைய வகைப்பட்ட வரையறைகளைக் கொண்டு மத அடிப்படைவாதத்தை அது ஒரு மதவாதம் என்று கூறி நிராகரித்து விடவோ அல்லது மதங்களின் நம்பிக்கை சார்ந்த பாமர மக்களின் மத உணர்வை மத அடிப்படைவாதத்துடன் போட்டு குழப்பிவிடவோ கூடாது.

மத அடிப்படைவாதத்தின் பொதுவான பண்புகள்:
1. சமூக வாழ்வியக்கத்திற்கு மதத்தை மட்டுமே அடிப்படையாகக் கொண்டு மதத்தைப் பயன்படுத்தி அரசியல் அதிகாரத்தை கைப்பற்ற எண்ணுவது.

2. மதங்களின் கற்பிதமான பொற்கால கனவுகளுக்கு ஒட்டு மொத்த சமூகத்தையும் திரும்ப அழைத்துச் செல்ல முனைவதும் அதற்கான கற்பிதங்களையும் கற்பனை வெளிகளையும் உருவாக்கி மக்களை ஒன்று திரட்டுவது. அதற்காக தீவிர அரசியல் இயக்கமாக மத உணர்வை பயன்படுத்துவது.

3. மதத்தை அரச அதிகாரத்திற்கான கருவியாக பயன் படுத்துவதும், மதரீதியான ஆயுதபாணி அமைப்புகளை உருவாக்கி பயங்கரவாத செயல்களில் ஈடுபடுவதும் இச் செயல்களுக்காக மதக்கருத்தியலை மறு வரையறை செய்து கொள்வது.

4. மரணத்தை ஒரு பெருவாழ்விற்கானதாகச் சங்கேதப்படுத்தி, மத உடல்களாக போரிட்டு மடிவது அமரத்துவமான (martyredom) வாழ்வை தரும் என்கிற பிம்ப உடல்களை கட்டமைப்பது.

5. சமூக பொருளியல் வலைப்பின்னல் மற்றும் யதார்த்த ரீதியாக பிரச்சினைகளைத் தீர்ப்பதற்கான எந்த காத்திரமான திட்டமும் இல்லாமல் மதநூல்களின் அடிப்படையில் பொருளாதார திட்டமிடலை முன்வைப்பது. மதம் ஒன்றே எல்லாவற்றிற்குமான தீர்வு என மாற்று சிந்தனைத் தளங்களை

மறுப்பது.

6. மதத்தின் நம்பிக்கைக்கு மாற்றாக மதக் கருத்தியலை உயர்த்திப் பிடிப்பது. மதக் கருத்தியலுக்காக பிற மதத்தினரைக் கொல்வது இறையின் கட்டளை எனக் கூறி மதப்படு கொலைகளை நியாயப்படுத்துவது. தனது மதம் மட்டுமே உயர்ந்தது என்றும் தனது மத உடல்களே புனிதமானது என்றும் கூறுவது.

7. பிற மதத்திற்கான வெளியை மறுப்பது; அவர்களது வரலாற்றை மறுப்பது; அவர்களது இருத்தலை அச்சுறுத்தலாக பாவித்து அவர்களுக்கு எதிராக தனது மதத்தினரை திரட்டுவது; மதச் சட்டங்களை உயர்த்திப் பிடித்து, அதன் அடிப்படையிலான சமூகத்தை கட்ட முனைவது; அதன் அடிப் படையிலான தண்டனை முறைகளை நடைமுறைப்படுத்த முனைவது; சமூக ஜனநாயக அமைப்பிற்கு பதிலாக தனது மதம் சார்ந்த அமைப்பையும் வாழ்வையும் நிர்பந்திப்பது.

இஸ்ரேலில் யூத அடிப்படைவாதமும், இந்தியாவில் இந்து அடிப்படைவாதமும், ஆப்கானில் இஸ்லாமிய அடிப்படைவாதமும், ஈழத்தில் பௌத்த அடிப்படைவாதமும், மத்திய ஆசியாவில் கிறித்துவ அடிப்படைவாதமும் இன்று அரசு அதிகாரத்தை கைப்பற்றி ஆட்சியில் இருப்பது இந்த அடிப்படைவாதக் கருத்தியல் ஒற்றமையிலும், மக்களின் பிரச்சனைக்கு ஒரு மாற்று தீர்வாகுமா? என்கிற முயற்சியிலும்தான். இந்நாடுகளின் பொருளியல் சிக்கல்கள் மக்களை மீண்டும் இந்த பொற்கால கற்பனார்த்தமான தீர்வு நோக்கித் தள்ளியிருக்கிறது என்றால் அது மிகையாகாது.

4. பொது அரசியல் — தத்துவ விசாரணை

காலனியமயமாக்கலுடன், காலனிய நாடுகள் பற்றிய ஆய்வுகள் நிறுவனங்களாலும், தனிமனிதர்களாலும் அரசு அல்லது ஆதிக்க நிறுவனங்கள் உதவியுடன் துவக்கப் பட்டன. காலனிய நாடுகளின் குறிப்பாக கீழைத்தேய நாடுகளின் அறிதல் மற்றும் நடைமுறைகள் இவ்வாய்வுகள் வழியாக முறைப்படுத்தப்பட்டு, ஒழுங்கமைக்கப்பட்டன. இவ்வொழுங்கமைத்தலில் கீழைத்தேய சிந்தனைகள் என்கிற ஒரு அறிவாய்வு முறை மேலைத்தேய அறிவாய்விற்கு உள்ளடக்கப்பட்ட ஒன்றாக அல்லது கீழைத்தேயம், மேலைத்தேயத்தால் வென்றெடுக்கப்பட்ட ஒன்றாக உருவமைக்கப்பட்டது. 'கீழைத்தேய சொல்லாடலின் நோக்கம்

மேற்கின் தோற்றம் பற்றியதே தவிர, கிழக்கின் தோற்றம் பற்றியது அல்ல' என்கிறார் பிரயான் டர்னர்.

மேற்கத்திய ஆய்வுமுறை வழியாக இஸ்லாமைப் புரிந்து கொள்ள முனைந்த ஆய்வாளர்கள் அதனைத் தங்களது மேற்கத்திய மற்றும் அதன் அடிப்படை அறிதல் முறைக்கான பின்புலத்தைத் தந்த கிறித்தவ இறையியலுடன் இணைப்படுத்தி விளக்கத் துவங்கினர். மேற்குலகிற்கு இஸ்லாம் பற்றிய அறிமுகம் செய்தவர்களது அறிதல் மற்றும் அரசியல் பற்றி மிக அதிகமாக எட்வர்ட் சைத்தால் விளக்கப்பட்டுள்ளது. கீழைத்தேயம் என்கிற கருத்தாக்கம் எப்படி மேற்கத்தியத்தை கட்டமைத்தது என்பதை விளக்கும் எட்வர்ட் சைத் மேற்கத்தியர்கள் இஸ்லாமை தொடர்பு சாதனங்கள் வழியாக 'பகுதியளவு புனைவும், பகுதியளவு கருத்தியல் முத்திரை குத்துதலும், மதம் என்கிற ரீதியில் மிகவும் குறைவான மதிப்பீடும்' கொண்டே விளக்கியதைச் சுட்டிக் காட்டுகிறார். இஸ்லாம் பற்றிய ஆய்வுகள் கிறித்தவ மற்றும் ஏகாதிபத்திய மேற்கத்திய கருத்தாக்கத்தை நியாயப்படுத்தும் வண்ணமே செய்யப்பட்டிருப்பதை விவரிக்கிறது சைத்தின் ஓரியண்டலிஸம். இவ்வாய்வுகள் ஒரு 'கலாச்சார நிறுவனமாக' (cultural enterprises) அதிகபட்சம் தங்களது எதிரியைப் புரிந்து கொள்ளும் நோக்கில் செய்யப்பட்டவையே என்கிறார்.

ஸ்விஸ் பத்திரிக்கையாளரான Roger Du Pasquier 'பல மேற்கத்தியர்களுக்கு இஸ்லாம் என்பது 3 கருத்தாக சுருக்கப்பட்டள்ளது: மதவெறி, விதிவாதம், பலதார மணம். 'ஆசிய நம்பிக்கைகளான பௌத்தம் மற்றும் இந்துயிஸம் போன்றவற்றிடம் காட்டிய வெளிப்படையான பரிவுணர்ச்சியை மேற்கத்திய ஆய்வாளர்கள் யூதம் மற்றும் கிறித்துவத்திற்கு நெருக்கமான ஒரே ஆப்ரஹாம் மூலத்தில் உருவான இஸ்லாமிடம் காட்டவில்லை'.

அமெரிக்காவின் பல வரலாற்றுப் பாட நூல்களில் இஸ்லாம் பற்றிய அறிமுகம் என்பது வன்முறையுடன் தொடர்புபடுத்தியே செய்யப்பட்டுள்ளதைக் குறிப்பிடுகிறார் எலிஸபெத் பார்லோவ் என்கிற ஆய்வாளர். இஸ்லாமிய ஆன்மீகம், தத்துவம், அரசியல் மற்றும் பண்பாடு ஆகியவற்றை முற்றிலுமாக மறைத்து வரலாற்றை தனது கருத்தியலுக்கு ஏற்ப உருவமைக்கும் பணி மேற்குலகின் அடிப்படை ஆய்வுப் பணியாக உள்ளது.

இவ்வாறாக, இஸ்லாம் மற்றும் இஸ்லாமியர் பற்றிய

ஒருபடித்தான (stereotype) கருத்தமைவு தொடர்ச்சியாக கட்டமைக்கப்படுகிறது. இக்கட்டமைவு சிறிய ஒருபடித்தான கட்டமைவுகளான 'முரட்டு துருக்கியர், டெண்டில் வாழும் பதோயின்கள், செமைட்டிக்கிற்கு எதிரான செமைட்டுகள் மற்றும் பழியுணர்சியுள்ள அயத்துல்லாக்கள்' போன்றவற்றிலிருந்து கட்டமைக்கப்படுகிறது. 'முஸ்லிம்கள் மற்றும் அரபியர்கள் ஒன்று எண்ணெய் வியாபாரிகள் அல்லது மோசமான பயங்கரவாதிகள் என்பதுவே விவாதங்களின் வழியாக வந்தடையும் முக்கிய முடிவுகளாக இருக்கின்றன.'

'மேற்கத்திய உண்மையின் இருண்ட பக்கத்தைப் பற்றியது மட்டுமல்ல சைத்தின் ஆய்வுகள், அது ஒரு சுய படிமம் (self-image) உருவாக வேண்டும் என்றால், அதற்கு எதிரான ஒரு மாற்றுத் தன்னமைவு (alter-ego) கட்டமைக்கப்படாமல் சாத்தியமில்லை என்கிற ஒரு மங்கலான ரகசியத்தை பகிரங்கப் படுத்தியுள்ளது.' என்கிறார் பர்வேஸ் மன்சுர். இவ்வாறாகவே கீழைத்தேயன் என்கிற ஒருபடித்தான மனிதன் உருவமைக்கப் பட்டு, அவனுக்கு எதிரான மனிதனாக மேலைத்தேயனும் அவனது மதமான கிறித்துவமும் உலக மேலாண்மையாக நிறுவப்பட்டது.

ஆக, மேற்கத்தியம் எப்படி தனது படிமத்தை உருவாக்க கீழைத்தேயத்தை கட்டமைத்ததோ அப்படித்தான் அமெரிக்கா தனது புவிசார் பாதுகாவலன் (global policemen) படிமத்தை உருவாக்க இஸ்லாமிய அடிப்படைவாதத்தை கட்டமைக்கிறது—தனக்கு எதிரான ஒரு தன்னமைவாக.

அமெரிக்கா மற்றும் மேற்குலகம் கட்ட விரும்பும் கருத்தியல் மற்றும் அடிப்படைவாதக் கருத்தியல் ஆகியவற்றின் தன்மையை, அது உருவாக்கும் மனிதர்களை, கருத்தியல் (ebruary) குறித்த அல்தூசரின் கருத்தாக்கம் விளக்கும். அல்தூசர் கூறுகிறார், 'கருத்தியல் என்பது சிந்தனைகள் மற்றும் கருத்துக்களின் தொகுப்போ அல்லது உலகம் பற்றிய பார்வையோ அல்ல. புழங்கிவரும் சமூகம்தான் ஒரே சாத்தியமான மற்றும் அறிவார்ந்த சமூகம் என்பதை அங்கீகரிக்கும் தன்னிலைகளை உற்பத்தி செய்வதே'. இரண்டு கருத்தியல்களுமே அடிப்படையில் ஒன்றுடன் ஒன்று பொருந்தக்கூடிய ஓர் எதிர்முரண் அல்லது ஒன்றை ஒன்று பதிலீடு செய்து கொள்ளும், அல்லது நிறைவு செய்துகொள்ளும் எதிரிகள். (complementary ebruaryt) இவை ஒன்றை ஒன்று நியாயமற்ற, மனிதத் தன்மையற்ற எதிரிகள் என்றும், தங்களது உலகப் பார்வையே சரியானது என்றும்

கூறிக்கொள்கின்றன.

5. உலக ஊடகங்களின் கட்டமைவு

இஸ்லாமிய அடிப்படைவாதம் என்பது 70—களுக்குப் பின்பான ஒரு நிகழ்வே. குறிப்பாக 1976—ல் ஆயத்துல்லா ரொகுல்லா கொமேனியால் தலைமை தாங்கி நடத்தப்பட்ட கலாச்சாரப் புரட்சியால் ஈரானில் ஆட்சிப் பொறுப்பை கைப்பற்றுகிறது. உடனடியாக மேற்கத்திய அறிவுஜீவிகள் மற்றும் திட்ட ஆய்வாளர்கள், யுத்த தந்திர ஆலோசகர்கள் இக்கலாச்சாரப் புரட்சியை வரையறுக்கவும் வர்ணிக்கவும் அதன் வரலாற்று தத்துவ வேர்களை ஆராய்ந்து விளக்கவும் முற்படும்போது உருவமைக்கப்பட்ட சொல்லாடலே இஸ்லாமிய அடிப்படைவாதம். எந்த ஒரு அரசியல் சொல்லாடலும் உலக அளவில் உருவமைக்கப்படுவது மேற்குலக அறிவுஜீவிகளால்தான். இவர்களால் எப்படி எந்த ஒரு ‘உலக அபாயமும்’ திட்டமிட்டு உருவமைக்கப்படுகிறது என்பதை ஜெருசலம் போஸ்ட்டின் தலைவரும் Cato Institute—ன் ஆய்வளருமான லியொன் டி. ஹாதர் விவரிக்கிறார்.

1. முதலில் மர்மமான மூலங்களிலிருந்து பெயரிடப்படாத நிறுவனங்களிடமிருந்து அபாயம் பற்றிய குறிப்புகள் செய்தியாக கசியவிடப்படும். அதன் பின் ஒரு சோதனை பலூனைப்போல பறக்கவிடப்படும். அதில் வர இருக்கும் அபாயம் பற்றிய எச்சரிக்கை பொதிந்திருக்கும்.

2. இம்மூலங்கள் உடனடியாக விவாதத்திற்கு எடுத்துக் கொள்ளப்படும். அரசு இவ்விவாதங்களை கவனப்படுத்தி தனக்குள் உள்ளடக்கிக் கொள்ளும்.

3. உடனடியாக இவை சதித்திட்ட பயங்கரவாதிகள் பற்றிய வண்ண, வண்ண ரகசிய அறிக்கைகளாக விரல்நுனி அறிவாளிகள் மற்றும் இராணுவ ஆலோசகர்களிடமிருந்து பெரிதுபடுத்தப்பட்டு வெளிப்படும்.

4. பத்திரிக்கையாளர்கள் உடனடியாகத் தேடி, இதற்கு ஒரு பெயரிட்டு மற்றைய வில்லன்களுடன் ஒப்பிட்டு எழுதத் துவங்குவார்கள்.

5. இறுதியாக அமெரிக்க அரசின் செய்தி மூலங்களாக உள்ள அந்நிய செய்தி நிறுவனங்கள் இதனைக் கண்டுபிடித்து பத்திரிக்கைகளின் உதவியுடன் அம்பலப்படுத்தும். புதிய

கெட்டவர்களிடமிருந்து இந்த அபாயம் வருவது அறிவிக்கப் பட்டுவிடும்.

கூடுதலாக சிந்தனைச் சிற்பிகள் மற்றும் ஆய்வாளர்களது கருத்து உதிர்ப்புகள், மாநாடுகள், அறிக்கைகள், விசாரணைகள் ஆகியவை இவற்றை நிறுவனமயப்படுத்திவிடும்.

அரசின் விவாதங்கள், ஆய்வுகள், ஆராய்ச்சிக் கட்டுரைகள், கொள்கைகள் என திட்டங்கள் வகுக்கப்படும். தற்பொழுது புதிய வில்லன் தயார். அதன்பின் வெகுசன பண்பாட்டில் அவரைக் கலந்து விட்டு புதிய பனிப்போருக்கான பொது மக்கள் ஆதரவு திரட்டப்படும். இவ்வாறே இஸ்லாமிய அடிப்படைவாதம் உலகின் மிக முக்கிய பேசுபொருளாக 'பச்சை பயங்கரமாக' ஆக்கப்பட்டது என்கிறார் லியொன் டி ஹாதர்.

ஆப்கானிஸ்தான் மற்றும் அல்ஜீரியா போன்ற நாடுகளில் இஸ்லாமிய தீவிரவாத அமைப்பிற்கான பயிற்சி பெசாவரில் அமெரிக்க உளவுப்படையான சி.ஐ.ஏ. நிதி உதவியால் கொடுக்கப்பட்டது. "சி.ஐ.ஏ. 3 பில்லியன் டாலர் நிதி உதவி செய்து ஆப்கானின் வலதுசாரி இஸ்லாமிய அமைப்பை (Gulbuddin Hekmatyar's Party of God) ரஷ்யாவிற்கு எதிராக வளர்த்தது." என்கிறார் முன்னாள் பாகிஸ்தான் அதிபரான பெனாசிர் பூட்டோ. ஈரானில் அமெரிக்கா உருவாக்கிய பொம்மை ஆட்சி இஸ்லாமிய கலாச்சாரப் புரட்சியால் கவிழ்க்கப்பட்டவுடன், மேற்கத்திய ஆதரவான துருக்கியை ஈரானுக்கு எதிராக தூண்டிவிட்டது ஜார்ஜ் புஷ் ஆட்சி. அதே நேரத்தில் இஸ்லாமிய அடிப்படைவாதம் செய்தி கசிவுகளாக, அறிகுறிகளாக செய்தி ஊடகங்களில் பரப்பப்பட்டது.

துருக்கி, சவுதி, எகிப்து, இஸ்ரேல், இந்தியா, பாகிஸ்தான் போன்ற நாடுகள் அமெரிக்கா உருவாக்கிய இந்த அடிப்படைவாத பயத்திற்கு ஆதரவாக குரல் எழுப்பின. அமெரிக்க சோவியத் பனிப்போருக்கு பிறகு அமெரிக்காவின் இராணுவ ஆதரவு, பொருளாதார உதவி ஆகியவற்றிற்காக அமெரிக்காவின் அரசியல் திட்டத்துடன் தங்களது திட்டங்களையும் இணைத்துக் கொண்டன இந்நாடுகள். வளைகுடாப் போரில் இச்செயலானது தெளிவாக வெளிப்பட்டது. அதாவது இஸ்லாமிய நாடுகளான துருக்கி, சவுதி, எகிப்து, இஸ்ரேல் ஆகியவை ஈராக்கிற்கு எதிராக ஒன்றிணைந்த அமெரிக்க தலைமையின் கீழ் நின்றன. போருக்குப் பின் ஈராக் பயம் ஒழிந்தவுடன் அடிப்படைவாத பயத்தை இவை தூக்கிப்

பிடித்தன. பாகிஸ்தான் மற்றும் இந்தியா இந்த அடிப்படைவாத சொல்லாடலுக்கு ஆட்பட்டு ஒரு அடிப்படைவாதத்திற்கு எதிராக மற்றொரு அடிப்படைவாதத்தை தூக்கிப் பிடித்துக் கொண்டு உடனடியாக அணுகுண்டு சோதனைகளை நடத்தி இந்து குண்டு, இஸ்லாமிய குண்டு என மார்தட்டிக் கொண்டன. மேலும், மூன்றாம் உலக நாடுகள் பெரும்பாலானவை அமெரிக்க ஆதரவைப் பெற 'தேசம் கடந்த எதிரியான' (trans-national enemy) இஸ்லாமிய அடிப்படைவாதம் என்கிற துருப்புச் சீட்டையே பயன்படுத்தின என்கிறார் ஹாதர்.

சூடான் அமெரிக்க கட்டுப்பாட்டிலிருந்து விலகி ஈராக்கை ஆதரித்தவுடன் அதற்கு எதிராக எகிப்தைத் தூண்டியது அமெரிக்கா. அதற்கான வெகுமதி எகிப்தின் 7 பில்லியன் டாலர் கடன்களை உடனடியாக ரத்து செய்ததுதான். சூடானுக்கு எதிராக அமெரிக்கா, சிரியா, லிபியா போன்ற அருகமைந்த நாடுகளில் பயங்கரவாதத்தை வளர்த்தது. அமெரிக்க ஜனாதிபதி ரூஸ்வெல்ட் ஒருமுறை கூறியதைப்போல சவுதிகள் இஸ்லாமிய அடிப்படைவாதிகள்தான்; ஆனால் அவர்கள் நமது இஸ்லாமிய அடிப்படைவாதிகள். இதுதான் அமெரிக்காவின் நிலை. அதற்கு இஸ்லாமிய அடிப்படைவாதம் எதிரி இல்லை. மாறாக அதன் கட்டுப்பாட்டிற்கு வர மறுக்கும் இஸ்லாமிய அடிப்படைவாதம்தான் எதிரி. அதேபோல் 'இஸ்லாமிய அடிப்படைவாதத்திற்கு எதிரி மேற்குலகமோ கிறித்தவோ அல்ல மாறாக அமெரிக்காவின் திட்டங்களும், அது அரேபிய அதிகார வர்க்கத்துடன் கொண்டுள்ள உறவும்தான்' என்கிறார் ஹாதர்.

பச்சை பயங்காரவாதம் என்பதே அமெரிக்க மற்றும் மேற்கத்திய நாடுகள் தனது சுய லாபத்திற்காக கட்டப்பட்டது என்கிறார். இவரது அணுகுமுறை நெகிழ்வான தன்மையைக் கொண்டிருந்தபோதிலும், அமெரிக்க அரசின் மத்திய—கிழக்கு நாடுகளுடனான உறவில் உள்ள அரசியலை ஆதாரத்துடன் சுட்டிக் காட்டுகிறார். அமெரிக்க எதிர்ப்பு என்பது மட்டுமே இஸ்லாமிய அடிப்படைவாதத்தை நியாயப்படுத்திவிட முடியாது. எந்த ஒரு அடிப்படைவாதமும் முதலில் மதரீதியாக மனிதர்களை பாகுபடுத்துவதும் பிறகு பிறரை அழிப்பதை நியாயப்படுத்துவதையும் அடிப்படையாகக் கொண்டிருக்கிறது என்பது கவனப்படுத்த வேண்டிய ஒன்று.

அடுத்து இஸ்லாமிய அடிப்படைவாதம் அரசியல் ரீதியாக ஜனநாயகத்தை மறுப்பதாகவும் தான் மட்டுமே ஜனநாயக காவலன் என்றும் அமெரிக்காவும் மேற்குலக நாடுகளும்

பேசுவது எவ்வளவு கேலிக்கூத்தானது. ஈரானில் 1953—ல் ஷா—வின் மன்னராட்சியை கொண்டு வந்தன இந்நாடுகள். அதன்பின் 1957—ல் ஜோர்டானில் மன்னர் உசேனின் ஆட்சியை கொண்டு வந்தது. 1992—ல் அல்ஜீரியாவில் நடந்த தேர்தலில் பெரும்பான்மை பலம் பெற்று வெற்றி பெற்ற இஸ்லாமிய அடிப்படைவாத அமைப்பான FIS (Islamic Salvation Front) ஆட்சி அமைக்க முயன்றபோது இராணுவம் அரசைக் கைப்பற்றி ஜனநாயக அமைப்பை ஒழித்து இராணுவ ஆட்சி பிரகடனப்படுத்தப்பட்டதை அமெரிக்கா வரவேற்றது. தனது மேலாண்மைக்காகவும், இராணுவ உதவிக்காகவும் அரேபிய நாடுகளில் அதிகாரவர்க்க ஆட்சி நடப்பதை அமெரிக்கா ஊக்குவித்துக் கொண்டு, உலகில் ஜனநாயகம் பற்றி பேசுவதும் அதன் காவலனாக வேடம் போடுவதுமான இரட்டை நிலையை எடுக்கிறது. 'அமெரிக்காவின் இந்த ஜனநாயக காவலன் நாடகத்திற்கு ஒரு எதிரி தேவைப்பட்டபோது அது இஸ்லாமிய அடிப்படைவாதத்தை அடையாளம் காட்டியது' என்கிறார் ஹாதர்.

இஸ்லாமிய அடிப்படைவாதம் பயங்கரவாத செயல்களைச் செய்கிறது எனக் கூறும் மேற்கத்திய அமெரிக்க அரசுகள் பால்கன் நாடுகளில் நடைபெறும் ஒடுக்குமுறைகளையும், மனித அழிவுகளையும், தலை விரித்தாடும் பழமை வாதம் மற்றும் கிறித்துவ அடிப்படைவாதம் ஆகியவற்றிற்குத் துணை போவதுடன் அவற்றை நியாயப்படுத்தியும் பேசுகின்றன. மனித இனத்தின் மீது நடத்தப்பட்ட பேரழிவுகளில் ஒன்றான, வதை முகாம்களில் போஸ்னிய முஸ்லிம் பெண்கள் கூட்டம் கூட்டமாக பாலியல் பலாத்காரத்திற்கு உட்படுத்தப்பட்டு கட்டாய கருத்தரிப்பின் மூலம் இஸ்லாமின் தூய்மையை அழிப்பதாக கூறியபோது அதை பார்த்து மௌனம் சாதித்தவைதான் இவ்வரசுகள். இவை பால்கன் நாடுகளின் பழமை வாத மற்றும் அடிப்படைவாத கிறித்துவத்தை ஆதரிப்பதும் அரபிய நாடுகளில் உள்ள இஸ்லாமிய அடிப்படைவாதத்தை அமெரிக்க அணு மற்றும் உயிரியல் ஆயுதங்களைவிட அதிக பயங்கரமானதாகவும் கட்டமைக்க முயலுகின்றன.

முன்னாள் பாகிஸ்தான் அதிபரான பெனாசீர் புட்டோ "கம்யூனிஸத்தை விரட்ட மேற்கத்திய நாடுகளுக்கும் அதிகாரத்துவ ஆட்சியாளர்களுக்கும் பிறந்த இராட்சசக் குழந்தைதான் அடிப்படைவாதம். அரசியல் கட்சிகள் தடை செய்யப்பட்ட நிலையில் மசூதிகள்தான் மக்கள்

கூடும் இடம். அங்குதான் அரசியல் எதிர்ப்புணர்வு என்பது ஒன்றிணைக்கப்படுகிறது. மக்களின் பிரச்சனைகள் பேசப் படுகிறது. அதுவே அடிப்படைவாதம் வளர்வதற்கும் வழி வகுக்கிறது" என்கிறார் .

தலீபான் புரட்சிக்கு பிறகு அடிப்படைவாத நாடாக மாறியிருக்கும் ஆப்கானிஸ்தானை எடுத்துக் கொள்வோம். அங்கு என்ன நடந்தது?

1. ஆப்கானிஸ்தான் புவியியல் ரீதியாக பிரச்சனைக்குரிய ஒரு எல்லைப் பகுதியில் இருக்கிறது. அது ரஷ்யாவின் கீழைத்தேய நாடுகளின் தொடர்பிற்கான ஒரு முகத்துவாரம். ஆப்கானிலிருந்து அரேபிய இஸ்லாமிய நாடுகள் அனைத்தையும் சங்கிலித் தொடர்போல தொடர்பு கொள்ள முடியும். ஆப்கானில் இராணுவ தளத்தை அமைப்பதன் மூலம் அரேபிய நாடுகளை கட்டுப்பாட்டிற்குள் வைக்க முடியும். அரேபிய நாடுகளைக் கட்டுக்குள் வைக்க இஸ்ரேல் எப்படி பிறிதொரு மையமோ அதைப்போல ஆப்கான் ஒரு மையம். அதனால் அமெரிக்கா மற்றும் ரஷியாவின் உலக ஆதிக்கப் போட்டியில் அந்நாடு சிக்கியது.

2. ரஷ்யா தனது எல்லைப் பாதுகாப்பிற்காக எனக் கூறி அதனைக் கைப்பற்றியது. உடனே அமெரிக்கா முஜாகிதீன் களுக்கு ஆயுதப் பயிற்சி கொடுத்து ரஷிய எதிர்ப்பை வளர்த்தது.

3. வல்லரகளின் பனிப்போரானது பல இன ரீதியான இயக்கங்களை ஒன்றுக்கு எதிராக ஒன்றைத் தூண்டிவிட்டன. லட்சக்கணக்கான இராணுவ வீரர்கள், பொது மக்கள் கொல்லப்பட்டனர். 45 ஆயிரம் பெண்கள் விதவைகளாகவும், 10 ஆயிரத்திற்கு மேற்பட்ட குழந்தைகள் அனாதைகளாகவும் ஆக்கப்பட்டனர். லட்சக்கணக்கான அகதிகள் பாகிஸ்தானில் தஞ்சம் புகுந்தனர். எண்ணற்ற நகரங்கள் அழிக்கப்பட்டன. 10 மில்லியன் கண்ணி வெடிகள் 80—சதவீதம் மக்கள் வாழும் கிராமங்களில் புதைக்கப்பட்டுள்ளன. பள்ளிகள் மூடப்பட்டன. அரசு இயங்கவில்லை. வியாபாரம் படுத்தது. வாழ்க்கை என்பது மிகவும் கடினமாகியது.

இச்சூழல் போதும் மனிதனை மனநோய் நிலைக்குத் தள்ளிச் செல்ல. இவைதான் அங்கு அடிப்படைவாதத்தை வளர்த்தது. எளிமையாக அது ஆட்சிப் பொறுப்பை ஏற்க வழி செய்தது. இவ்வடிப்படைவாதம் உருவாகக் காரணம்

ஏகாதிபத்தியம், காலனீயம், சுரண்டல், ஒடுக்குமுறை மற்றும் அநீதி ஆகியவையே என்கிறது Global Vision—ன் விரிவான ஆய்வு.

பகுதி: 6 உலகமயமாக்கலும் அடிப்படைவாதமும்

இஸ்லாமிய அடிப்படைவாதத்தை விட மோசமான அடிப்படைவாத சமூகமாக அமெரிக்கா மாறியிருப்பது செய்தி ஊடகங்களால் முற்றிலுமாக மறைக்கப்பட்டு வருகிறது. அமெரிக்காவில்தான் கிறித்துவ அடிப்படைவாதம் உருவாகியது. இன்று அது ஆட்சியை தீர்மானிக்கும் அளவிற்கு வலுவானதாக மக்களிடம் வேரூன்றி இருக்கிறது. எதிர் அணியில் நின்ற கத்தோலிக்க மற்றும் சுவிசேஷ கிறித்துவ இயக்கங்களுக்கிடையே வேர்க்கால் மட்டங்களில் ஒருங்கிணைப்பு நடைபெற்றுவருகிறது. பெரும் நிறுவனங்கள் இவ்வமைப்புகளுக்கான நிதி உதவிகளைச் செய்து வருகின்றன.

இஸ்லாமிய அடிப்படைவாதம் மட்டுமே கண்ணுக்கு கண் என்கிற தண்டனை முறையை கொடூரமாக நிறைவேற்றுவதாக பரப்பப்படும் தொடர்பு சாதனங்கள், அமெரிக்க கிறித்துவ அடிப்படைவாதிகளின் கருத்துக்களை பற்றிக் கவலை அடைவதில்லை.

கிறித்துவ புனித ஆவிகளுக்காக அதன் காவலர்கள் வெளியிடும் நற்செய்திகளைப் பாருங்கள்: நற்செய்திக்கான தேசத்தை உருவாக்க வாளையும், பேனாவையும் பயன்படுத்த வேண்டும். விவாகரத்து பிரச்சனை அச்சமூகத்தில் இருக்காது. வழி தவறியவருக்கு மரண தண்டனை வழங்கிவிட்டு, மற்றொருவருக்கு மறுமணம் செய்து வைக்க வேண்டும். பெற்றோர்களால் திருத்த முடியாத பிள்ளைகளை நீதிபதி முன் கொண்டுவந்து சாகும் வரை கல்லால் அடிக்க வேண்டும். பிற கடவுளை வணங்குபவர்களுக்கு மரண தண்டனை தரவேண்டும்.

அடிப்படைவாதம் எல்லா மதங்களிலும் மனிதனை தண்டிப்பதற்கும், கொல்வதற்குமான உரிமையை கடவுளின் வாரிசுகள் என்கிற ரீதியில் எடுத்துக் கொள்கிறது. அடிப்படைவாதம் என்பது எல்லா மதங்களிலும் ஒரு அரசியல் நிகழ்வாக மாறியிருக்கிறது. இதன் அரசியல் பின்னணி ஏகாதிபத்தியங்களது உலக அரசாட்சி பற்றிய வேட்கைகளையும் உலகை ஒற்றைக் கருத்துருவத்திற்குள் அடைக்க முயல்வதும் அதற்காய் உலகமயமாக்கல் என்கிற

திட்டத்துடன் உலா வருவதுமே காரணம்.

இறுதியாக, இஸ்லாமிய அடிப்படைவாதம் உருவான சமூகச் சூழலை விளக்கியுள்ள பல ஆய்வாளர்களது கருத்துக் களையும் தொகுத்தால்...

1. இஸ்லாம் மேற்கத்தியர்களால் மிகவும் தவறாக புரிந்து கொள்ளப்பட்டுள்ள, தவறாக பிரதிநிதித்துவப்படுத்தப்படுகிற ஒரு மதம்.

2. சோவியத்தின் வீழ்ச்சிக்கு பிறகு அமெரிக்காவும் மேற்கத்திய நாடுகளும் உலகளாவிய ஒரு எதிரியாக இஸ்லாமிய அடிப்படைவாதத்தை உருவாக்கின. அவை சிவப்பு பயங்கரத்தின் இடத்தில் பச்சை பயங்கரத்தை (செய்தி நிறவனங்கள் மற்றும் மேற்கத்திய அறிவுஜீவிகளின் வார்த்தைகள் Green Menace, Green Peril) மாற்றீடு செய்தன.

3. மேற்கத்திய பண்பாட்டிற்கு ஒரு சவாலாக கீழைத்தேய பண்பாடும் அதிலும் குறிப்பாக இஸ்லாமிய பண்பாடும் விளங்குவதால் இஸ்லாமிற்கும் இஸ்லாமிய பண்பாட்டிற்கும் எதிராக அதனை வீழ்த்த (subvert) உருவாக்கப்பட்டதே இஸ் லாமிய பயங்கரவாதம் மற்றும் இஸ்லாமிய அடிப்படைவாதம்.

4. இஸ்லாமிய அடிப்படைவாதம் என்கிற ஒரு மதப்பிரிவு கிறித்துவத்தைப் போல இஸ்லாமில் இல்லை என்ற போதிலும் மேற்கத்திய தகவல் தொடர்பு வலைப்பின்னல் வழியாக அடிப்படைவாதம் இஸ்லாத்துடன் தொடர்ச்சியாக அடையாளப்படுத்தப்பட்டு வருவது ஒரு மேற்கத்திய சதி அல்லது மேற்கத்திய பயத்தின் விளைவு.

5. காலனியமயமாக்கலும், சமீபத்திய உலகமயமாக்கலும் உருவாக்கிய தனித்த தேசிய இனங்களுக்கான அடையாள நெருக்கடி ஏற்படுத்திய சிதறிய மனநிலையின் விளைவாக ஒரு மையமான அடையாளத்தை தேடும் செயலாக உருவானதே மத மீட்புவாதமும் அதன் உச்சமான மத அடிப்படைவாதமும்.

6. உலகம் ஒரு புவிசார் கிராமமாக (global village) மாறிய நிலையில் ஏற்பட்ட மேற்கத்திய கலாச்சாரமயமாக்கலுக்கான தீவிர எதிர்ப்பு நிலையே இஸ்லாமிய அடிப்படைவாதம் உருவாகக் காரணம்.

7. இஸ்லாமிய அடிப்படைவாதம் மத்திய கிழக்கு நாடுகளின் இரண்டு முக்கியமான காரணிகளுடன் உறவுடையது. 1.

ஏகாதிபத்திய இராணுவ யுத்த தந்திரம் 2. எண்ணெய் வளத்தின் அரசியல் பொருளாதாரம். அமெரிக்க மற்றும் மேற்கத்திய நாடுகள் மிகமோசமான இராணுவ யுத்த தந்திர நோக்கில் சில பகுதிகளுக்குள் உருவான எதிர்ப்பியக்கங்களை வளர்த்தன. இந்நாடுகளின் உள் முரண்களைக் கையாளுவதும், அவற்றை புவிசார் அரசியலுக்குள் நிலைநிறுத்தி தங்களது செயல் திட்டங்களை தீட்டியதும் ஒரு காரணம். அதே வேளையில் எண்ணெய் வளமிக்க நாடுகளுக்குள் போட்டிகளை உருவாக்கி அவற்றில் குளிர்காய முனைந்ததும் பிறிதொரு காரணம். எண்ணெய் வளமிக்க மத்திய கிழக்கு நாடுகளை தங்களது கைப்பாவையாக்க பல மோசமான பொம்மை அரசுகளையும் அவற்றின் உள் முரண்களையும் கையாண்ட விதமே இஸ்லாமிய நாடுகளின் மத மீட்பியக்கத்திற்கும், மத அடிப்படைவாதத்திற்கும் வழிகோலியது.

ஆக இஸ்லாமிய அடிப்படைவாதம் என்பது ஒரு புவிசார் அரசியல் நிகழ்வாக, ஏகாதிபத்தியங்களின் மிகமோசமான ஆதிக்க வெறி மற்றும் பொருளியல் சுரண்டலின் பக்க விளைவாக உருவான ஒரு எதிர்ப்பே. பின் காலனிய சமூகங்கள் தங்களது வரலாற்றிலிருந்து ஏகாதிபத்திய உலக ஆதிக்கத்தை எதிர்க்கப் பெற்றுக் கொண்ட ஒரு தீர்வே இது. ஒரு வன்முறைக்கு எதிர் வன்முறையாக உருவெடுத்த பூதம். இஸ்லாமிய அடிப்படைவாதத்தை புரிந்துகொள்ள மேற்கண்ட குறிப்புகளை கவனத்தில் கொள்வது அவசியம்.

மேற்கத்திய அமெரிக்க ஏகாதிபத்திய அரசு இஸ்லாமிய அடிப்படைவாதத்தைவிட உண்மையில் பயம் கொள்வது மத்திய கிழக்கு, மற்றும் அரேபிய நாடுகளின் ஜனநாயக அரசு உருவாக்கத்தின் மீதுதான். அரேபிய நாடுகளின் ஜனநாயக அரசு உருவாக்கத்தைத் தடுப்பதற்கு இச்சக்திகள் தந்த விலையே இஸ்லாமிய அடிப்படைவாதம்.

உலக அரசாட்சிக்காக புனித ஆவிகளும், தனது இடத்தைக் காப்பாற்றிக் கொள்ள அடிப்படைவாத ஜின்களும் நடத்தும் ஒரு பெருவெளி நாடகத்தின் பார்வையாளர்களாக மாற்றப்பட்டு கொஞ்சம் கொஞ்சமாக உள்ளிழுக்கப்பட்டு, இறுதியில் பங்கேற்பாளராக மாற்றப்பட்டுவிடும் அபாயத்திலிருந்து எச்சரிக்கையாக விலகி நிற்பதும், மதக் கருத்தியலின் அபாயத்திலிருந்து எச்சரிக்கையாக விலகி நிற்பதும், மதக்கருத்தியலின் அரசியல் உள்ளடக்கத்தை அம்பலப்படுத்துவதும், மதச்சார்பற்ற அணிகளையும், ஏகாதிபத்திய எதிர்ப்பாளர்களையும் ‘வழக்கம் போல்’

ஒருங்கிணைப்பதும் அவசியமானதும் அவசரமானதுமான — கட்சிகளுக்குள்ளும் கட்சி சார்பற்றும், கட்சிகளுக்கு வெளியேயும் நாமும், நமக்குள்ளும் செய்ய வேண்டியதுமான — ஒரு சமூகப்பணி.

உதவியவை:

நூல்கள்.

1. அஸ்கர் அலி இன்ஜீனியர் — இஸ்லாமின் தோற்றமும் வளர்ச்சியும்.

2. எம்.என். ராய் — இஸ்லாமின் வரலாற்றுப் பாத்திரம்.

3. விஞ்ஞான ஒளியில் பைபிளும், குர்ஆனும் — டாக்டர் மாரிஸ் புகைல்.*(1990).*

4. Orientalism - Edward Said.

Encyclopedia (CD's)

1. Britanica Interactive Encyclopedia.

2. Groliar Interactive Encyclopedia. WebSites

1. Global Vision" Addressing Fundmentalism

2. Islamic Fundamentalism: More Panic

3. Still Lives

4. John Protevi. Protevi Home Page

5. ACPS (Al-Ahram Center for Political & Strategic Studies Web Page

Ezines (web Magazines)

1. Radical Fundamentalism Update - Vol. IV. No.3. July. 1998.

2. Osama Renews call for Jihad; NNI: June 26:2000

3. The Atlantic Monthly: Sep. 1990.

4. Other Voices v.1. n.3 (January 1999)

5. Flashpoint

6. Current History

7. Washington Post

8. Baha's Studies Review. Vol.2;1 (1992).

9. The Economist. February 15, 1992

குறிப்பு

*ஜாக்குஸ் லக்கான் (Jacques Lacan) – பிராய்டிய உளப்பகுப்பாய்வில் குறியியலையும் மொழியியலையும் பயன்படுத்தி மறுவிளக்கம் செய்த பிரஞ்சு சிந்தனையாளர். அவரது "கற்றமை பற்றிய கோட்பாடு" அவரது பெயரால் லக்கானிய தன்னிலை (Lacanian Other) என்று அழைக்கப்படுகிறது. அவர் Other / other என்று இரு கருத்தாக்கங்களைப் பயன்படுத்துகிறார். பேரகம் எனப்படும் சூப்பர் ஈகோவை அவர் Other என்று குறிப்பிடுகிறார். மற்றதை other என்று குறிப்பார். Other என்பது கடவுள், சமூகம், சாத்தான் போன்ற பேரகங்களைக் குறிப்பது.

3

கடவுள் பிறக்கும் இடம்

R. கோபால்

டெம்போரல் லோப் எபிலப்ஸி (Temporal lobe epilepsy):

ஆங்கிலத்தில் டெம்பிள் என்றும், தமிழில் ‘பொட்டு’ என்று நாமழைக்கும் பகுதியில் உள்ள மூளையின் பகுதி டெம்போரல் லோப் என்று அழைக்கப்படுகிறது. மூளையில் திடீரென்று நியூரான் செல்கள் ஒழுங்கற்று மற்ற மூளைப்பகுதிகளுக்கு தொடர்பில்லாமல் மின்சார சிக்னல்கள் பாய்வதால் வலிப்பு நோய் உருவாகிறது. வலிப்பு நடக்கும்போது, பிரமைகள், வன்மையான போக்கு, மனநிலையில் மாற்றம், நினைவில் பாதிப்பு ஆகியவை நடக்கலாம். சுய நினைவு இழப்பதோடு கூடவே, கை கால்களில் சில பகுதிகளில் ஒரே மாதிரி இழுத்துகொள்ளும் செய்கைகளுமோ, வாய் கோணிக்கொள்வதோ நடக்கலாம். அல்லது நகராமல் அப்படியே பார்த்துக்கொண்டிருப்பது, யாராவது கூப்பிட்டால் பதில் கூறாமல் இருத்தல் ஆகியவை நடக்கலாம்.

டெம்போரல் லோப் வலிப்பு நோய் உள்ளவர்கள் தங்களது வலிப்பு அனுபவங்களுக்கு முன்னால், aura எனப்படும் ஒளிவெள்ளத்தை பற்றிக் கூறியுள்ளார்கள். இவை குத்து மதிப்பான எச்சரிக்கையிலிருந்து, மிகவும் ஆழமான அனுபவங்கள், விரிந்த மனநிலைகள் வரைக்கும் வித்தியாசமானவை. இவை பாதிக்கப்படும் அந்த மனிதரின் உலகப்பார்வையையே மாற்றக்கூடியவை. ஒவ்வொரு

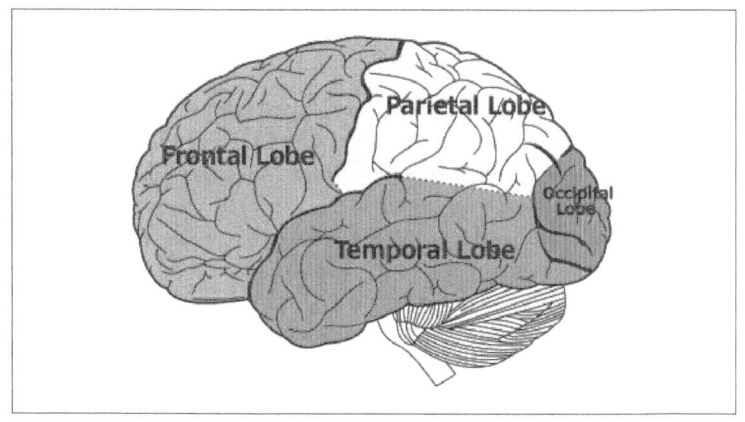

நபருக்கும் இந்த வலிப்பு நோய் வருவதற்கு முன்னால் வரும் aura வித்தியாசனது என்றாலும், பெரும்பாலானவை கீழ்க்கண்டவற்றை கொண்டிருக்கின்றன (Taylor, 1987): — hypergraphia (விடாது அதிகப்படியாக எழுதிக்கொண்டேயிருத்தல் அல்லது வரைதல்,), முன்னர் பார்த்தது போன்ற உணர்வு (deja/jamais vu), புதியதாக நடப்பது ஏற்கெனவே நடந்தது போன்ற உணர்வு, ஏற்கெனவே நடந்தது முதன்முறையாக நடப்பது போன்ற உணர்வு, முன்னர் கேட்டது போன்ற உணர்வு (deja/jamais entendu), முன்னர் கேட்டதை புத்தம் புதியதாய் கேட்பது போன்ற உணர்வு. பயம், அதி மகிழ்ச்சி, உச்சகட்ட உணர்ச்சிக்குவியல், கடவுளிடமிருந்து செய்தி வந்தது போன்ற உணர்வு.

பியோதர் தாஸ்தாவஸ்கி உலகத்தின் மிகச்சிறந்த நாவலாசிரியர்களில் ஒருவராக கருதப்படுகிறார். அவருக்கு டெம்போரல் லோப் வலிப்பு நோய் இருந்ததாகவும், அதன் மீது ஏறத்தாழ இவர் காதலுடன் இருந்தார் என்பதும் ஆச்சரியமானது. நீண்ட நெடும் சிறைத் தண்டனைக்குப் பிறகு தன் வாழ்நாளில் மீதி நாட்கள் யாவையும் எழுதுவதிலேயே கழித்தார். இரவிலும் பகலிலும் தொடர்ந்து வலிப்பு நோயால் பாதிக்கப்பட்டிருந்தார். ஒரு நாளைக்கு இரண்டு தடவையிலிருந்து நான்கு மாதங்களுக்கு ஒருமுறை என்ற விகிதத்தில் அவருக்கு டெம்போரல் லோப் வலிப்பு வந்தது என்பதைக் குறித்திருக்கிறார். அவரது வலிப்புக்கு சற்றுமுன்னர், அவர் எப்போதுமே, "ஓரிரு கணங்கள் தனது முழு இதயமும், மனமும், உடலும் உச்சகட்ட உணர்வுக்கும், ஒளிவெள்ளத்துக்கும் எழுச்சி அடைந்து நின்றதையும், எல்லையற்ற பேரானந்தத்தையும் நம்பிக்கையும் நிறைந்து

நின்றதையும், அவரது கவலைகள் அனைத்தும் துப்புரவாக நீக்கப்பட்டதையும், உணர்ந்தார்".

ஓவியர் வின்சண்ட் வான்கோ, லூயிஸ் கரோல், எட்கர் ஆலன் போ, குஸ்டாவ் ஃப்ளாபெர்ட், பிலிப் கே டிக், ஸில்வியா பிளாத், டிவைன் காமெடி எழுதிய இத்தாலியின் மிகச்சிறந்த கவிஞர் டாண்டே, 18ஆம் நூற்றாண்டின் நாடகாசிரியர் மோலியெர், இவான்ஹோ, வேவர்லி ஆகிய படைப்புகளை எழுதிய சர் வால்டர் ஸ்காட், கலிவர் ட்ராவல்ஸ் எழுதிய 18ம் நூற்றாண்டு எழுத்தாளர் ஜோனதன் ஸ்விஃப்ட், மாபெரும் ஆங்கிலக்கவிஞராக மதிக்கப்படும் அல்பிரட் லார்ட் டென்னிஸன், மாபெரும் கவிஞர் ஷெல்லி, சகலகலா வல்லவர் லியனர்டோ டா வின்ஸி – இவர்கள் அத்தனை பேரும் இந்த வலிப்பு நோய் வாய்ப்பட்டவர்களாக இருந்தார்கள்.

பொதுவாக வலிப்பு வருபவர்களுக்கு பலவிதமான வேறுபட்ட குணநலன்கள் இருக்கும். மூளையின் ஒரு சிறுபகுதியில் நடக்கும் மூளை வலிப்பு (simple partial seizures) இதனை aura அல்லது ஒளிவெள்ளம் என்று குறிக்கிறார்கள். இது முழு நினைவு இருக்கும்போதே நடக்கிறது. இந்த சிறு மூளைவலிப்பு அடைபவர்கள் நினைவு தவறிவிடுவதில்லை. ஏற்கெனவே இந்த உணர்வை அடைந்திருப்பது போன்ற உணர்வு (feelings of deja vu), பழங்காலத்தில் நடந்த விஷயங்கள் மீண்டும் நினைவுக்கு வருதல், அல்லது நடந்ததை மறந்துவிடுதல் ஆகிய பக்க விளைவுகள் ஏற்படுகின்றன. உணர்வுகளை ஒழுங்குபடுத்தும் டெம்போரல் லோபில் இந்த வலிப்பு வருவதால், இல்லாத மணத்தை நுகர்வது, ருசி, எதுவும் யாருமே பேசாமலிருந்தாலும் எதையோ கேட்பது, இல்லாததை பார்ப்பது போன்ற பிரமைகளை நோயாளிகள் அடையலாம்.

டெம்போரல் லோபில் உருவாகும் மின்சார சிக்னல்களால் வலிப்பு நோய் பெறுகிறவர்களுக்கு கடவுள் சந்திக்கிற உணர்வு, தேவதைகளை பார்ப்பது, மிகவும் வலிமையான ஆன்மீக உணர்வு அடைவது என்பதை மருத்துவவியலாளர்கள் வெகுகாலமாகவே அறிந்திருக்கிறார்கள். சில சமயங்களில் கடவுளோடு ஐக்கியமான உணர்வு, சில சமயங்களில் உலகம், பிரபஞ்சம், ஒவ்வொரு துகளோடும் ஐக்கியமான உணர்வு பெறுகிறார்கள்.

இதற்கு ஹெர்ப்பஸ் என்னும் பால்வினை நோய் வைரஸ் human herpesvirus 6 காரணமாக இருக்கலாம் என்று கருதப்

படுகிறது. பெரும்பாலும் தலையில் அடிபடுவதோ, ரத்தக்குழாய் பாதிக்கப்பட்டதோ, முதுகுத்தண்டில் மெனிஞ்சிடிஸ் நோய் உருவாவதோ, மூளையில் கட்டிகள் உருவாவதோ காரணமாக அறியப்படுகிறது.

விலயனூர் எஸ்.ராமச்சந்திரன் சாண்டியாகோவில் உள்ள கலிபோர்னியா பல்கலைக்கழகத்தில் மனவியல் துறை பேராசிரியராகவும், நியூரோசயன்ஸ் க்ராசுவேட் புராகிராமின் இயக்குனராகவும் இருக்கிறார். நியூஸ்வீக் பத்திரிக்கை 1997—லும், டைம் பத்திரிக்கை 2011—லும் உலகத்தின் மிக முக்கியமான நூறு பேர்கள் பட்டியலில் இவரது பெயரையும் சேர்த்திருந்தன. மனித மூளை, அதன் இயக்கங்கள் குறித்த ஆய்வுகளின் மூலம் உலகம் அறிந்த விஞ்ஞானியாக இருக்கிறார். மனித மூளையின் விநோதங்களை ஆயும் இவர் Temporal lobe epilepsy பற்றிக் கூறும் சிலவற்றை இங்கு காணலாம். தன்னிடம் வந்த ஜான் என்ற ஒரு டெம்போரல் லோப் வலிப்பு நோய் கொண்டவரது அனுபவங்களை அவர் பகிர்ந்து கொள்கிறார்:

ஒருமுறை தனது பெண் நண்பரோடு மலைகளுக்கு நடுவே நடந்துகொண்டிருந்தபோது ஜான் தனக்கு இந்த தாக்குதல் நடந்ததை உணர்ந்தார். அந்த நிகழ்வு முடிந்த பிறகு மிகவும் தத்துவரீதியில் அவரது மனது ஆன்மீகம், கடவுள், இந்த மாபெரும் நடனத்தில் தனது இடம் என்பதை மிகவும் ஆழமாக தீவிரவாக சிந்தித்துகொண்டிருந்ததை உணர்ந்தார்.

வலிப்பு வந்த போது, "நான் கடவுளாக உணர்ந்தேன். சொர்க்கத்தையும் நரகத்தையும் உருவாக்கியது நானே என்று உணர்ந்தேன்" என்கிறார் ஜான். இந்த நிகழ்வுகளுக்கு பிறகு மிகவும் பலவீனமாக உணர்ந்தார். ஆனால் அதே நேரத்தில் எதையுமே சாதிக்கக்கூடிய வலிமை பெற்றவராகவும் தன்னை உணர்ந்தார். ஒருமுறை திடீரென்று தெருவில் நடந்துகொண்டிருந்தபோது இந்த உணர்வு வந்ததும், "நானே கடவுள்" என்று நடுத்தெருவில் கத்திகொண்டே ஓடினார். அவரது தந்தை அவரை திட்டி உள்ளே வா என்று கூட்டிக்கொண்டு சென்றதைக் கூறுகிறார். அந்த நிகழ்வு வரும் போது மிக அற்புதமான இன்ப உணர்வு பெறுவதும், மிகவும் அதிகமான துன்ப உணர்வை பெறுவதும், சில நேரங்களில் மற்றவர்களுக்கு அந்த உணர்வை விளக்கவே முடியாத துன்பத்தை அடைவதையும் விளக்குகிறார். அப்பாவும் மகனும் எந்த காலத்திலும் மத உணர்வாளர்களாகவே இருந்ததில்லை. இருப்பினும், ஏன் இந்த நோயால் பாதிக்கப்பட்டவர்கள்

இந்த நிகழ்வுகளுக்கு பின்னர் மத உணர்வை பெறுகிறார்கள் என்ற முக்கியமான கேள்விக்கு விடையறிய ராமச்சந்திரன் முயல்கிறார்.

“உண்மையில் ஒருவேளை கடவுள் இந்த நோயாளிகளை மனத்தில் சந்திக்கலாம். அது உண்மையாக இருந்தாலும் அதனை ஒரு அறிவியலாளனாக என்னால் பரிசோதனை செய்து அறியமுடியாது. இன்னொரு விளக்கம், இந்த நியூரான்களின் வெடிப்புகள் அந்த உணர்வை இவர்களுக்கு அளிக்கின்றன என்று கூறலாம்.” என்கிறார் எஸ். ராமச்சந்திரன். “இந்த டெம்போரல் லோப் என்பது உலகத்தில் எது முக்கியம் எது முக்கியமில்லை என்பதை நாம் அறிய உதவும் பகுதி. நமக்கு முக்கியமானது, முக்கியம் குறைவானது என்பதைப் பற்றிய ஒரு வரைபடத்தை மனதிற்குள் வைத்து அதன் மூலம் நாம் உலகத்தோடு தொடர்பு கொள்கிறோம். இந்த டெம்போரல் லோப்பின் மிக அருகே அமைந்துள்ளது அமிக்டலா என்னும் பகுதி. இது உணர்ச்சிகளை நமக்கு உருவாக்கித்தரும் பகுதியோடு இந்த டெம்போரல் லோபை இணைக்கும் பகுதி. இந்த பகுதிகளுக்குள் இருக்கும் தொடர்பின் வலிமையே எந்த பொருள் நமக்கு முக்கியம், எது முக்கியமில்லை என்பதை நமக்கு உணர்த்துகிறது.

டெம்போரல் லோபில் வலிப்பு நோய் உருவானவர்களுக்கு என்ன ஆகும்? கன்னாபின்னாவென்று பாரபட்சம் இல்லாது ஏதேதோ இணைப்புகள் வலிமையாகும். மலை மேலிருந்து வழியும் தண்ணீர் ஒரு பாதையை உருவாக்க, தொடர்ந்து பாயும் தண்ணீர் அந்த பாதையை இன்னும் ஆழமாக இன்னும் அதிக வேகத்துடன் வருவதாக மாற்றுகிறது. இதனால் பல விஷயங்கள் மிகவும் முக்கியமானவையாக இவர்களுக்கு ஆகின்றன. இதனால் நமக்கு உணர்வு ரீதியில் முக்கியமாக இருப்பதை விட்டுவிட்டு, உலகத்தில் வேறு பொருட்களுமே மிகவும் உணர்வுப்பூர்வமாக முக்கியமானவையாக ஆகின்றன. ஒரு மணல் துகள், ஒதுங்கிக்கிடக்கும் ஒரு மரத்துண்டு, கடற்பாசி ஆகிய எல்லாமே மிகவும் ஆழமாக உணர்வுப்பூர்வமாக முக்கியமானவையாக, பெரும் பொருள் கொண்டவையாக ஆகிவிடுகின்றன. இப்படி உலகத்தில் உள்ள அனைத்து பொருட்களுமே மாபெரும் பொருள் கொண்டவையாக பிரபஞ்சத்தோடு தன்னை இணைத்து அவற்றோடு பங்குபெற்ற உணர்வைத்தான் நாம் ஆன்மீக உணர்வு என்று அழைக்கிறோம்..” என்று எஸ். ராமச்சந்திரன் கூறுகிறார்.

ஜான் தான் வலிப்பில் அடைந்த அனுபவத்தைக் கூறுகிறார்: "நான் தான் புதிய தீர்க்கதரிசி என்ற உணர்வை பெறுகிறேன். உலகத்தை காப்பாற்ற வந்தவன் நான். நான் இதுவரை மத நம்பிக்கையே இல்லாதவனாக இருந்தேன். ஆனால் இப்போதோ உலகத்தை நானே காப்பாற்ற வந்தவன் என்ற உணர்வைப் பெறுகிறேன்".

ராமச்சந்திரன் தவறாக இணைக்கப்பட்ட நியூரான் வயர்களே இப்படிப்பட்ட உணர்வுகளுக்கு காரணம் என்று கூறுகிறார். சில வருடங்களுக்கு முன்னால், பத்திரிக்கைகள் மூளையில் கடவுள் பகுதி இருக்கிறது என்று செய்திகளை வெளியிட்டன என்பதையும் குறிப்பிடுகிறார். டெம்போரல் லோபில் சில நியூரான்கள் ஆன்மீக உணர்வை உருவாக்குபவையாக இருக்கலாம். இந்த உணர்வை ஆன்மீக உணர்வு என்று பெயர் வைத்து அழைக்கப்பட்டிருக்கலாம். உலக மனிதர்களிடம் இப்படிப்பட்ட மத உணர்வு எல்லா சமூகங்களிலும் இருக்கின்றன. இப்படிப்பட்ட மத உணர்வுகள் ஒரு சமூகத்தை நிலையாக வைத்திருக்க உதவுவதாலும் அவை பரிணாமக் கொள்கையின் படி நம்மிடம் இருக்கலாம் என்று கூறுகிறார்.

டெம்போரல் லோப் வலிப்புநோய்க்கு ஒரு அசாதாரணமான பக்க விளைவு உண்டு. அந்த நோயால் பாதிக்கப்படுபவர்களில் சிறுபான்மையினருக்கு மத சம்பந்தமான பிரமைகளை உருவாக்குகிறது. இந்த பிரமைகள் இதுவரை கேட்டிராத சில கேள்விகளை கேட்கும்படி விஞ்ஞானிகளை தூண்டியிருக்கின்றன.

இந்த மத நம்பிக்கை எங்கிருந்து வருகிறது? மூன்று பெரிய மதங்களுக்கு 'revelation' என்னும் வெளிப்படுத்துதல் அல்லது இறைவசனம் என்பது மிகவும் அடிப்படையான ஒன்று. தீர்க்கதரிசிகள், நபிகள் போன்றோர் உருவாக்கிய மதங்கள், நம்பிக்கைகளின் வழியே மக்கள் வாழ்ந்திருக்கிறார்கள். அவற்றுக்காக உயிர்கொடுத்தும் இருக்கிறார்கள். மத நம்பிக்கையாளர்கள் இப்படிப்பட்ட வெளிப்படுத்துதல்கள், இறைவசனங்கள் இறைவனிடமிருந்து வருகின்றன என்று நம்புகிறார்கள். நாத்திகர்களோ, இவை மூட நம்பிக்கைகள் என்று கருதுகிறார்கள். டெம்போரல் லோப் வலிப்பு நோயே இதன் திறவுகோல். இந்த நோயே, செவந்த் டே அட்வண்டிஸ்ட் என்ற மதப்பிரிவின் தோற்றத்துக்கு காரணம்

என்பது தெரிகிறது. இந்த மதத்தின் ஆவணங்களில், எல்லன் வொயிட் என்ற பெண்மணியின் வெளிப்படுத்தல்கள் மூலமாக இக்கிளை மதம் வளர்ந்தது. (இது தனிக் கட்டுரையாக இடம் பெற்றுள்ளது.)

பேராசிரியர் விலயனூர் ராமச்சந்திரன் மாபெரும் மதத் தலைவர்களுக்கு டெம்போரல் லோப் வலிப்பு நோய் இருந்திருக்கும் என்பது சாத்தியமான ஒன்று. இது அவர்களுக்கு பிரமைகள், காட்சிகள், விளக்கமுடியாத ஆன்மீக உணர்வு ஆகியவற்றுக்கு தயாராக அவர்களை மாற்றுகிறது.

மேலும் ராமச்சந்திரன் பல மதஞானிகள், செயிண்ட் பவுல் உட்பட, அவர்கள் விவரிக்கும் அனுபவங்கள் இந்த நோயாளிகள் விவரிக்கும் அனுபவங்களை ஒத்து இருக்கின்றன என்கிறார். மோஸசுக்கும், அதே போல இந்தியாவின் நிறைய ஞானிகளுக்கும் மூளையில் இப்படிப்பட்ட வலிப்புகளால் அப்படிப்பட்ட நம்பிக்கைகளும், அனுபவங்களும் ஏற்பட்டிருக்கும் என்பது சாத்தியமானதுதான். இந்த அனுபவங்கள் அவர்களது மன வாழ்க்கையை மிக அதிகமாக செழுமைப்படுத்தியிருக்கலாம் அல்லது மாற்றியிருக்கலாம்.

ராமச்சந்திரன் தாங்கள் நடத்திய ஆய்வு முறைகளைப் பற்றிக் கூறுகிறார்: வலிப்பு இல்லாத சாதாரண நபர்களை எடுத்துகொண்டோம். அவர்களது விரல் நுனிகளில் எலட்ரோடுகளை பொருத்தி அவர்களது தோல் மின்சார தடுப்பு அளவை அளந்தோம். இது அவர்கள் ஒரு சில வார்த்தைகளைப் பார்க்கும்போது எந்த அளவுக்கு வியர்க்கிறார்கள் என்பதை அளக்கிறது. ஒரு சாதாரண மனிதர், மேஜை என்ற வார்த்தையை காட்டினால், வியர்க்கமாட்டார். ஆனால், செக்ஸ் என்ற வார்த்தையை காட்டினால் வியர்க்க ஆரம்பிப்பார். அது பதிவாகிறது. இதன் பெயர் கால்வனிக் ஸ்கின் ரெஸ்பான்ஸ் அல்லது கால்வனிக் தோல் அளவீடு என்று சொல்லலாம். இப்போது கேள்வி என்னவென்றால், இதே பரிசோதனையை டெம்போரல் லோப் வலிப்பு உள்ளவர்களிடம் நடத்தினால் என்ன நடக்கும்?

வலிப்பு உள்ள நோயாளிகளிடம் மூன்று வகையான வார்த்தைகள் கொடுக்கப்பட்டன. பாலுறவு ரீதியான வார்த்தைகள், சாதாரண வார்த்தைகள், மத ரீதியான வார்த்தைகள். சாதாரண வார்த்தைகள், எதிர்பார்த்தது போலவே ஒரு உணர்ச்சியையும் ஏற்படுத்தவில்லை. ஆனால், பாலுறவு மற்றும் மத ரீதியான வார்த்தைகளை காட்டும்போது

கிடைத்த அளவீடுகளை பார்த்து அதிசயித்தார் பேராசிரியர் ராமச்சந்திரன்.

"கடவுள்" போன்ற மத ரீதியான வார்த்தைகளை பார்க்கும் ஒவ்வொரு தடவையும் அவர்களுக்கு மிகப்பெரிய கால்வனிக் ஸ்கின் ரெஸ்பான்ஸ் இருந்தது என்பதைப் பார்த்து அதிசயித்தோம். மாறாக, பாலுறவு ரீதியான வார்த்தைகளை காட்டும்போது, குறைவாகவே கால்வனிக் ரெஸ்பான்ஸ் இருந்தது. வேறொரு வகையில் சொல்ல வந்தால், கடவுள், மதம் ஆகிய வார்த்தைகளுக்கு அவர்களது ரெஸ்பான்ஸ் அதிகமாகவும், பாலுறவு வார்த்தைகளுக்கு குறைவாகவும் இருந்தது. சாதாரண மனிதர்களுக்கு இது தலைகீழாக இருக்கும்.

மத ரீதியான பிம்பங்களுக்கு மனித உடலின் பௌதீக வெளிப்பாடு, மூளையில் இருக்கும் டெம்போரல் லோபில் இருக்கும் செயற்பாடுகளுடன் நேரடியாக தொடர்பு கொண்டது என்பதை மருத்துவ ரீதியாக நிரூபித்த முதல் ஆதாரம், தடயம் இதுவே.

டெம்போரல் லோபில் சில இணைப்புகள் இருக்கின்றன. அவற்றை நாங்கள் தேர்ந்தெடுத்து செயலாக்கினோம். அந்த இணைப்புகளின் செயற்பாடுகள் இந்த நோயாளிகளிடம் உச்சத்துக்கு கொண்டுசெல்கின்றன. இந்தக் குறிப்பிட்ட நியூரான்களின் இணைப்புகள் மத நம்பிக்கைக்கும், ஆன்மீக நம்பிக்கைகளுக்கும் உகந்தவையாக இருக்கின்றன. இவை இவர்களை நம்பிக்கையாளர்களாக ஆக்குகின்றன என்கிறார் ராமச்சந்திரன்

இந்த டெம்போரல் லோப் வலிப்பு நோய் கொண்டவர்களது மனதில் நடப்பது நம் எல்லோருடைய மனதில் நடக்கும் விஷயங்களே. ஆனால் உச்சகதியில் இவர்களிடம் நடக்கின்றன என்று விஞ்ஞானிகள் நம்புகிறார்கள். இப்போது, டெம்போரல் லோப்களே நமது மத, ஆன்மீக நம்பிக்கைகளின் அனுபவங்களின் திறவுகோல் என்று தெரிகிறது. மத நம்பிக்கை எவ்வாறு மூளையை பாதிக்கிறது என்பதை ஆராயும் இந்த அதிர்ச்சியான ஆய்வுகள் அறிவியலின் புத்தம் புதிய துறையை உருவாக்கியுள்ளன. அதன் பெயர் நியூரோதியாலஜி. வடக்கு கனடாவில் டாக்டர் மைக்கேல் பெர்ஷிங்கர் (Laurentian University) என்ற ஒரு விஞ்ஞானி இந்த நியூரோ

தியாலஜி துறையை பரிசோதிக்க முனைகிறார். டெம்போரல் லோப்களை தூண்டுவதன் மூலம் செயற்கையாக ஆன்மீக உணர்வை எல்லா மனிதர்களுக்கும் அடைய வைக்க முடியும் என்று டாக்டர் மைக்கேல் பெர்ஷிங்கர் கூறுகிறார். டெம்போரல் லோப்களுக்கு நடுவே ஒரு மின்காந்த புலத்தை உருவாக்கும் ஒரு கருவியை டாக்டர் பெர்ஷிங்கர் ஹெல்மட் வடிவத்தில் வடிவமைத்தார். உண்மையான ஒரு மத வெளிப்பாடு அனுபவத்தை இந்த கருவி மூலம் உருவாக்க முடியும் என்று கூறுகிறார்.

டாக்டர் மைக்கல் பெர்ஷிங்கர் இந்த ஹெல்மெட் பலவீனமான காந்த புலத்தை, முக்கியமாக டெம்போரல் லோபில் உருவாக்கும்படி வடிவமைக்கப்பட்டிருக்கிறது. இதற்குள் இருக்கும் சோலனாய்ட்கள் இணைக்கப்பட்டிருக்கின்றன. ஆகவே ஒரு நேரத்தில் ஹெல்மட்டுக்குள் காந்த புலம் பாய்கிறது. அதே நேரத்தில் மூளைக்குள்ளும் பாய்கிறது. பரிசோதனை நடப்பதற்கு முன்னால், டாக்டர் பெர்ஷிங்கர் நபர்களை ஒரு அமைதியான அறைக்கு அழைத்துச்சென்று அவர்களது கண்களை மூடி கட்டிவிட்டார். அவர்களுக்கு எதற்கு பரிசோதனைக்கு அழைத்துச் செல்கிறார்கள் என்பது கூட தெரியாது.

டான் ஹில் என்ற நோயாளி, 'ஹெல்மட் வைத்ததும், பல வினோதமான அனுபவங்களைப் பெற்றேன். என்னுடைய கைகள் இறுக்கிக்கொண்டன. விவரிக்க முடியாத பய அலைகள் தோன்றின. கூச்செரியும் உணர்வுகள். அதிவேகத்தில் சக்தி மேலேயும் கீழேயும் என் முதுகுத்தண்டில் பாய்வதை உணர்ந்தேன். ஏப்பம் வந்தது. அது கொஞ்சம் வெட்கமாகவும் இருந்தது. பொதுவாக நோய்வாய்ப்பட்ட உணர்வு இருந்தது' என்று தன் அனுபவங்களைச் சொல்கிறார். டாக்டர் பெர்ஷிங்கர் காந்த புலத்தை மாற்ற மாற்ற, டானுக்கு வினோத மான உணர்வுகள் தோன்றின. தான் தனியாக இல்லை என்ற உணர்வு.

டான் ஹில், 'என் காதுகள் அளவுக்கு என்னுடைய தோள்கள் இறுக்கமடைந்தன.

நான் இருக்கும் அறையில் யாரும் இல்லை என்பது எனக்கு நன்றாகவே தெரிகிறது. ஆனாலும், இங்கே ஏதோ ஒன்று இருக்கிறது என்ற உணர்வை தவிர்க்க முடியவில்லை. அது ஒளிந்திருக்கிறது; என்னைக் கவனிக்கிறது; அதன் கவனிப்பில் நான் இருக்கிறேன் என்ற உணர்வு; என் பின்னால்

வந்துகொண்டிருக்கிறது என்ற உணர்வு; அது அங்கே இருக்கிறது. அதுமாதிரி உணர்ந்தேன்' என்றார்.

இந்த உணர்வை டாக்டர் பெர்ஷிங்கர் "இருப்பறியும் உணர்வு" என்று கூறுகிறார். அவர் மேலும், 'இதில் இன்னொரு வியக்தி அல்லது எண்ணம் இருக்கிறது. உங்களை விட பெரியது, காலத்திலும் வெளியிலும் பெரிய வியக்தி இருக்கிறது என்ற உணர்வை வலது மூளையில் இருக்கும் டெம்போரல் லோபை தூண்டினால், மிக எளிதில் அடைந்துவிடலாம் என்று எங்களது பரிசோதனை முடிவுகள் சொல்லுகின்றன' என்கிறார்.

இன்னொரு வியக்தியை உணர்வது இந்த காந்த புலத்தால் மட்டுமே வருகிறதா என்பதை அறிய, காந்தபுலத்தை உருவாக்கியும் உருவாக்காமலும் தன் சோதனைகளை நடத்தினார். முக்கியமாக, இந்த பரிசோதனையின் உண்மை நோக்கம் என்ன என்பதை யாரிடமும் சொல்லவில்லை. இது சும்மா மன ஓய்வுக்காக என்று மட்டுமே சொன்னார்கள். பரிசோதனை முடிவுகள் வந்தபோது ஆச்சரியமாக இருந்தது. ஹெல்மட்டில் காந்தப்புலம் இருந்தபோது, 80 சதவீதத்தினர் அருகே யாரோ இருப்பதாக உணர்ந்தனர். டாக்டர் பெர்ஷிங்கர் இந்த ஆய்வை இன்னும் மேலே எடுத்துச் சென்றார். இயற்கையாகவே காணப்படும் காந்தப்புலமும் இதே போல உணர்வை ஏற்படுத்தலாம் என்று நம்புகிறார். கடவுளை பற்றிய உணர்வை மட்டுமல்ல, இன்னும் சில அமானுஷ்ய அனுபவங்களையும் விளக்கலாம் என்று கருதுகிறார்.. உதாரணமாக ஆவிகள் தொடர்பான அனுபவங்கள். டாக்டர் பெர்ஷிங்கர் சுமார் 1000க்கும் மேற்பட்ட மனிதர்கள் மீது பரிசோதனை நடத்தி, மற்ற எவரையும் விட, மனிதமூளையில் இருக்கும் டெம்போரல் லோப்களுக்கும் ஆன்மீக அனுபவத்துக்கும் இடையேயான துல்லியமான தொடர்பை உறுதிப்படுத்தியிருக்கிறார். நியூரோ தியாலஜியின் மிக முன்னேறிய ஆய்வுகளாக இவரது ஆராய்ச்சிகள் உள்ளன.

மதத்தின் தோற்றம் நாம் நினைத்ததை விட மிகவும் சிக்கலானது என்பது சந்தேகத்துக்கு இடமில்லாதது. மதத்தை வெறுமே மதத் தலைவர்கள் உருவாக்கியது என்றோ, சமூகக் கட்டுப்பாடு மூலம் உருவானது என்றோ கூறுவது மிகவும் எளிமைப்படுத்தப்பட்ட விளக்கம் என்பதையே நியூரோ தியாலஜி வெளிப்படுத்துகிறது. ஏதோ காரணங்களால், கடவுளை நம்பும் சில அமைப்புகள் நமது மூளையில்

உருவாகியிருக்கின்றன என்பதையே இவை காட்டுகின்றன. குறிப்பிட்டுச் சொல்லவேண்டுமென்றால், கடவுள் இருக்கிறாரோ இல்லையோ, நமது மூளைகள் உருவான விதத்தில், நாம் கடவுளை தொடர்ந்து நம்பிக்கொண்டிருப்போம்.

பகுதி
III

1

சானா குரான்

இறைவனிடமிருந்து வஹியாக முகம்மதுவிற்கு வந்திறங்கிய வசனங்களே குரான் — இஸ்லாமியரின் தீவிர நம்பிக்கை இது. குரானில் மாற்றம் ஏதுமில்லை (10:64); கடவுளின் இந்த வார்த்தைகளை யாரும் மாற்ற முடியாது (6:34) — இவை குரானின் வசனங்கள். ஆனால் 6:558 ஹதீசில் புகாரி, 'முகம்மதுவிற்கு சில வசனங்கள் மறந்துவிட்டன' என்கிறார். சுனான் இப்ன் மஜாஹ் (3:1944)—ல் முகம்மதுவின் சில வசனங்களை ஆடு தின்று விட்டன என்கிறார். 10.64—லும், 6.34—லும் சொல்லியது உண்மையென்றால் எப்படி தெய்வீக வார்த்தைகள் ஆட்டினால் தின்னப்பட்டிருக்கும்; அல்லது அவை மாற்றப்படவோ, திருத்தப்படவோ, நீக்கப்படவோ செய்யப்பட்டிருக்கும்? அல்லாவின் வார்த்தைகளே இப்படி முன்னுக்குப் பின் முரணாகவா இருக்கும்?

இவைகள் எல்லாம் நம்பிக்கையற்றவர்களின் வழக்கமான கேள்விகள். ஆனால் இந்தக் கேள்விகளையெல்லாம் தாண்டி ஒரு பெரும் கண்டுபிடிப்பு நடந்துள்ளது.

1972—ம் ஆண்டில் ஏமன் நாட்டிலுள்ள சானா என்ற பெரிய மசூதி ஒன்றில் முதல் ஹிஜ்ரா காலத்திய பழைய குரான் ஒன்று கண்டுபிடிக்கப்பட்டுள்ளது. இக்குரான் இப்போது நம்பப்படும் குரானிலிருந்து மாறுபட்டுள்ளது. இந்த பழம் கையெழுத்துப் பிரதி இஸ்லாமியரால்தான்

கண்டுபிடிக்கப்பட்டது. கார்பன் ஆராய்ச்சியின் படி — carbon dating analysis — இவைகளின் உண்மைத் தன்மை நிரூபிக்கப்பட்டுள்ளது. இது 1425ஆம் ஆண்டுகளில் இஸ்லாமிய வரலாற்றின் தடுமாற்றத்திற்குரிய ஒரு கண்டுபிடிப்பாகும்.

சானாவில் உள்ள பெரிய மசூதி இஸ்லாமிய வரலாற்றில் மிகப் பழமையான மசூதியாகும். முகம்மது தன் வழிவந்த நம்பிக்கையாளர் மூலம் ஆறாம் ஹிஜ்ரா ஆண்டில் கட்டச் சொன்ன மசூதியாகும் இது. அதன் பின் பல இஸ்லாமிய அரசர்களால் பெரியதாக மாற்றப்பட்டன. 1972—ம் ஆண்டில் பெரும் மழை ஒன்றின் காரணமாக மசூதியின் மேற்குப் பக்கத்துச் சுவர் சரிந்த போது நடந்த ஒரு புனரமைப்பு சமயத்தில் தொழிலாளர்கள் தற்செயலாக ஒரு புதை குழி ஒன்றைக் கண்டுபிடித்தார்கள். மசூதிகளில் புதைகுழி இருப்பதில்லை. இந்தப் புதைகுழியும் எந்த மனித உடலோ வேறு எதுவுமோ புதைக்கப்பட்ட இடமாக இல்லாமலிருந்தது. ஆனால் வெறும் குப்பைக் காகிதங்கள் போல் மழையிலும் காலத்தாலும் நமத்துப் போயிருந்த அராபிய மொழியில் எழுதப்பட்ட பழைய சுவடிகளும், தாட்களும் குவிந்து கிடந்தன. இவைகளின் மதிப்பை அறியாத தொழிலாளர்கள் இக்காகிதங்களை அள்ளி 20 சாக்குப் பைகளில் திணித்து, அவைகளை மசூதியின் ஒரு மினாரத்தின் அடியில் வைத்துப் பூட்டி விட்டார்கள்.

ஒரு புதைபொருள் விற்பன்னரிடம் இச்செய்தி போனதால் அதன் முக்கியத்துவம் வெளி வந்துள்ளது. Qadhi Ismail al-Akwa — இவர் ஏமனின் பழம்பொருள் விற்பன்னர்களின் தலைவராக — President of Yemeni Antiquities Authority — இருந்தவர். இவர் பார்வைக்கு இந்தக் காகிதங்கள் கிடைத்ததும் அதன் முக்கியத்துவத்தைக் கருதி அவைகளைப் பாதுகாக்கவும், அதனை ஆராயவும் முயன்றார். அவரது முயற்சியினால் 1977—ம் ஆண்டு ஒரு ஜெர்மானிய இஸ்லாமிய அறிஞர் ஒருவரின் துணையை நாடினார். அந்த அறிஞரும் இந்தச் சுவடிகளைக் காக்க தன் நாட்டு அரசின் உதவியை நாடினார்.

ஆய்வில் ஆயிரக்கணக்கான குரானின் வாசகங்கள் அந்தப் பதிவுகளில் இருப்பது தெரிந்தது. இஸ்லாமிய வரலாற்றில் மிகவும் பழுதடைந்த பிரதிகள் அந்தப் புதை குழியில் இருந்து எடுக்கப்பட்டிருப்பது தெரிந்தது. குரானின் வாசகங்களின் குறிப்புகள் காணக் கிடைத்தன. குரானின் வரலாற்றில் பழைய சிதிலமான பிரதிகள் புழக்கத்திலிருந்து எடுக்கப்பட்டு விட வேண்டும் என்பதை வழக்காக வைத்திருந்தார்கள். இதனால்

புதிப்பிக்கப்பட்ட நல்ல பிரதிகள் மட்டுமே பயனில் இருக்கும். அது போலவே எதிரிகளின் தாக்குதல்களிலிருந்து காப்பாற்ற அவைகளைப் பத்திரமான இடங்களில் வைப்பதும் நடந்து வந்துள்ளது. சானாவின் புதைகுழிப் பிரதிகள் அதுபோல் காக்கப்பட்ட பிரதிகளாகவே இருக்க வேண்டும். ஏனெனில் இந்த மசூதி முதலாம் ஹிஜ்ராவிலிருந்து ஒரு குரானைக் கற்பிக்கும் இடமாக இருந்து வந்துள்ளது.

கண்டெடுக்கப்பட்ட இந்த பிரதிகளை ஒழுங்குபடுத்தவும் அவ்வேலைகளை மேற்பார்வை பார்க்கவும் ஜெர்ட் புயின்— Gerd R. Puin — என்ற சார்லேண்ட் பல்கலையின் பேராசிரியர், அராபிய எழுத்தியல் விற்பன்னர், பழைய அராபிய தொல்லியல் மொழி ஆசிரியர் — இந்த பிரதிகள் மேல் தொடர்ந்து பத்து ஆண்டுகள் ஆராய்ச்சி நடத்தினார். 1985—ல் இன்னொரு பேராசிரியர் — H.C.Graf V. Bothmer — புயினோடு இணைந்து செயல்பட ஆரம்பித்தார். கார்பன் 14 ஆராய்ச்சியில் இந்தப் பிரதிகள் கி.பி. 645 —690 காலத்தியவை என்பது உறுதியாகியது. அப்படியாயின் இந்தப் பிரதிகள் எழுதப்பட்ட தோலின் வயதே இது. ஆகவே அதில் எழுதப்பட்டது இந்த ஆண்டு காலத்திற்குச் சிறிதே பிந்தியதாக இருக்க வேண்டும். எழுத்துகளின் அமைப்பை வைத்துப் பார்க்கும் போது அவை கி.பி. 710 —715 என்ற காலத்தியதாக இருக்க வேண்டும். சில பிரதிகள் இஸ்லாமின் முதலிரு நூற்றாண்டு காலத்திற்குரியதாகவும், காலத்தால் முந்திய குரானாகவும் இவை இருக்க வேண்டும். 1984—ம் ஆண்டு ஏமன் அரசும், ஜெர்மானிய அரசும் இணைந்து ‘கையெழுத்துப் பிரதிகளின் இணையகம்’ (House of Manuscripts - Dar al Makhtutat) என்ற ஒன்றினை இந்த பெரிய மசூதிக்கருகில் ஏற்படுத்தினார்கள். மீண்டும் அந்தப் பிரதிகளுக்கு ‘உயிர்’ கொடுக்கும் வேலையில் முனைந்தார்கள். 1983 —1996 ஆண்டுகளில் மொத்தமிருக்கும் 40,000 ஆயிரம் பிரதிகளில் ஏறத்தாழ 15,000 பிரதிகளைப் புதுப்பித்து விட்டார்கள். இதில் பன்னியிரண்டாயிரம் பிரதிகள் ஏழாம், எட்டாம் நூற்றாண்டில் தோலில் எழுதப்பட்ட கையெழுத்துப் பிரதிகளாகும். இதுவரை மூன்று குரானின் பழைய பிரதிகள் உண்டு. அவற்றில் மிகவும் பழைய பிரதி — ஏழாம் நூற்றாண்டிற்குரியதும், மிகவும் பழைய பிரதியாகவும் நினைக்கப்பட்ட குரான் லண்டனில் உள்ள பிரிட்டிஷ் நூலகத்தில் உள்ளது. ஆனால் சானாவின் குரான் இதைவிடவும் காலத்தால் முந்தியது. இது மட்டுமின்றி முகமது வாழ்ந்த இடமான அரேபியாவின் ஹிஜாஸ் என்ற இடத்திற்குரிய எழுத்துகளில் அது எழுதப்பட்டுள்ளது.

அதனால் அது மிக முந்திய பதிவு என்பதோடு மட்டுமின்றி முதலில் எழுதப்பட்டதாகவும் இருக்க வேண்டும். ஹிஜாஸி அராபிய எழுத்துகளில் எழுதப்பட்ட முதல் நூல்களாக இருக்க வேண்டும். இவை முதல் குரான் என்பதோடு மட்டுமின்றி இவை ஒன்றின் மேல் மற்றொன்றாக எழுதப்பட்டவை என்றும் கண்டறியப்பட்டது. (palimpsests - manuscripts on which the original writing has been effected for re-use).

இப்படத்தில் தெரிவதைக் காண்க.

எழுத்துக்களின் அழகும் நேர்த்தியும் புயின், அவரது நண்பர்

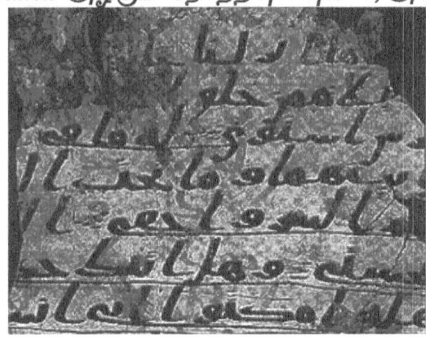

போத்மெர் இருவரையும் மிகவும் கவர்ந்தன. அதைவிடவும் அவர்களை ஆச்சரியப்பட வைக்க வேறொரு உண்மை காத்திருந்தது. இந்த குரான் பிரதிகளை இப்போதுள்ள குரானோடு ஒப்பிட்டு பார்க்கும் போது அவர்களை ஓருண்மை உலுக்கியது. இந்த இரு பிரதிகளும் மிகவும் பெரிய வேறுபாடுகளோடு இருந்தன. வசனங்களின் எண்ணிக்கையில் வேற்றுமை; வார்த்தைகளில் சின்ன ஆனால் மிக முக்கியமான மாற்றங்கள்; வேறுபட்ட எழுத்துக் கூட்டல்கள்; வித்தியாசமான கலை — (There are unconventional verse ordering, small but significant textual variations, different orthography (spelling) and different artistic embellishment (decoration) குரானின் வசனங்கள் கடவுளிடமிருந்து வந்த நேரிடையான, முழுமையான, எந்தவித மாற்றமுமில்லாத வசனங்கள் என்ற இஸ்லாமியரின் ஆழ்ந்த நம்பிக்கைகளை இந்த மாற்றங்கள் முறியடித்தன. குரான் திரித்து, மாறுபட்டு, திருப்பி மாற்றி எழுதப்பட்டு, மாற்றங்களோடு திருத்தப்பட்டு கிடைக்கப்பட்ட ஒன்று; மனிதக் கரங்களால் மாற்றப்பட்ட வசனங்களோடு அவை உள்ளன.

குரானின் புனிதத் தன்மை, ஆயிரத்து நானூறு

ஆண்டுகளுக்கும் மேலாக இஸ்லாமியரின் ஆழமான நம்பிக்கை இந்த ஆச்சரியமான கண்டுபிடிப்பால் ஆட்டங்கண்டு விட்டது. கோடிக்கணக்கான இஸ்லாமியர்களுக்கு, குரான் காலத்தைத் தாண்டியது; கடவுளின் வார்த்தைகள் அப்படியே கொடுக்கப்பட்டவை என்ற நம்பிக்கைகள் என்பதெல்லாம் ஒரு ஏமாற்றும் கட்டுக் கதையாகிப் போனது. அது மட்டுமின்றி குரானில் உள்ளவை கடவுளின் வார்த்தைகள்; அவைகளை மனிதன் மாற்ற முடியாது என்ற அறைகூவலும் பொய்யாகிப் போனது. மாற்றங்கள் குரானில் நடந்துள்ளன என்பதற்கான ஆதாரம் கிடைக்கப்பெற்றுள்ளது. குரானைப் பற்றி கில்லாவ்மி (Guillaume) என்பவர் "குரான் மற்ற நூல்களுக்கு அடியில் வைக்கப்படக்கூடாது; எல்லா நூல்களுக்கும் மேல்தான் வைக்கப்பட வேண்டும்; குரான் வாசிக்கப்படும் போது யாரும் குடிக்கவோ புகைக்கவோ கூடாது; குரானை வாசிக்கும்போது முழு அமைதி வேண்டும்; எல்லா வியாதிகளையும் தீர்க்கும் வல்லமை கொண்டது குரான்" என்றெல்லாம் சொன்னது வலுவிழந்தது. இஸ்லாமியர் குரானை 'எல்லா நூல்களுக்கும் அன்னையாக'க் கருதுவதுண்டு. வேறு எந்த நூலும், வெளிப்பாடுகளைக் கொணரும் எந்த புத்தகமும் அதற்கு இணையானதல்ல; இந்த நம்பிக்கைகள் எல்லாமே தவிடு பொடியாகின. குரான் கடவுளின் வார்த்தைகள் என்ற இஸ்லாமியரின் 14 நூற்றாண்டுப் போராட்டங்களை இந்தக் கண்டுபிடிப்புகள் ஒன்றுமில்லாதவைகளாக ஆக்கிவிட்டன.

இந்தப் பழைய பிரதிகளில் வரிகள் ஒன்றுக்கு மேல் ஒன்றாக (palimpsests) எழுதப்பட்டுள்ளன. பழைய எழுத்துக்களும் அந்தப் பிரதிகளில் காணக்கிடக்கின்றன. அல்ட்ரா வய்லட் போட்டோகிராபி மூலம் பழைய எழுத்துக்களையும் இப்போது காண முடியும்.

இந்த முறையில் சானா பிரதிகளில் மாறுபாடுகள் இருப்பது மட்டுமின்றி, இந்தப் பிரதிகள் எழுதும் முன்பே வேறு பிரதிகள் மாற்றப்பட்டும் திருத்தப்பட்டும் எழுதப்பட்டுள்ளன என்பதும் புலனாகிறது. அல்லா சொன்னது போல் (56.77—78; 85.21—22) சுவனத்தில் தங்க எழுத்துக்களில் குரானின் முதல் பிரதி இருக்கிறது; வானதூதர்களைத் தவிர வேறு யாரும் அதைத் தொடக்கூட முடியாது என்ற அல்லாவின் வார்த்தைகள் சிறுபிள்ளைக் கதை போலாகின்றது.

தொடர்ந்த ஆய்வின் பின் புயின், குரான் கடவுள் கொடுத்து அப்படியே இங்கு எழுதப்பட்டது இல்லை; குரானும் மற்ற நூல்கள் போலவே அடித்து திருத்தி

எழுதப்பட்ட ஒரு நூல் என்பது புலனாகிறது என்கிறார். அவரின் கூற்று: "குரானின் முதல், கடைசி அட்டைகளுக்கு நடுவில் உள்ளவை எல்லாமே கடவுளின் மாற்றப்படாத வார்த்தைகள் என்பது பல இஸ்லாமியரின் ஆழ்ந்த நம்பிக்கை. பைபிளின் வார்த்தைகளுக்கு பிறந்த, வளர்ந்த, வரலாறு உண்டு என்பார்கள்; அவை வானத்திலிருந்து மனிதர்களிடம் குதித்து வந்ததில்லை என்பார்கள். ஆனால் குரானுக்கு அத்தகைய வரலாறு ஏதுமில்லை என்பார்கள். இந்த வாதத்தை முறியடிக்க, குரான் எழுத்துக்களுக்கும் அதேபோன்ற ஒரு வரலாறு உண்டென்று காண்பிக்க சானா குரானின் பிரதித் துண்டுகள் போதும்".

புயின் மேலும் தொடர்கிறார்: " குரானின் வார்த்தைகள் மட்டுமல்ல; முகம்மதுவின் காலத்திற்கு முன்பே எழுதப்பட்ட சமயக் கருத்துக்கள் மீண்டும் தொடர்ந்து எழுதப்பட்டன".

ஏமன் அதிகாரிகள் புயின், போத்மெர் இருவரும் நடத்திய ஆய்வின் போது இந்த ஆய்வினைப் பற்றி அதிகம் வெளியில் தெரியாதவண்ணம் இருக்கச் சொல்லியுள்ளனர். ஏனெனில் குரானின் வரலாறு பற்றி ஆயிரம் வருஷங்களாகச் சொல்லி வருவதை மாற்றக் கூடாதே. அதுபோல் ஆய்வாளர்களும் அமைதி காத்தனர். ஏனெனில் அதுவே அவர்கள் தொடர்ந்து தங்கள் ஆய்வை மேற்கொள்ள வழி வகுக்கும். புயினின் ஆய்வில் கிடைத்த மற்றொரு தகவலின் படி இஸ்லாமியம் ஆரம்பிப்பதற்கு முன்பே குரானில் வெளித் தலையீடுகள் உண்டு. அரேபியர் இல்லாத இரு ஜாதியினர் - As-Sahab-ar-Rass (Companions of the Well) and the As- Sahab-al-Aiqa (Companions of the Thorny Bushes) — என்பவர்கள் பற்றிய செய்திகள் உண்டு. குரானும் செவ்விய அரேபிய மொழியில் எழுதப்படவில்லை. குரான் என்பதற்கு இன்று இஸ்லாமியர் சொல்லும் "recitation" என்பது பொருளல்ல. குரான் என்பதே அராமிக் மொழியிலுள்ள "Qariyun" என்ற சொல்லிலிருந்து வந்துள்ளது. : 'தொழுகை நேரத்தில் வாசிக்கப்படும் தெய்வீகத் தொகுப்புகள்' என்றே இதற்குப் பொருள். குரானில் பைபிளின் கதைகளின் சுருக்கங்கள் இருப்பதால் இவை தொழுகையில் வாசிக்கப்படும் தொகுதிகளாகும்.

1997—ல் போத்மெர் இப்பிரதிகளை 35,000 நிழல் படங்களில் பதிந்து ஜெர்மனிக்குக் கொண்டு வந்துள்ளார். அவர்கள் விரும்பினால் தங்கள் ஆய்வுகளை அவர்கள் இப்போது வெளியிட முடியும். (எது அவர்களைத் தடுக்கிறது??!! ஒருவேளை சல்மான் ருஸ்டி கதை நினைவுக்கு வருகிறதோ??)

புயின் குரானைப் பற்றிக் கூறியது: "குரானில் கூறப்பட்டவை முகமதுவின் காலத்திலேயே முழுவதுமாகப் புரிந்து கொள்ளப் படவில்லை. இஸ்லாம் ஆரம்பிப்பதற்கு நூறு ஆண்டுகளுக்கு முந்திய செய்திகள் அதில் உண்டு. குரான் தன்னைப் பற்றி 'mubeen', அல்லது clear என்று சொல்லிக் கொள்ளும். ஆனால் ஒவ்வொரு ஐந்தாவது சொற்றொடரும் முழுப்பொருளும் தராது. ஐந்தில் மீதியுள்ள நான்கு பாகமும் முழுவதுமாகப் புரிந்து கொள்ள முடியாதது. அராபியிலேயே புரிந்து கொள்ள முடியாது போனால் மொழியாக்கம் செய்யப்பட்ட மற்றமொழிகளில் எப்படிப் புரிந்து கொள்வது? "குரான் தன்னை 'எளிது' என்று சொல்லிக் கொண்டாலும் புரிவது கடினமாகவுள்ளது."

புயினின் ஆய்வைப் பற்றியறிந்த சமயப் பேராசிரியர் ஆண்ட்ரூ ரிப்பின் — Andrew Rippin — குரானைப் பற்றி ஆச்சரியத்தோடு கூறியது: "சானா குரானின் தாக்கத்தின் வேகம் இன்னும் உணரப்படவில்லை. மாறுபட்ட வசனங்களும், வரிசை முறைகளும் மிக முக்கியமானவை மட்டுமல்ல எல்லோராலும் ஒத்துக்கொள்ளபட வேண்டியவை. குரானின் காலத்து வரலாறு ஒரு திறந்த கேள்விக்குறி".

ரிப்பின் சொன்னவை மிக முக்கியமானவை. இஸ்லாமிய காலிஃபுகளின் காலத்தில் இஸ்லாம் ஓர் அரசியல் முக்கியத்துவத்தோடு இருந்தது. சமய முக்கியத்துவம் இல்லை. அதனால் அவர்களை இணைப்பதற்கு இஸ்லாம் என்பது தேவையாக இருந்தது. குரான் ஒரு 'status symbol' போலிருந்தது. அப்படி ஒரு நிலையில்லாவிட்டால் இஸ்லாம் முகம்மதுவின் காலத்திலேயே மடிந்திருக்கும்.

குரான் மனிதர்களால் உருவாக்கப்பட்டது. அதனை மகிமைப்படுத்த அதனோடு ஒரு தெய்வீகம் ஒட்டப்பட்டது — ஒரு சமூகத்தை ஒன்றிணைக்க. இப்போதுள்ள இஸ்லாமியரை விட பழைய காலத்து இஸ்லாமியர்கள் அடிப்படைவாதிகளாக இல்லாமல் இருந்துள்ளார்கள். பல வசனங்கள் அவர்களால் கேள்விக்குட்படுத்தப்பட்டது. சான்றாக, அலியைப் பின்பற்றிய பல Kharijites ஜோசப்பைப் பற்றிய சுராக்கள் மிகவும் மட்டமானவையென்றும் அவை குரானில் இருக்கத் தகுதியற்றவை என்றனர். ரிப்பினைப் போலவே வராக் — Warraq — அந்தக் காலத்து இஸ்லாமிய அறிஞர்கள் தங்கள் மனத்தளவில் மிகவும் மென்மையாக இருந்தார்கள்.

இன்னொரு சான்று குரானின் தன்மையை நன்கு

வெளிக்கொண்டுவரும். பல வசனங்கள் 691—ல் கட்டப்பட்ட ஜெருசலேம் Dome of Rock of Jerusalem மேல் பொறிக்கப் பட்டுள்ளன. அவை இன்றுள்ள வசனங்களிலிருந்து வெகுவாக மாறுபட்டிருக்கின்றன.

ரோடின்சன் இந்து, கிறித்துவர்களோடு இஸ்லாமியரைப் பொருத்திப் பார்க்கிறார். முந்திய இருவரும் தங்கள் வேத நூல்களை வரலாறு, அறிவியல் இவைகளோடு கோர்த்துப் பார்ப்பதில் ஆவலோடு இருப்பார்கள். அம்மதங்களோடு தொடர்புள்ள பழைய பிரதிகள் கிடைத்தால் அந்த இரு மதத்தவரும் அவைகளை அறிய மிக ஆர்வத்தோடு இருப்பார்கள். ஆனால் இஸ்லாமியருக்கு அந்த ஆர்வம் சுத்தமாக இராது. அவர்கள் அது போன்ற நிகழ்வுகளை எதிர்ப்பார்கள். இந்த வேற்றுமை மிக எளிதாகத் தெரியும். (அன்னை தெரசா தன் கடவுள் மறுப்புக் கொள்கைகளை எரித்துப் போடச் சொன்ன பிறகும் கூட கிறித்துவர் அதை வெளியிட்டது இதற்கான ஒரு சான்று. கிறித்துவர்கள் வெளிப்படையாக இவ்வாறு இருந்தது எனக்கு இன்னும் ஆச்சரியமே!) இந்து, கிறித்துவ நம்பிக்கைகள் தொல்பொருள், வரலாற்று சான்றுகளைத் தேடிப்போவதுண்டு. ஆனால் இஸ்லாமில் அது சுத்தமாகக் கிடையாது. மெக்கா, மதீனா போன்ற இடங்களில் எந்தவித தொல்பொருள் தேடலும் நடப்பதே கிடையாது. அப்படி ஒன்று எப்போவேனும் நடக்கும் என்பதற்கான சான்றுகள் எதுவும் நிச்சயம் இல்லை.

2

செவன்த் டே அட்வெண்டிஸ்ட் பிறந்த கதை

புது மதங்களோ, புது மதக்கிளைகளோ தோன்றுவது எப்படியென்பதற்கு கீழே தரப்படும் நான்கு கட்டுரைகள் உதாரணங்களாக உள்ளன. எப்படி சில மனிதர்களின் போலி நம்பிக்கைகள். போலிச் சான்றுகள், சாட்சிகள் பலரால் நம்பப் பட்டு புதிய சமய வழிகள் பிறக்கின்றன என்பதை இவை நிரூபிக்கின்றன.

advent = Arrival that has been awaited

கிறித்துவின் இரண்டாம் வருகை கிறித்துவர்களால் எதிர்பார்க்கப்படும் ஒரு நம்பிக்கை சார்ந்த நிகழ்வு. இப்பிரிவினர் ‘ஏசு இதோ வருகிறார்’ என்ற நம்பிக்கையோடும், எதிர்பார்ப்போடும் இருப்பவர்கள்.

அமெரிக்காவில் 1798—1820 ஆண்டுகளில் பல சமய மாற்றங்கள் நடந்தன. பல சிறுபான்மை சமய குழுக்கள் பிறந்தன. இவைகளில் பல குழுக்களின் கருத்துக்கள் பின்னாளில் ஏழாம் நாள் அட்வென்ட்டினரால் ஏற்றுக் கொள்ளப்பட்டன.

விவிலியத்தில் ‘தீர்க்கதரிசனம்’ என்ற பகுதியில் உள்ள தானியேல் என்ற பகுதியில் சொல்லப்பட்ட சில தீர்க்க தரிசனங்கள் இம்மதக் குழுவின் பிறப்பிற்குக் காரணமாக

உள்ளது. அப்புத்தகத்தில் 8:14ல் உள்ள கூற்றுப்படி சிலர் உலகத்தின் முடிவு இன்னும் 2300 நாட்களுக்குப் பின் வரும் என்ற நம்பிக்கையோடு இருந்தனர். வில்லியம் மில்லர் என்பவர் உலகத்தின் இந்த முடிவு மார்ச் 1843 — மார்ச் 1844 என்ற காலகட்டத்தில் நடக்கும் என்று கணக்கிட்டார். இவரைப் பின்பற்றியோர் மில்லரைற் என்றழைக்கப்பட்டனர். இவரது கூற்றை நம்பி பலரும் மெத்தாடிஸ்ட் சபை, பிரிஸ்பைடீரியன் சபை, லூத்ரன் சபை, வெஸ்லியன் சபை, பாப்டிஸ்ட் சபை (Lutheran, Wesleyan/Arminian, and Anabaptist, Baptist, Methodist போன்ற கிறித்துவப் பிரிவினைச் சபைகளிலிருந்து இவரின் வழி வந்தார்கள்.

மில்லரின் குழுவில் சிலர் 1844—ல் அக்டோபர் 22ம் தேதி உலகத்தின் இறுதி நாளென்று நம்பியிருந்தனர். அன்றிரவு முழுவதும் விழித்திருந்து காத்திருந்தனர். உலகம் முடிவுக்கு வரவில்லை. அவர்கள் ஏமாந்த அந்த இரவு 'Great Disappointment' என்றழைக்கப்படுகிறது.

ஏமாந்த இந்த இரவிற்குப் பிறகு மில்லரின் குழுவினர் கிறித்து மீண்டும் வருவார் என்ற நம்பிக்கையை இழந்து நின்றனர். சிலர் தவறாக இந்த நாள் கணக்கிடப்பட்டது என்று நினைத்தனர். வேறு சிலர் நாள் சரியாகவே கணக்கிடப்பட்டது; ஆனால் எதிர்பார்த்த நிகழ்வு மட்டும் தவறு என்று நினைத்தனர். இந்த இரண்டாம் குழுவினர் இணைந்து ஏழாம் நாள் அட்வென்ட்டிஸ்ட் என்ற குழுவினர்களானார்கள். இவர்களில் சிலர் — Hiram Edson , O.R.L. Crosier and Franklin B. Hahn — என்பவர்கள். அவர்களது குழுவினர் ஏற்கெனவே எதிர்பார்த்த 2300ம் நாள் என்பது மோட்சத்தில் இருக்கும் ஓரிடத்தை தூய்மைப்படுத்தும் நாள் என்றனர்.

Rachel Oakes Preston என்பவர் Sabbath — ஓய்வு நாள் — என்பதை மில்லரைற் குழுவினருக்கு அறிமுகப்படுத்தினார். 1860ம் ஆண்டு இறுதியாக இக்குழுவினர் தங்களை ஏழாம் நாள் அட்வென்டிஸ்ட் என்று அழைத்துக் கொண்டனர். இவர்களுள் James White, and Joseph Bates என்ற இருவரும் முக்கியமானவர்கள். James White—ன் மனைவி Ellen G. White (1827-1915) எப்பதவியிலும் இல்லாவிட்டாலும் தன் முழு ஆளுமையை இக்குழுவின் மேல் கொண்டிருந்தார்.

1870 ஆண்டிலிருந்து வெகு வேகமாக இக்குழு வளர ஆரம்பித்தது. 1880ல் 16,000 என்றிருந்தவர்களின் எண்ணிக்கை வேகமாக வளர்ந்து 1901ல் 75,000 ஆயிற்று. இரு கல்லூரிகள்,

ஒரு மருத்துவக் கல்லூரி, பல பள்ளிக்கூடங்கள், 27 மருத்துவ சாலைகள் என்றும் வளர்ந்தன. 1945ல் அமெரிக்காவிலும், கனடாவிலும் மட்டும் 2,26,000; வெளி நாடுகளில் 3,80,000 என்று பெருகினர். 1960ல் உலகம் முழுவதிலும் 12,45,125, 2000ல் 1,16,87,229 என்று வளர்ந்துள்ளார்கள்; 2008ல் 1,59,921,408 என்ற எண்ணிக்கையில் இருந்தவர்களின் ஓராண்டின் பட்ஜெட் $ 457,89,067,340; அவர்களது கல்விச்சாலைகளில் பயிலுவோரின் எண்ணிக்கை: 15,38,607.

ஏழாம் நாள் அட்வென்டிஸ்ட் சபை பைபிளை முழுமையாக சொல்லுக்கு சொல் நம்புகிறது. அவர்களது ரட்சிப்பு ஏசுவின் மேலுள்ள நம்பிக்கையை மட்டுமே பொறுத்திருக்கிறது. இவர்களுடைய அடிப்படை நம்பிக்கைக் கோட்பாடுகளின் எண்ணிக்கை 28. விவிலிய வார்த்தைகளுக்குப் புதுப் பொருள் கொடுப்பதோ, புதிய அர்த்தங்கள் கண்டுபிடிப்பதோ முற்றிலும் இவர்களுக்கு எதிரானது.

எலன் ஒய்ட்டின் பங்களிப்பு:

எலன் ஒய்ட்டிற்கு தீர்க்க தரிசனம் கொடுக்கக்கூடிய திறமை கொடுக்கப்பட்டிருக்கிறது என்பது இக்குழுவினரின் நம்பிக்கை. தனது 12வது வயதில் இவர் தன் குடும்பத்தோடு மில்லிரைற் குழுவினில் இணைந்தார். தன் பாவங்களுக்காக மிகவும் மனம் நொந்தார். (அந்தக் 'குழந்தை' தன் பன்னிரண்டாவது வயதில் இப்படி நொந்து கொள்ளும் அளவிற்கு அப்படியென்ன பாவம் புரிந்து விட்டதோ?) இரவும் பகலும் அழுது பல மாதங்கள் பிரார்த்தித்தாராம். 1842ல் ஞானஸ்நானம் பெற்றார். 1845ல் தன் எதிர்காலக் கணவரைச் சந்தித்தார். இவர் எலன் கடவுளைக் காணுவதாகச் சொன்னதை முழுவதுமாக நம்பினார். 1846ல் இவர்கள் மணந்து கொண்டார்கள்.

எலன் ஒயிட் தனது வாழ்நாளில் மிக அதிகமான நூல்கள் எழுதினார். 5000 கட்டுரைகள், 40 நூல்கள், 2000 முறை தான் 'கடவுளைப் பார்த்த' அனுபவங்கள் பற்றி எழுதியுள்ளார். Steps to Christ என்ற அவரது நூல் இதுவரை 140 மொழிகளில் பதிப்பிக்கப்பட்டுள்ளது.

எலன் 1844 முதல் 1863 வரை 100 முதல் 200 வரை பல இடங்களில், பொது இடங்களில், கூட்டம் நடக்கும் இடங்களில் கடவுளைத் தரிசித்ததாகக் கூறியுள்ளார். அவரது வீட்டில் நடக்கும் தரிசனங்கள் எல்லாம் இரவில் நடந்ததாகக் கூறியுள்ளார். (எங்கெங்கு வசதியோ அங்கங்கு தரிசனங்களை

(கடவுளை வரச் சொல்லி விடுவார் போலும்!)

தரிசனங்களின் வரலாறு:

தனது ஒன்பது வயதில் உடன் பயிலுபவர் எறிந்த ஒரு கல் எலனின் மூக்கை உடைத்து,

அதன் விளைவாக மூன்று வாரங்களுக்கு கோமா நிலைக்குப் போய் விட்டார். நரம்பியல் நிபுணர்கள் இதனால் எலனிற்கு வலிப்பு, பிரம்மை போன்றவை நிகழக்கூடும் என்றனர். இவைகளை அவர் கடவுளின் தரிசனம் என்று நம்பிக்கொண்டார். எலனின் மறைவிற்குப் பின் அவரை 1981—ல் ஆராய்ந்த மருத்துவர் Delbert H. Hodder இவருக்கு symptoms of temporal lobe epilepsy இருந்தது என்றார். Molleurus Couperus என்ற தோலியல் நிபுணர் 1984—ல் இதனை உறுதிப்படுத்தினார்.

வலிப்புகளுக்குப் பிறகு ஏற்படும் பல வித நோய்க்கூறுபாடுகள் இவரிடம் தோன்றியதாகச் சொல்லப்படுகிறது. எலினைப் பின்பற்றுவோர்கள், 'அவர் தனக்குக் கிடைத்த தரிசனத்திற்குப் பின் அது இரவோ பகலோ எப்படியிருப்பினும் எலினுக்கு அது ஒரு இருண்ட இடமாகவே முதலில் தோன்றும். அதன் பின் நீண்டு இழுத்து ஒரு பெருமூச்சு விடுவார். உதடுகள் இ..ரு..ட்....டு என்று முணுமுணுக்கும். அதன் பின் அவரது உடல் வலுவிழந்து போயிருக்கும்' என்று சொல்வார்கள்.

1846—ம் ஆண்டு எலனுக்கு ஒரு 'காட்சி' கிடைத்தது. அப்போது Mrs. Truesdail என்பவர் உடனிருந்திருக்கிறார். அவர் இக்காட்சியை விளக்குகிறார். "ஓயிட் உடல் நலமில்லாமல் இருந்த ஒரு நாள்... கடவுளின் பிரசன்னம் அவரிடம் இறங்கியது. அப்போது ஓயிட்டுக்கு இந்த உலகின் தொடர்பு ஏதுமில்லை. ஓயிட் பிரபஞ்சத்தை தன் காட்சியில் காணுவது இதுவே முதன் முறை. ஜூபிடரின் நிலவுகளை எண்ணுகிறார்; அதன் பின் சனிக் கிரகத்தின் நிலவுகளை எண்ணுகிறார். இவைகளைப் பற்றிய அழகிய வர்ணனைகளைக் கொடுத்தார். அதன்பின் அங்கு வாழ்பவர்களைப் பற்றிக் கூறுகிறார். அவர்கள் மனிதர்கள் போலின்றி, மிகவும் உயரமாகவும் கம்பீரத்துடன் இருந்ததாகவும், பாவங்கள் அவர்களைத் தொட்டதில்லையென்றும்' கூறினார்.

இவைகளெல்லாம் உண்மைகளாக இருக்க முடியுமா?

1846ம் ஆண்டில் இதற்கான விளக்கங்கள் ஏதுமில்லாமல் இருக்கலாம். ஆனால் இன்று உண்மை தெரியும். இந்த இரு கிரகங்களும் மனித வாழ்க்கைக்குக் கொஞ்சமும் ஒத்து வராதவை.

1. இந்த இரு கிரகங்களும் நம் உலகத்தைப் போல் கடினப் பரப்பு இல்லாதவை. அங்கு ஹைட்ரஜன் திரவ வடிவில் பல மைல் ஆழத்திற்கு இருக்கிறது.

2. இங்கு அழுத்தம் பல மடங்கு உலகத்தை விட அதிகம்.

3. பல ஆய்வுகள் நடத்தியும் இங்கு எந்த உயிரினமும் இருப்பதற்கான அறிகுறிகளே கிடையாது.

இன்னொரு காட்சி விளக்கம் ஒன்றையும் காணலாம்:

ஒயிட்டிற்கு ஓரியன் என்ற நட்சத்திரக் கூட்டத்தைப் பற்றிய ஒரு காட்சி கிடைத்துள்ளது. இந்த நட்சத்திரக் கூட்டத்தின் நடுவில் 7 நட்சத்திரங்கள் உண்டு. அதில் மூன்று நட்சத்திரங்கள் ஒன்றோடு ஒன்று ஒட்டி உள்ளன. 1845—ல் ஒரு அட்வென்டிஸ்டான Joseph Bates என்பவர் இந்த அமைப்பினை விளக்கியுள்ளார். அவர் இந்த நெருங்கி நிற்கும் இந்த மூன்று நட்சத்திரங்களின் நடுவே விவிலியத்தில் சொல்லியுள்ள ஒரு வாசல் — STARGATE — இருக்கிறது என்றார்.

இவரோடு தொடர்பு ஏற்பட்ட பின் ஒயிட் சூரியக் குடும்பத்தைப் பற்றிய வேடிக்கையான தன் காட்சிகளைப் பற்றிக் கூறியுள்ளார்.

'இந்த நட்சத்திரக் கூட்டத்தில் உள்ள STARGATE மோட்சத்தோடு தொடர்புடைய கதவு என்றார். பின் 1848—ம் ஆண்டு மேலும் ஒன்றைச் சொல்லி STARGATE பற்றிய மேலதிக விவரங்கள் கொடுத்துள்ளார். "இருளடர்ந்த கருமையான மேகங்கள் எழுந்து ஒன்றோடு ஒன்று மோதின; வெளி மண்டலம் சுருண்டு வழி விட்டது. அப்போது ஓரியனின் ஊடே உள்ள இடைவெளி நன்கு தெரிந்தது. அப்போது கடவுளின் ஒலி கேட்டது. மோட்சம் இந்த இடைவெளி வழியே இறங்கி வந்தது.

இக்காட்சியின் பின்னணி:

பழைய எகிப்திய புறச் சமயங்களில் ஓரியனைப் பற்றிய

கதைகள் பலவுண்டு. ஓரியனில் ஒரு 'கதவு' ஒன்று உண்டு; அதன் வழியே பெரும் ஒளி வரும் என்பதெல்லாம் அதிலுள்ளவை.

ஓரியனில் ஒரு கதவு உள்ளது என்றெல்லாம் விவிலியத்தில் எங்கும் சொல்லப்படவில்லை. பழைய மதங்களில் ஓரியனைப் பற்றிய பல கதைகள் உண்டு. ஆனால் (pagan) பகனிச — புறச்சமயங்களை — மதத்தை எதிர்க்கும் ஒயிட் ஏன் இந்தப் பழைய மதக் கதைகளை இப்போது வெளிக் கொணர்கிறார்?

ஏனிந்த காட்சி அவருக்கு வந்தது?

கடவுள் பழைய எகிப்தியருக்குக் காண்பித்த உண்மையை மறுபடி இவருக்குக் காண்பித்தாரா?

உண்மையிலேயே ஓரியனில் STARGATE இருக்கிறதா?

அல்லது பேட்ஸ் என்ற பெரிய அட்வென்டிஸ்ட் சொன்னதை உண்மையாக்க இப்படி சொன்னாரா?

அல்லது எல்லாமே மாயப் பிரம்மைகள் தானா?

நீங்களே முடிவு செய்து கொள்ளுங்கள்!

http://en.wikipedia.org/wiki/Seventh-day_Adventist_theology
http://en.wikipedia.org/wiki/Ellen_G._White
http://en.wikipedia.org/wiki/Criticism_of_Ellen_G._White
http://en.wikipedia.org/wiki/History_of_the_Seventh-day_Adventist_Church
http://wiki.answers.com/Q/Who_started_the_Seventh-day_Adventist_Church
http://www.ellenwhite.info/futureprophecies.htm
http://www.ellenwhiteexposed.com/orion.htm
http://www.ellenwhiteexposed.com/criticb.htm
http://spectrummagazine.org/node/2659
http://www.whiteestate.org/issues/visions.html#2

3

மோர்மன் பிரிவு பிறந்த கதை

மோர்மன் பிரிவு என்பது கிறித்துவ அடிப்படைவாதத்தில் தோன்றி, மருவி தனியொரு மதமாக பரிணமித்த ஒரு அமெரிக்க மதம். இன்று அமெரிக்காவைத் தாண்டி உலகமெங்கும் பரவியிருக்கிறது. இந்த மதத்தை தோற்றுவித்தவர் ஜோஸப் ஸ்மித் ஜூனியர். அமெரிக்காவில், வெர்மாண்ட் மாநிலத்தில், 1805 ஆம் ஆண்டு, ஜோஸப் ஸ்மித் சீனியர் என்பவருக்கும், லூசி மாக் ஸ்மித் என்பவருக்கும் ஐந்தாவது குழந்தையாக ஜோஸப் ஸ்மித் ஜூனியர் பிறந்தார்.

அவருக்கு 17 வயதாக இருக்கும்போது அவருக்கு "காட்சிகள்" தோன்ற ஆரம்பித்தன. அவரிடம் மோரோனி (moroni) என்ற ஒரு தேவதை வந்து புதைக்கப்பட்டிருக்கும் தங்க ஏடுகளை காண்பிப்பதாகவும், அதன் மூலம் கிறிஸ்துவத்தை மீட்டெடுக்க வேண்டும் என்றும் கோரியது என்று தன் நண்பர்களிடமும் உறவினர்களிடமும் கூற ஆரம்பித்தார். 1830இல் (அவருக்கு 25 வயதாக இருக்கும்போது) மோர்மன் புத்தகம் (Book of Mormon) என்பதன் ஆங்கில மொழிபெயர்ப்பை பிரசுரித்தார். அதாவது, அதன் மூலம் தங்க ஏடுகளில் இருந்தன. ஒரு எகிப்து மொழியும், எபிரேயமும் கலந்த ஒரு புராதன மொழி என்று கூறிக்கொண்டார். அந்த மொழியை மொழிபெயர்க்க அவருக்கு அந்த தேவதை வலிமை கொடுத்தது என்றும் அந்த தங்க ஏடுகளை மொழிபெயர்த்து அவர் ஆங்கில புத்தகமாக

வெளியிடுகிறார் என்றும் கூறினார்.

அவர் தங்கியிருந்த கிராமத்துக்கு அருகே இருந்த குமோரோ என்ற மலையில் ஒரு கல்லாலான பெட்டியின் உள்ளே இந்த ஏடுகள் இருந்தன என்று இவர் கூறினார். இன்றும் அந்த மலை மார்மன் கிறிஸ்துவர்களின் புனிதத் தலமாக இருக்கிறது. மீண்டும் ஆரம்பகால தூய வடிவில் சர்ச்சை நிறுவனப்படுத்த தன்னை கடவுள் தேர்ந்தெடுத்ததாகவும் கூறினார். இந்த சர்ச்சுக்கு சர்ச் ஆஃப் லேட்டர் டே செயிண்ட்ஸ் அல்லது சர்ச் ஆஃப் மோர்மன் என்ற பெயர் சூட்டப்பட்டது.

இந்த காலகட்டம் ஐரோப்பாவிலிருந்து துரத்தப்பட்ட, அல்லது வெளியேறிய ஐரோப்பியர்கள் அமெரிக்கா வந்து குடியேறும் காலகட்டம். இந்தக் காலகட்டத்தில் ஏற்கெனவே ஒரு இடத்தில் வந்து சேர்ந்தவர்களுக்கும், புதியதாக வந்து சேர்பவர்களுக்கும் இடையே சண்டைகள் அவ்வப்போது நடந்தன. 1831இல் இவரிடம் கணிசமான சீடர்கள் சேர்ந்திருந்தார்கள். ஆகவே ஸ்மித் இவர்களை கூட்டிக்கொண்டு ஓகையோ மாநிலத்தில் கிர்ட்லாந்த் என்ற நகரில் (Kirtland, Ohio) ஜியான் (Zion) என்னும் புனித நகரை ஸ்தாபிக்க அழைத்துச் சென்றார். ஆனால், அங்கே ஏற்கனவே இருந்தவர்கள் இந்த புதிய வரவாளிகளை துரத்திவிட்டனர். ஆகவே அங்கிருந்து வடக்கு மிசோரி மாநிலத்துக்கு இவர்கள் சென்றனர். இந்த காலகட்டத்திலேயே, மோர்மன்களின் அதிகரிப்பைக் கண்டு பயந்தவர்களும் மோர்மன்களோடு போர் புரிந்தனர். 1838ல் நடந்த கலகம் 'மோர்மன் போர்' என்று அழைக்கப்படுகிறது. இதில் மோர்மன்கள் தோற்றனர். அதனால், மிசோரியிலிருந்து மோர்மன்கள் துரத்தப்பட்டனர். ஸ்மித் சிறைப்பிடிக்கப்பட்டார். மிசோரி சிறையிலிருந்து தப்பிய ஸ்மித் மோர்மன்களுடன், இல்லினாய் மாநிலத்தில் நாவோ பகுதியில் (Nauvoo, Illinois) குடியேறினார். அங்கு அவர் மேயராகவும், பிறகு மோர்மன்களின் மிகப்பெரிய போர்ப்படைக்குத் தலைவராகவும் இருந்தார்.

1844இல் அமெரிக்க ஜனாதிபதி பதவிக்கு போட்டியிட்டார். நாவோ எக்ஸ்போஸிடர் என்ற பத்திரிக்கை ஸ்மித் பலதார மணம் புரிந்திருப்பதை விமர்சித்தது. இதனால், ஸ்மித் தனது நகர கவுன்ஸிலில் அந்த பத்திரிக்கை அழிக்கப்பட வேண்டும் என்று ஆணையிட்டார். இதனால் நடந்த குழப்பத்தின் இறுதியில், நாவோ பகுதியில் ராணுவ சட்டம் என்று அதனை (martial law) அறிவித்தார். பிறகு இல்லினாய் கவர்னரிடம் சரணடைந்தார். வழக்கை எதிர்பார்த்து இருக்கும்போது அவர்

இல்லினாய் மாநிலத்தில் கொல்லப்பட்டார்.

ஸ்மித்தின் சீடர்கள், அவர் எழுதியது எல்லாவற்றையும் இறைவனால் கொடுக்கப்பட்டவையாகக் கருதுகிறார்கள். கடவுளின் தன்மை, குடும்பம் எப்படி இருக்க வேண்டும், அரசியலமைப்பு, மதம் ஒரு கட்டுக்கோப்பான ராணுவம் போல இருக்க வேண்டும் என்ற எல்லாவற்றையும் இறை வாக்குகளாக கருதுகிறார்கள். மோஸஸ், எலிஜாவுக்கு நிகராக அவரையும் ஒரு தீர்க்கதரிசியாக கருதுகிறார்கள்.

அவரது மறைவுக்கு பின்னால், மோர்மனிஸம் பல பிரிவுகளாக பிரிந்திருக்கிறது. அதன் முக்கிய பிரிவு சர்ச் ஆஃப் ஜீஸஸ் கிரிஸ்ட் ஆஃப் லாட்டர் டே செயிண்ட்ஸ் (Church of Jesus Christ of Later-day Saints) என்று அழைக்கப்படுகிறது. மிசோரியில் ஒரு பிரிவு தன்னை கம்யுனிட்டி ஆஃப் கிறிஸ்ட் என்று அழைத்துக் கொள்கிறது. அதிகாரப்பூர்வமான இந்த இரண்டு சர்ச்சுகளும் பலதார மணத்தை தாங்கள் இனி போதிக்க மாட்டோம் என்று அமெரிக்க அரசாங்கத்திடம் உத்தரவாதம் கொடுத்ததினால், இதிலிருந்து பல மோர்மன்கள் பிரிந்து சென்று பலதார மணத்தை ஆதரிக்கும் பல மோர்மன் உப பிரிவுகளை உருவாக்கிக்கொண்டனர்.

ஜோஸப் ஸ்மித்தின் பெற்றோரும் அவரது தாய்வழி தாத்தாவும், அடிக்கடி தங்களிடம் கடவுள் பேசுவதாகக் கூறிகொண்டனர். இந்த டெம்போரல் லோப் வலிப்பு மரபணு ரீதியாகவும் வரலாம் என்பதைக் கருத்தில் கொள்ளலாம். இப்படிப்பட்ட குடும்ப சூழ்நிலையில் வளர்ந்த ஸ்மித் தனக்கும் இந்த டெம்போரல் வலிப்பு வந்ததை இறைவனின் வசனம் தன்னிடமும் இறங்குவதாகக் கூறிக்கொண்டதில் ஆச்சரியமில்லை. தன்னிடம் இறைவனின் தூதரும் இறைவனும் வந்து பேசியதாக ஸ்மித் எழுதியிருக்கிறார். இவரிடம் மோரோனி என்ற தேவதை கொடுத்த தங்க ஏடுகளை அவர் ஒரு பாதுகாப்பான அறையில் பூட்டி வைத்ததாகக் கூறிக்கொண்டார். மோரோனி தேவதை அந்த ஏடுகளை யாரிடமும் காட்டக்கூடாது என்றும், அதன் மொழிபெயர்ப்பை மட்டுமே பகிர்ந்துகொள்ள வேண்டும் என்று ஆணையிட்டிருப்பதாக கூறிக்கொண்டார். இவரது வார்த்தையை நம்பி பலர் இவரிடம் மொழிபெயர்ப்பு வேலை செய்ய வந்தனர். அப்போதிலிருந்து அந்த பழங்கால ஏடுகளிலிருந்து மொழிபெயர்க்கும் திறன் போய்விட்டதாக கூறினார்.

பிறகு 1828ல் இவருக்கு மீண்டும் அந்த திறன் கொடுக்கப்பட்டதாகவும் கூறிகொண்டார். பலர் இந்தத் தங்க ஏடுகளை பார்க்க விரும்பினர். ஆனால், மோரோனி தேவதை மற்றவர்கள் பார்க்ககூடாது என்று கூறிவிட்டதால் காண்பிக்க வில்லை என்று கூறிவிட்டார். அவரது நெருங்கிய உறவினர்கள் 11 பேர் அந்த தங்க ஏடுகளை பார்த்ததாக சாட்சியமளித்தனர். இவை இப்போதும் பிரசுரிக்கும் மோர்மன் புத்தகம் என்ற இந்த பிரிவின் புத்தகத்தில் இடம் பெற்றுள்ளன.

மொழிபெயர்ப்பு முடிந்ததும், அந்த தங்க ஏடுகளை மோரோனி எடுத்துகொண்டு சென்றுவிட்டதாக ஸ்மித் கூறிவிட்டார். தான் வன்முறையை விரும்பவில்லை என்று ஸ்மித் அடிக்கடி கூறிக்கொண்டாலும், மோர்மன் மதத்தை காக்கவும், மோர்மன் எதிர்ப்பாளர்களுக்கு எதிராக ராணுவப்போருக்கு ஆட்களை அழைக்க வேண்டும் என்றும் விரும்பினார். இவரது சில போதனைகள் பல முன்னுக்குப் பின் முரணாக இருப்பவை. ஒரு காலகட்டத்தில் வந்த போதனைகளை பின்னொரு காலத்தில் அதனை மறுத்து வேறொரு கருத்தைக் கடவுள் தன்னிடம் சொன்னதாக கூறிவிடுவார். உதாரணமாக அடிமைமுறையை ஆதரித்து 1836ல் பேசினார். பின்னர் கடுமையாக அடிமைமுறையை எதிர்த்திருக்கிறார். அவர் ஜனாதிபதி பதவிக்கு போட்டியிட்ட போது, 1850ஆம் ஆண்டில் அடிமைமுறையை ஒழிக்கப்போவதாகவும், ஏற்கெனவே அடிமைகளை வைத்திருந்தவர்களுக்கு நஷ்ட ஈடாக, பொது நிலங்களை விற்றுப் பணம் தரப்போவதாகவும் வாக்குறுதி அளித்தார். மோர்மன் மதத்துக்குள் அடிமைகள் வரலாம். ஆனால், அந்த அடிமைகளின் எஜமானர்கள் அதற்கு அனுமதி அளிக்க வேண்டும் என்று கூறியிருக்கிறார். அதே நேரத்தில் கருப்பினத்தவரும், வெள்ளையினத்தவரும் திருமணம் செய்வதை தடுக்க வேண்டும் என்றும் கூறியிருக்கிறார். ஜனநாயகமே சரி என்று ஒரு சமயத்தில் கூறியிருக்கிறார். பின்னர் மோர்மன் மத அடிப்படையிலான மத அரசாங்கமே ஒரு நாட்டை, ஒரு அரச வம்சத்தினரால் ஆளப்பட வேண்டும் என்று கூறியிருக்கிறார். அமெரிக்கா பல நாடுகளையும் ஆக்கிரமித்து ஆள வேண்டும் என்று கூறியிருக்கிறார். பின்னால், அந்த ஆக்கிரமிப்பை ஒரு சகோதரத்துவ ஆக்கிரமிப்பு என்று அழைத்திருக்கிறார்! மனிதர்கள் உருவாக்கிய சட்டத்தை விட கடவுள் கொடுக்கும் சட்டமே உன்னதமானது என்றும், இறைவசனத்தின் மூலம் வரும் சட்டத்தையே மக்கள் பின்பற்ற வேண்டும் என்றும் கூறியிருக்கிறார். இது அவரது கருத்து. "ஒரு இடத்தில் கொல்லக்கூடாது என்று கடவுள்

சொல்லியிருக்கிறார்(பைபிளில்). மற்றொரு இடத்தில் அழித்து முடி என்றும் சொல்லியிருக்கிறார். நேரத்துக்கு தகுந்தாற்போல வரும் இறைவசனங்கள் மூலமாகத்தான் அரசாங்கம் நடைபெற வேண்டும். இந்த அரசாங்கத்தின் மூத்த தலைவர்களுக்கு இறைவனிடமிருந்து அவ்வப்போது வரும் கட்டளைகள் மூலமாகத்தான் அரசாங்கம் நடைபெற வேண்டும். கடவுள் என்ன கேட்கிறாரோ அதுவே சரி. மற்றவர்கள் இந்த கட்டளைகளை என்ன கேவலமாகக் கருதினாலும்." என்று கூறுகிறார். பலதார மணமே சிறந்த முறை என்றும் அதுவே மனிதனை கடவுளாகக்கூட ஆக்ககூடிய விஷயம் என்றும் கூறியிருக்கிறார்.

இன்னும் சில கடவுள் தரிசனம் பெற்றோரின் பட்டியல்:

செயிண்ட் பிர்கிட்டா (1303—1373) ஸ்வீடனின் முக்கியமான செயிண்டாக அறியப்படுகிறார். இவர் சிறுமியாக இருந்த காலத்திலிருந்தே இப்படிப்பட்ட காட்சிகளை அனுபவிப்பவராக இருந்தார். இவரது கல்லறையில் இருந்த அவரது மண்டையோடு ஆராயப்பட்டிருக்கிறது. அதில் இவருக்கும் மெனிஞ்சியோமா என்ற வியாதி இருப்பது தெரியவருகிறது. இது வலிப்புகளை உருவாக்கும் வியாதி. ஆனால், இது டெம்போரல் லோபுக்கு பரவாமல் இருந்தாலும் அதிலும் பாதிப்பை ஏற்படுத்தியிருக்கலாம். காட்சி பிரமைகளும் தானாக உருவாக்கிக்கொண்ட psychogenic non-epileptic seizures, or a combination) இருக்கலாம் என்று ஆராய்ச்சியாளர்கள் கூறுகிறார்கள்.

ஜோன் ஆஃப் ஆர்க் (Joan of Arc அல்லது The Maid of Orléans) என்று அழைக்கப்படும் புகழ்பெற்ற பிரஞ்சு வீராங்கனையும் இது போல அடிக்கடி காட்சிகளை பிரமையாக கண்டவர் என்று கூறப்படுகிறது.

அவில்லாவின் செயிண்ட் தெரஸா (Saint Teresa of Ávila, also called Saint Teresa of Jesus, baptized as Teresa Sánchez de Cepeda y Ahumada, March 28, 1515 - October 4, 1582) இவர் ஸ்பெயினில் பிறந்தார். மிகச் சிறிய வயதிலேயே நோய்வாய்ப்பட்ட இவர் Tercer abecedario espiritual," translated as the Third Spiritual Alphabet (published in 1527 and written by Francisco de Osuna) என்ற புத்தகத்தை படிக்கும்போதெல்லாம் காட்சிகளையும் பிரமைகளையும் அடைந்தார். இப்படிப்பட்ட காட்சிகளின் போது பேரானந்தத்தையும் அதீதமான அழகைப் பார்த்ததால்

பெருகும் கண்ணீரையும் அனுபவித்ததாக எழுதுகிறார்.

உலக மக்கள் அனைவருக்கும் சொல்வதற்காக, ஒரே மூச்சில் இறைவனிடமிருந்து அனுப்பப்பட்ட செய்தியை, தங்களது சூழ்நிலைக்கு ஒரு சம்பந்தமும் இல்லாத செய்தியை, இப்படிப்பட்ட "இறைவனால் வழிநடத்தப்படுகிறவர்கள்" சொல்வதில்லை. இவர்களுக்கு வரும் ஒவ்வொரு செய்திக்கும் அந்தந்த சூழ்நிலையே காரணமாகிறது. அந்த தனிநபரின் நெருக்கடிகளின் போது அவருக்கு தோன்றும் கருத்துக்களே இறைவனின் வாசகங்களாக அவர்களால் கூறப்படுகின்றன.

இதுவே ஜோஸப் ஸ்மித், அஹமதியா, ஜோன் ஆப் ஆர்க் இன்னும் இது பலரின் பேச்சிலும் எழுத்திலும் வெளிப் படுகிறது. முகம்மதுவிற்கு வஹி தொடர்ந்து வந்தது 23 வருடங் களுக்கு. இதுவே இவர்களை அவநம்பிக்கையோடு மற்றவர்கள் அணுக முகாந்திரமாகவும் அமைந்துவிடுகிறது.

பெந்தகொஸ்தே கூட்டங்களில் கத்துதலும், தாறுமாறாக நடந்துகொள்ளுதலும், அன்னிய பாஷை பேசுவதாக கூறி கொண்டு பேசுவதும், வலிப்பு வந்தாற்போல நடந்துகொண்டு பரிசுத்த ஆவி வந்ததாக கூறிக்கொள்வதும் பார்க்கலாம். இதனை self induced epileptic seizure என்று அழைக்கிறார்கள்.

அன்னிய பாஷை பேசுவதாக கூறினாலும் இது pseudo-language என்று அறிவியல் ஆய்வுகளில் வரையறுக்கப்படுகிறது. இது கிறிஸ்துவத்தின் ஆரம்ப காலத்தில் கிறிஸ்துவ போதகர்கள் தாங்கள் பரிசுத்த ஆவியால் அன்னிய தேசங்களின் பாஷைகளை பேச சக்தி கொடுக்கப்பட்டோம் என்று காண்பிக்க இவ்வாறு பொய்யான மொழி பேசுவது ஆரம்பிக்கப்பட்டிருக்கிறது. ஆனால், இன்று அன்னியபாஷை என்பது உலகத்தில் எங்குமே பேசப்படாத மொழிகளைப்போல பொய்யாகப் பேசுவது. அதனாலேயே இது பொய்மொழி என்று அறிவியல் வரையறுக்கிறது. இவ்வாறு பொய்மொழியை பேசுவது சில மணிநேரங்கள் பழக்கப்படுத்திகொண்டாலே யார் வேண்டுமானாலும் பேசலாம் என்று ஆராய்ச்சிகளில் நிரூபித்துள்ளனர்.

4

ஷியா - சன்னி பிரிவுகளின் இரு பக்கங்கள்

பக்கம் - 1

'அடி பணிதல்' என்ற பொருள் கொண்ட இஸ்லாம் என்ற மதம் முகமது நபியால் ஆரம்பிக்கப்பட்டு, அவரது காலத்திலேயே பெரும் வளர்ச்சியடைந்தது. அதனால் ஒரு பெரும் இஸ்லாமிய நாடே உருக்கொண்டது. முகமது 622லிருந்து 632 வரை ஏறத்தாழ 99 போர்க்களங்களைக் கண்டு இஸ்லாமியப் பகுதியை உருவாக்கினார்.

ஆனால் அவரது இறப்பை ஒட்டியே அவரால் உருவான இஸ்லாம், சன்னி — ஷியா என்ற இரு பகுதிகளாக உடைந்தது. இதற்குக் காரணம் நபியின் இடத்தை யார் கைப்பற்றுவது என்பதில் தோன்றிய தகராறே. 1400 ஆண்டுகளுக்கும் மேலாக இந்தப் பிளவு இன்னும் தொடர்ந்து கொண்டே இருக்கிறது. ஷியா பிரிவினர் 20 விழுக்காட்டிற்கும் கீழே தான் உள்ளனர். ஆனாலும் ஈராக், ஈரான், பாஹ்ரெய்ன் என்னுமிடங்களில் ஷியா அதிகமாக உள்ளனர்.

சன்னிகள் நபியின் வழிவந்தோரில் தகுதியானவர் பதவியேற்க வேண்டும் என்று விரும்பினர். ஆனால் ஷியா என்ற சிறு பகுதியினர் முகம்மதுவின் மகளை மணம்புரிந்த அலி பதவிக்கு வரவேண்டுமென விரும்பினர். நபி இறந்த

உடனேயே இந்தப் பிளவு ஏற்பட்டு விட்டது. இதில் சன்னிப் பிரிவினரின் விருப்பப்படியே அபு பக்கர் முதல் கலிபா ஆனார். அபு பக்கரை அடுத்து அவரது தேர்வின் படி உமர் அடுத்த கலிபா ஆனார். அடுத்து உத்மன் மூன்றாவது கலிபா ஆனார். இவர் கொல்லப்பட்டு, நான்காவது கலிபாவாக அலி வந்தார். இதனை எதிர்த்து பலர் போர் தொடுத்தனர். போராட்டங்களின் முடிவில் அலி கொல்லப்பட்டார்.

இதனை எதிர்த்து அலியின் மகன் ஹுசைன் ஒரு சிறு படையோடு இன்றைய ஈராக், அன்றைய கர்பாலா போர்க்களத்தில் டமாஸ்கஸ் கலிபாவின் படைகளோடு மோதினார். ஆனால் அவர் படை தோற்கடிக்கப்பட்டு, நபியின் பேரனான ஹுசைனும் அவரது குடும்பத்தினர் 72 பேரும் — ஹுசைனின் ஆறு மாதக் குழந்தையும் — அழித்தொழிக்கப் பட்டனர். ஹுசைனின் தலை மட்டும் கொய்யப்பட்டு டமாஸ்கஸில் உள்ள கலிபாவிடம் சேர்க்கப்பட்டது.

குர்ஆனின் வசனங்கள் தங்க எழுத்துகளில் லவ்ஹுல் மக்ஃபூல் என்ற ஏட்டில் சுவனத்தில் இருக்கும். அதன் நகல் ஜிப்ரீல் மூலமாக முகம்மதுவிற்கு இறங்கும்; பின், அதனை அவர் முதலில் மனனம் செய்து கொள்வார். பின்னர் அதனைத் தனது தோழர்கள் அனைவருக்கும் தெரிவித்து, அவர்களையும் மனனம் செய்து கொள்ளச் செய்வார்.. அதன் பின் குர்ஆன் வசனங்களை தனது தோழர்களை கொண்டு எழுதிக்கொள்ளச் செய்து, எழுதிக்கொண்ட வசனங்களை சரியானதுதானா என்று மீண்டும் பலமுறை உறுதி செய்து கொள்வார். இப்படித்தான் அவை குர்ஆனாக தொகுக்கப்பட்டது. — இப்படி ஒன்றை 1400 வருடங்களாகத் திரும்ப திரும்பச் சொல்லிக் கொண்டு தங்கள் நம்பிக்கையை இதன் மேல் இஸ்லாமியர்கள் வைத்திருக்கிறார்கள். மதராஸா பள்ளியில் உள்ள பாடத்திட்டத்தில் அழகாக ஒரு கதை போல் சொல்லி இருப்பது அந்தப் பள்ளிப் பருவத்தில் இருக்கும் குழந்தைகளுக்குச் சரி. ஆனால் எல்லோருக்குமல்ல.

இதில் எந்தக் கேள்வி கேட்டாலும் இதே பதில் திரும்பச் சொல்லப்படும். உதாரணமாக, யாருக்கும் எளிதாகத் தோன்றக்கூடிய ஒரு கேள்வி: அல்லா ஏன் படிப்பறிவில்லாத ஒருவரைத் தேர்ந்தெடுக்க வேண்டும்? அதுவும் 23 ஆண்டுகளாகத் தொடர்ந்து வஹி இறங்கியும், அத்தனை ஆண்டுகளாக ஒருவர் எழுதப் படிக்கத் தெரியாதவராக

இப்படி தொடர்ந்து இருந்திருக்க முடியுமா? "முகம்மதே! இதற்கு முன் எந்த வேதத்திலிருந்தும் நீர் வாசிப்பவராக இருந்ததில்லை. இனியும் உமது வலது கையால் எழுதவும் மாட்டீர்! — இப்படி சொல்லியிருக்கிறதாம். அது அவர்களது நூல்; அதிலுள்ளவை அல்லாவின் வார்த்தைகள்— நம்பிக்கையாளர்கள் அவர்களுக்கு. நமக்கு இது எப்படி ஒத்து வரும்? வலது கையால் எழுத மாட்டாராம்...? எதற்காக இப்படி ஒரு 'புத்திசாலித்தனமான' முடிவை அல்லா எடுத்தார்?

முகமதுவே நேரடியாக எழுதி விட்டால் பைபிளிலிருந்தும் தோராவிலிருந்தும் அனைத்து வசனங்களையும் காப்பி அடித்து விட்டார் என்று அன்றைய அரபுகள் குற்றம் சுமத்துவர். அவ்வாறு இருந்திருந்தால் வீணர்கள் சந்தேகம் கொண்டிருப்பார்கள். (அல்குர்ஆன் 29:48). அதாவது, இவர் கைப்பட எழுதினால் மற்றவர்கள் இவர் 'காப்பி' அடித்து விட்டார் என்று குற்றம் சுமத்துவார்களாம். ஏன், ஒருவர் காப்பியடித்து அதை வாயால் சொல்லி பிறரை எழுத வைத்தாலும் அதுவும் ஒரு காப்பி தானே! ஏனிப்படி நடக்க முடியாதா? அதுவும் இப்படி 'தலையைச் சுத்தி மூக்கைத் தொட்டாலும்' இப்போதும் முகம்மது பழைய மத நம்பிக்கைகளைக் குரானில் இறக்கி வைத்துள்ளார் என்று தானே சொல்லப்படுகிறது. அல்லாவின் லாஜிக் என்ன என்றே புரியவில்லை.

மேலும் குரானில் இன்றைய அறிவியல் அப்படியே இருப்பதாகவும் அதுவே இது ஒரு 1400 வருடங்களுக்கு முந்திய மனிதனால் எழுதப்பட்டதல்ல; எல்லாம் அறிந்த அல்லாவால் எழுதப்பட்டது என்பது குரான் கடவுளின் வார்த்தை என்பதை நிரூபிக்க அவர்கள் பயன்படுத்தும் இன்னொரு விவாதம். ஆனால் என் பட்டறிவில் ஆணிற்கு எங்கிருந்து விந்து வருகிறது என்பதை படங்கள் மூலம் விளக்கினாலும் அவர்கள் சொன்ன 'எங்கள் முயலுக்கு மூன்று கால்தான்' என்கிற விவாதம் தொடர்ந்து வருவதையும் பார்க்க முடிந்தது. அதே போல் உலகத்தைச் 'சுருட்டி வைத்தல்', சூரியனின் பயணம் போன்றவைகள் எல்லாமே விஞ்ஞானம் என்று கூறுவதைப் பார்க்கும் போது மனதில் தோன்றிய ஒரே எண்ணம்: அவர்கள் பிடித்த முயலுக்கு மூணு கால்தான் என்பதே உண்மை! அனைத்தும் அறிந்த ஒரு இறைவனென்றால் அவன் சொல்வது மிகச் சரியானதாக, ஆணியின் தலையில்

அடிக்கும் சுத்தியலாக கருத்துகள் இருக்க வேண்டும். ஆனால் அடைப்புக்குறி போட்டு தான் அவைகளை மனிதர்களுக்கு விளக்க வேண்டும் என்று நிலையில் இருப்பதைப் பார்க்கும் போது இவ்வளவு மோசமான 'அறிவியல் ஆசிரியராக' அல்லா இருக்கிறாரே என்று தான் தோன்றுகிறது.

இப்படி தலையைச் சுற்றி மூக்கைத் தொட்ட கதை தான் குரான் தொகுக்கப்பட்டதற்கு மதராஸாவில் சொல்லிக் கொடுக்கும் பாடம். இதில் இன்னொன்றையும் நினைவு படுத்திக் கொள்ள வேண்டும். குரான் முகம்மது இறந்த பிறகு தொகுக்கப்பட்டது. ஆனால் இந்த கால இடைவெளிக்குள் இஸ்லாமியருக்குள்ளேயே, அதுவும் முகமதுவின் நண்பர்களுக்குள்ளும், உறவினர்களுக்கும் இடையே நடந்த போர்கள் பற்றி நிறையவே சொல்லியாயிற்று. எந்தக் குழுவில் யார் அதிகாரத்தோடு இருந்தார்களோ அவர்கள் சொல்வது தான் உண்மையாக இருக்கும் என்பது வெளிப்படை உண்மை; வஹி பெற்றவரே எழுதி வைத்திருந்தால் இருக்கக்கூடிய உறுதி, தெளிவு, நேர்மை இவ்வகைப் பதிவுகளில் இருக்கும் என்று எதிர்பார்ப்பதே தவறு தான்.

அதுவும் என் வார்த்தைகளைத் தொகுக்க வேண்டாம் என்று முகம்மது உத்தரவு கொடுத்த பிறகும் ஹதீசுகள் தொகுக்கப் பட்டன. ஏன் தொகுக்கப்பட்டன என்பதற்கான பதில் இல்லை; ஆனால் தொகுக்கப்பட்டிருந்தால் இத்தனை அரசியல், இத்தனை குழுக்கள், அவர்களுக்குள் போராட்டங்கள் இருந்த காலத்தில் அவை தொகுக்கப்பட்டவைகள் என்பதே அவைகளின் மீதான நம்பிக்கைக்கு ஒரு பெரிய கேள்வி. // நபி எந்த எழுத்துக்களையும் விட்டுச்செல்லாததனால், "நபி கூறினார்" என்று யாரேனும் கூறினால், நபி கூறியதாகாது.// — இப்படி ஒரு விவாதம். அதாவது ஒரு ஹதீஸ் சொன்னால் அது நபி சொன்னது என்ற நிச்சயம் இல்லையாம். அப்படி நிச்சயம் இல்லாத ஹதீசுகளை ஏன் இன்னும் வைத்திருக்கிறார்கள். ஒன்றும் புரியவில்லை....

சானா குரான் என்று ஒரு தொல்பொருள் கிடைத்தது. ஆரம்ப கால ஆய்வுகள் சில ஜெர்மானிய அறிஞர்களால் ஆரம்பிக்கப்பட்டது. சில தகவல்கள் கசிந்தன. அதோடு சரி ... இப்போது அவை சரியான பாதுகாப்பின்றி ஒரு நூலகத்தில் வைக்கப்பட்டுள்ளன. அதில் உள்ள உண்மைகள் எப்போதாவது வெளிவருமா என்றும் தெரியவில்லை.

முகமதுவின் check list—ல் அது இல்லை; அதைப் பற்றிய அக்கரை எங்களுக்கு ஏதுமில்லை என்று இஸ்லாமியர் கை கழுவுகிறார்கள்.

இத்தனை குழப்பங்களையும், மனிதக் குறைபாடுகளையும் கவனத்தில் எடுத்துக் கொண்டால் 1400 வருடங்களாக மனிதக் கரம் படாத நூல் என்று குரானைக் கூறுவதை எப்படி ஏற்றுக் கொள்ள முடியும்?

நம்பிக்கையுள்ளவர்களுக்கு இதெல்லாம் பெரும் நம்பிக்கை; நம்பிக்கையற்றவர்களுக்கு இதெல்லாம் வெறும் வேடிக்கை !

பக்கம் - 11

நபியின் இறப்பை ஒட்டியே அவரால் உருவான இஸ்லாம் சன்னி — ஷியா என்ற இரு பகுதிகளாக உடைந்தது. இதற்கு நபியின் இடத்தை யார் கைப்பற்றுவது என்பதில் தோன்றிய தகராறே காரணம். 1400 ஆண்டுகளுக்கும் மேலாக இந்தப் பிளவு இன்னும் தொடர்ந்து கொண்டே இருக்கிறது. சன்னிகள் நபியின் வழிவந்தோரில் தகுதியானவர் பதவியேற்க வேண்டும் என்று விரும்பினர். ஆனால் ஷியா என்ற சிறு பகுதியினர் முகமதுவின் மகளை மணம்புரிந்த அலி பதவிக்கு வரவேண்டுமென விரும்பினர். நபி இறந்த உடனேயே இந்தப் பிளவு ஏற்பட்டு விட்டது. — இப்படித்தான் இக்கட்டுரையை ஆரம்பித்திருந்தோம். ஆனால் இந்த வரலாற்றிற்கு இன்னொரு பக்கமும் இருப்பது அறிந்தேன். அப்பக்கத்தை இங்கே சிறிதே தருகிறேன்.

முகம்மது வஹி பெற்ற பின் அவரோடு இஸ்லாமை ஏற்றுக் கொண்டு காபாவிற்கு சென்ற இருவர் முகம்மதுவின் மனைவி கதிஜாவும் அலியும் மட்டும் தான். அலி முகம்மதுவின் நெருங்கிய உறவினர்; அதோடு முகம்மதுவின் மருமகனுமாவார். இஸ்லாமை ஏற்றுக் கொண்ட முதல் ஆண் இவரே. அலியை சன்னியினர் தங்களது நாலாவது கலிபாவாகக் கருதுகிறார்கள். ஆனால் ஷியா பிரிவினர் அலியை முகமதிற்கு அடுத்த முதல் இமாமாகவும், முகமதுவின் உரிமையுள்ள வழித்தோன்றலாகவும், முகமதுவின் குடும்பத்து உறவினராகவும் கருதுகிறார்கள்.

அலியின் பிறப்பு, அவர் முகமதுவின் மகள் பாத்திமாவைத் திருமணம் செய்தது இரண்டும் அதிசய தெய்வீக நிகழ்வுகள் என்பது இன்னொரு பக்கக் கதை. அவை நமக்கு இங்கு தேவையில்லை!

முகம்மது தன் வீட்டிற்கு குழுத் தலைவர்கள் சிலரை அழைக்கிறார். நாற்பது பேர் வருகிறார்கள். அவர்களிடம் முகமது கடவுளின் சேதியை அறிவிக்கிறார். இதனைப் பரப்ப தன்னோடு ஒத்துழைப்பவர்கள் தனக்குப் பின் அவரது வழித்தோன்றலாக இருப்பார்கள் என்று அவர்களை அழைக்கிறார். ஆனால் யாரும் உடனே அவரோடு சேரவில்லை. முகமது இதை மறுபடியும் அறிவிக்கிறார். மூன்று முறை அழைத்தும் யாரும் முன் வரவில்லை. 13 வயதே ஆன அலி மட்டும் எழுந்து முன் வருகிறார். முகமது அப்போது அலியைத் தன் உதவியாளராகவும், தனக்குப் பின் வரும் தலைவராகவும் அறிவிக்கிறார்.

இதன் பின் வரும் மூன்று முக்கிய போர்க்களங்களில் அலி கொடியேந்தி முகம்மதிற்குத் தோள் கொடுக்கிறார். வரலாற்றுப் பாதையில் பல இடங்களில் முகமது அலியைத் தன் உதவியாளராகவும், தன் வழித்தோன்றலாகவும் அறுதியிட்டுக் கூறுகிறார். அதிலும் காதீர் என்னுமிடத்தில், அதிக எண்ணிக்கையில் நபியின் பேருரையைக் கேட்பதற்காக வந்த மக்களிடையே முகமது அழுத்தம் திருத்தமாக, 'நான் விரைவில் இறைவனால் அழைக்கப்பட்டு விடுவேன். அவரின் வசனங்களை நான் எவ்வாறு உங்களுக்குக் கொடுத்தேன் என்பதைச் சொல்ல வேண்டும். பின்பு அவர் உங்களிடம் அவைகளை எவ்வாறு ஏற்றுக் கொண்டீர்கள் என்று கேட்பார். நீங்கள் என்ன பதில் சொல்வீர்கள்?' என்று கேட்டார்.

பதிலாக அங்கிருந்த அனைவரும் ஒரு குரலாக, 'நாங்கள் நீர் சொல்வதை நம்புகிறோம்; அதனை அவரிடம் சாட்சி பகர்வோம்' என்றனர். இப்பதிலைக் கேட்டதும் முகம்மது, 'உங்களிடம் நான் இரண்டு விஷயங்களை விட்டுச் செல்கிறேன்; ஒன்று, குரான்; இரண்டு, என் வழித்தோன்றல் (Ahlul Bayt). இரண்டையும் பத்திரமாகக் கையாளுங்கள். அவைகள் என்னிடம் இறுதியில் கவ்சார் நீரூற்றின் அருகே வந்து சேரும் வரை ஒன்றோடொன்று பிரியாமல் இணைந்தே இருக்கும்,' என்றார். மேலும் அவர் தொடர்ந்து, 'நான் யாருக்கெல்லாம் தலைவனோ (Maula) அதே போல் அலியும்

அவர்களுக்கெல்லாம் ஒரு தலைவன் (Maula)' என்றார்.

(சன்னியினர் இந்த நிகழ்வில் முகம்மது இரு விஷயங்களை தன்னோடு உள்ள இஸ்லாமியரோடு பகிரவில்லை; வெறும் குரானைப் பற்றி மட்டும் சொன்னார்; அலியைப் பற்றி ஏதும் சொல்லவில்லை என்று மாற்றிச் சொல்கிறார்கள்.

இரண்டில் எது உண்மை? அவரவர் கட்சிக்கு அவரவர் சொல்வது உண்மை. நடுவிலிருக்கும் நமக்கு...?)

இதைச் சொல்லும் போது முகம்மது அலியை தன் தோளுக்கு மேல் உயரத்தில் நிறுத்தி, எல்லோரும் அவரைக் காணும்படி செய்தார். அபபோது தன் கடைசி வசனத்தைக் கூறினார்: 'இன்று உங்கள் மார்க்கத்தை உங்களுக்காக நிறைவு செய்து விட்டேன். எனது அருளை உங்களுக்கு முழுமைப் படுத்தி விட்டேன். இஸ்லாத்தை உங்களுக்கான வாழ்க்கை நெறியாக பொருத்திக் கொண்டேன். .' *(5:3)*

இதன் பின் முகம்மது அனைத்து இஸ்லாமியரும் அலிக்கு மரியாதை செய்யும்படி செய்தார். அலியை அவர்கள் அனைவருக்கும் Amirul Momeneen (Lord of the faithful) என்று உயர்த்தினார். முகம்மது எப்போதும் பெரும் பொறுப்புகளை அலியிடம் கொடுத்து வந்தார். உதாரணமாக, முகம்மது தம்புக் (Tambuk) என்னுமிடத்திற்குப் பயணப்பட்ட போது இஸ்லாமிய உம்மா — இஸ்லாமியக் குழு — முழுவதையும் காக்கும் பொறுப்பை அலியிடம் விட்டுச் சென்றார். மேலும், முகம்மது தனக்குப் பின் அலியைத் தவிர வேறு யாருக்கும் உயர்ந்த தகுதி கிடையாது என்று சொல்லியுள்ளார்... (Bihar Al-Anwar v.12 p.361 h31, Ghayatol Maram p.45 h.54, Rowzat Al-Jannat v.6 p.185).

முகம்மது இறந்து அலியினால் அடக்கம் செய்யப்பட்ட உடனேயே சன்னிகளின் உதவியினால் அபுபக்கர் முதலாம் கலிபாவாக பட்டம் சூட்டிக் கொண்டார். இச்செய்தியை அபு சோபியான் அலியிடம் தெரிவிக்கிறார். அலி புதிதாகத் தோன்றிய இஸ்லாம் மதம் பிளவுபடுவதை சிறிதேனும் விரும்பவில்லை. அதனால் எந்தவிதமாச்சரியமும் இல்லாமல் குரானைத் தொகுக்கும் பணியில் முழுமையாகத் தன்னை ஈடுபடுத்திக் கொண்டார். இப்பெரிய முயற்சியை அடுத்த ஆறு மாதங்களில் வெற்றிகரமாகச் செய்து முடித்தார். முடித்த குரானை இஸ்லாமியர்கள் முன் கொண்டு வந்தார்.

ஆனால் அவரது இமாலய முயற்சியை ஆதரித்து எடுத்துக் கொள்ள 'அரசு' தயாராக இருக்கவில்லை. அலி தயாரித்த குரான் 'மிகப் பெரியதாகவும், மக்களால் புரிந்துகொள்ள முடியாத நூலாகவும்' இருக்கிறது என்பது அபு பக்கரின் கருத்து. ஆகவே முகம்மதுவோடு எப்போதும் சேர்ந்திருந்த அலி தொகுத்த முதல் குரான் அரசியல் வேற்றுமைகளால் அபு பக்கரால் புறந்தள்ளப்பட்டது. அலி தான் தொகுத்த குரானை தன்னோடு வைத்துக் கொண்டார்.

மூன்றாவது கலிபா ஒஸ்மான் இறந்ததும் அலி பலத்த ஆதரவுடன் நாலாவது கலிபாவாகத் தேர்ந்தெடுக்கப்பட்டார். அலிக்கு பதவிக்கு வருவதில் முழு விருப்பமில்லை. இவ்வுலகத்து ஆதாயமெல்லாம் ஒரு ஆட்டின் தும்மல் போன்ற சாதாரணமான ஒன்று என்பது அவர் எண்ணம். பதவியேற்ற பின் அலிக்குப் பல எதிரிகள் முளைத்தார்கள். முக்கிய எதிரி சிரியாவின் கவர்னரான மோயவியா (Moawiya ibne Abi Sofian). மேலும், Talha, Zubair என்ற இருவருக்கும் கவர்னர் பதவிகள் கிடைக்காததால் அவர்கள் இருவரும் அலியை எதிர்த்து புரட்சிக் கொடி எழுப்பினார்கள். அவர்கள் மதினாவிலிருந்து கிளம்பி மெக்காவிற்கு வந்து அங்கிருந்த ஆயிஷாவைத் தூண்டிவிட்டு, அலிக்கு எதிராகப் போராட அழைத்தார்கள். பஸ்ராவிற்கு வந்து அலிக்கு எதிராகப் போர்க்கொடி தூக்கினார்கள்.

அலி ஆண்ட நான்கு ஆண்டுகளும் பத்து மாதங்களும் ஒரு நல்ல இஸ்லாமிய அரசுக்கு உதாரணமாக விளங்கியது. ஆனால் அலி, மோயவியா இருவருக்குள்ளும் இருந்த பகைமை வளர்ந்து இருவரும் போரிடும் நிலைக்கு வந்தது. அலியின் படையில் 25 ஆயிரம் பேரும், மோயவியா படையில் 45 ஆயிரம் பேரும் இறந்தனர் என்று கூறப்படுகிறது. பெரும் மனித அழிவைத் தடுக்க அலி மோயவியாவைத் தன்னோடு போரிட தனிப் போருக்கு அழைத்தார். மோயவியா இதற்கு ஒத்துக் கொள்ளவில்லை.

இந்த இருவரின் போரினால் இளம் இஸ்லாமியத்திற்குக் கெடுதல் என்றெண்ணி சிலர் அலி, மோயவியா, அம்ர் (Amr bin Aas) என்ற மூவரையும் கொல்ல முடிவெடுத்தனர். இத்திட்டத்தின் இறுதியில் அலி மட்டும் கொல்லப்பட்டார். மற்ற இருவரும் தப்பித்து விட்டார்கள்.

41வது ஹிஜ்ரியில் ராமதான் மாதத்தின் 19ம் நாள் அலி தன் காலைத் தொழுகையை நடத்திக் கொண்டிருக்கும் போது Abdur Rahman bin Muljam என்ற எதிரியின் வாளால் வெட்டப்பட்டார். இரு நாட்கள் உயிரோடு போராடிக்கொண்டிருக்கும் போது அவரது மகன் ஹசன் மூலம் தன் இறுதி உயிலை எழுதி வைத்தார். அதுவும் பெரும் இலக்கிய அழகோடு இருந்தது.

அலியின் மறைவுக்குப் பின் இன்றைய ஈராக்கில் உள்ள கர்பாலா என்னுமிடத்தில் நடந்த போர் (Battle of Karbala) மிக முக்கியமானது. ஒரு பக்கம் ஒரு சிறு படையுடன் அலியின் பெயரனான ஹூசைன் இப்ன் அலி; இன்னொரு பக்கம் உமயாத்தின் கலிபா ஆன யாஸித் (Yazid I, the Umayyad caliph) என்பவரின் பெரும் படையும் இருந்தது. போரில் ஹூசைன் மட்டுமல்லாது, அவரது ஆறு மாதக் குழந்தையும் கொல்லப்பட்டது; பெண்டிர், குழந்தைகள் பலரும் சிறை பிடிக்கப்பட்டனர். இப்போரில் இறந்த மக்கள் ஷியா, சன்னி இருவராலும் புனிதத் தியாகிகளாகக் கருதப்படுகின்றனர்.

இவ்விடத்தில் மீண்டும் ஒரு கேள்வியைத் திரும்பக் கேட்க விளைகிறேன்:

முகம்மது தன் காதீர் உரையின் இறுதியில், ‘உங்களிடம் நான் இரண்டு விஷயங்களை விட்டுச் செல்கிறேன்; ஒன்று, குரான்; இரண்டு, என் வழித்தோன்றல் (Ahlul Bayt). இரண்டையும் பத்திரமாகக் கையாளுங்கள். அவைகள் என்னிடம் இறுதியில் கவ்சார் நீரூற்றின் அருகே வந்து சேரும் வரை ஒன்றோடொன்று பிரியாமல் இணைந்தே இருக்கும்,’ என்றார்.

ஆனால் சன்னிகள் அவர் இரு விஷயங்களைப் பற்றிச் சொல்லவில்லை.

வெறும் குரானைப் பற்றி மட்டும் சொன்னார்; அலியைப் பற்றி ஏதும் சொல்லவில்லை என்று மாற்றிச் சொல்கிறார்கள்.

இரண்டில் எது உண்மை?

அவரவர் கட்சிக்கு அவரவர் சொல்வது உண்மை.

நடுவிலிருக்கும் நமக்கு ...?

5

அஹமதியா மதம் பிறந்த கதை

1835ல் பஞ்சாப் மாநிலத்திலுள்ள காதியான் என்ற ஊரில் பிறந்த மிர்சா குலாம் அகமது என்பவர் 1889களில் தனக்கு அல்லாவிடமிருந்து தூதுச் செய்திகள் (வஹி) வருவதாகக் கூறி தாம் குரான் கூறும் அடுத்த தூதுவர் (நபி) என அறிவித்துக் கொள்கிறார்,

ஒவ்வொரு மதங்களும் தமது வேத நூல்களில் அடுத்து ஒரு தூதர் வருவார் அல்லது அவதாரம் வரும் என்றே கூறுகின்றன. இந்து மதம் கிருஷ்ணனின் கலியுக அவதாரமான கல்கி வருவார் என்று கூறுகிறது. யூதர்களின் டோரா ஏலியாஸ் (இசுலாமியர் இலியாஸ் நபி என்று கூறுவர்) வருவார் என்றும், பைபிள் மெசியா வருவார் என்றும் கூறுகிறது. குர்ஆனும் அவ்வாறே பெயர் குறிப்பிடாமல் தூதர் வருவார் என (வசன எண்: 3:81) கூறுகிறது,

குர்ஆன் வசனம் 3:81 பின் வருமாறு கூறுகிறது.

இன்னும் அல்லா தூதர்களிடம் 'வேதத்தையும் ஞானத்தையும் உங்களுக்கு நான் கொடுத்து பிறகு உங்களுடனிருப்பதை மெய்பிக்கும் ஒரு தூதர் உங்களிடம் வந்தால் அவர் மீது நீங்கள் திண்ணமாக நம்பிக்கை வைத்து அவருக்கு நீங்கள் உதவி செய்ய வேண்டும்' என்று உறுதி மொழி எடுத்தபோது, 'நீங்கள்

(இதனை) உறுதிப்படுத்தினீர்களா? இதன் மீது என்னுடைய வாக்குறுதியை நீங்கள் (ஏற்று) எடுத்துக் கொண்டீர்களா?' என்று கேட்டார், 'நாங்கள் உறுதிப்படுத்தினோம்' என்று அவர்கள் கூறினார்கள். (அதற்கு) 'நீங்கள் சாட்சியாக இருங்கள்; நானும் உங்களுடன் காட்சியாளர்களில் ஒருவனாக இருக்கிறேன்' என்று அவர் கூறினார்.

தான் அனுப்பிய தூதர்களிடம் (முகம்மது நபி உட்பட) தான் அனுப்பிய வேதங்களை (குரான் உட்பட) மெய்ப்பிக்கும் தூதர் ஒருவர் வந்தால் நம்பிக்கைக் கொண்டு உதவிகள் செய்திட வேண்டும் என்று அல்லா உறுதிமொழி வாங்கியதாக இந்த குரான் வசனம் உள்ளதை ஆதாரமாகக் கொண்டு தன்னை மிர்சா நபியாக அறிவித்துக் கொள்கிறார்

முகம்மது நபியிடமும் அல்லா உறுதி மொழி வாங்கினார் என்பதற்கு குரானின் வசனம் 33:7 'உம்மிடமும்' (முகம்மது நபியினைச் சுட்டிக்காட்டி) என்று வருவதையும் கவனத்தில் கொள்ளுங்கள்.

குரான் வசனம் 33:40 முத்திரை நபி (ஹாத்தமுன் நபி) என்று கூறுவதை "இறுதியானவர்" (sealed) என்று சன்னிகளும், நபிகளில் சிறப்பானவர் என்று சிறப்பைக் குறிக்கவே முத்திரை என்ற சொல் உள்ளதாக அகமதியாக்களும் கூறுகின்றனர். எனவே முகம்மது இறுதி நபி என்று கூறுவது தவறு என்பது அகமதியாக்களின் நிலைப்பாடு. 'ஹாத்தமுன்நபி' முத்திரை நபி என்பதற்குப் பதிலாக இறுதி நபி என்றும் பொருள் கொள்ளலாம் என்ற வாதத்திற்கு எதிராக ஹதீஸ்கள் இருக்கின்றன. புஹாரி பாகம்1 அத்தியாயம் 4 எண் 190 நபியின் முத்திரை (ஹாத்தம்) என்பது சிறப்புத்தகுதியோ, இறுதி நபி என்ற விளக்கமோ அல்ல அது உடலிலுள்ள ஒரு மரு அல்லது மச்சம் போன்ற ஒன்று என்று சொல்கிறது. இதே ஹதீஸ் 'முஸ்லீமிலும்' பதிவு செய்யப்பட்டுள்ளது (எண்: 5793). புஹாரியிலும் முஸ்லீமிலும் பதியப்பட்டுள்ளதால் அதிகாரபூர்வமற்றது என அந்த ஹதீஸ்களை தள்ளிவிட முடியாது.

"முகம்மது தான் இறுதி நபி அவரைத்தவிர வேறு யாரும் இல்லை அல்லாவை பயந்து கொள்ளுங்கள்" என அறுதியிட்டு ஒரு வசனத்தை அல்லா அன்றே கூறியிருந்தால், அஹ்மதியாக்களோ இல்லை அவரைப்போன்றவர்களோ

தோன்றுவதற்கான அடிப்படையே இல்லாமல் போயிருக்கு மல்லவா?! அதை மறந்ததேன்? 'ஹாத்தமுன் நபி' என்பதைத் தங்களுக்கு சாதகமாக பொருள் கொள்கிறார்கள். அறுதியிட்டு கூறப்படாததை அவர்கள் அவர்களுக்கு சாதகமாக எடுத்துக் கொண்டார்கள். அவ்வளவுதான்.

மிர்ஸா குலாம் அகமது கிறித்துவத்தையும், இந்து மதத்தையும் எதிர்த்து நிறைய எழுதினார். 1880ல் Barahin-i-Ahmadiyah என்ற நூலின் நான்கு பகுதிகளில் இஸ்லாமிய மதத்தை ஆதரித்தும், கிறித்துவ மிஷனரிகளை எதிர்த்தும், ஆர்ய சமாஜை எதிர்த்தும் எழுதினார். ஹோசியார்பூர் என்ற ஊருக்கு சென்ற போது தன்னிடம் இறைவசனங்கள் இறங்க ஆரம்பித்ததாகக் கூறுகிறார். அந்த நேரத்தில் சூபி ஞானிகள் செய்யும் சில்லா நாசினித்தில் (பெரும்பாலும் இந்திய ஈரானிய சூபிகளிடம் இருக்கும் பழக்கம்) ஈடுபட்டிருந்தார். இது தனிமையில் ஒரு வட்டத்துக்குள் இருந்து 40 நாட்கள் தூக்கமும் உணவும் இல்லாமல் இருப்பதாகும். இது இயேசு நாற்பது நாட்கள் வனத்தில் இருந்ததையும், மோஸஸ் சினாய் மலையில் நாற்பது நாட்கள் இருந்ததற்கும், எலிஜா என்ற தீர்க்கதரிசி நாற்பது நாட்கள் பட்டினியாக இருந்ததோடும் ஒப்பிடப்படுகிறது. ஆனால், குலாம் மிர்ஸா பட்டினியுடன் இருக்கவில்லை. அவ்வப்போது உணவு உண்டதாகக் கூறுகிறார். இந்த காலத்தில்தான் அவருக்கு ஒரு மிகச்சிறப்பான மகன் பிறக்கப்போவதாக இறைவன் கூறியதாகக் கூறினார்.

பின் தன்னையே 'வாக்களிக்கப்பட்ட இரட்சிப்பாளர்' என்று அழைத்துக்கொண்டார். தானே ஏசுவின் ஆன்மா, அல்லாவின் தூதுவர், கிருஷ்ண பரமாத்மாவின் மறு அவதாரம் என்றெல்லாம் தன்னைப் பற்றிக் கூறிக்கொள்ள ஆரம்பித்தார்.

இதற்குப் பின்னர் தன்னை ஒரு முஜாதித் (சீர்திருத்தவாதி) என்று கூறிக்கொண்டு தன்னை இஸ்லாமிய நபியாக முன்னிருத்திக்கொண்டார். இறுதித்தீர்ப்பு நாளன்று இயேசு வருவார் என்ற இஸ்லாமிய நம்பிக்கையை முன்னிருத்தி தன்னையே அப்படிப்பட்ட இயேசு என்று கூறிக்கொண்டார். இஸ்லாமியர்கள் எதிர்பார்ப்பது போல மிலிட்டரி தலைவராக இயேசு வரமாட்டார் என்றும் ஆன்மீகத் தலைவராகவே வருவார் என்றும், இனி ஜிஹாத் என்னும் இஸ்லாமிய போர் இந்த காலத்தில் தேவை இல்லை என்றும் அறிவித்தார்.

இது அப்போது இந்தியாவை ஆண்டு கொண்டிருந்த வெள்ளையர்களுக்கு மிகவும் பிடித்துப் போனது; அதனால் அரசின் ஆதரவும் இவருக்குக் கிடைத்தது.

ஆயினும் இவர் சொன்ன பல தீர்க்க தரிசனங்கள் தவறாகவே இருந்தன. தான் நான்கு பகுதிகளில் எழுதிய நூலை 50 பகுதிகளாகத் தொடர்ந்து எழுதப்போவதாகச் சொன்னார். ஆனால் வெறும் 5 பகுதிகள் மட்டுமே எழுதினார். அதுவும் அந்த ஐந்தாவது புத்தகம் எந்தச் சிறப்புமற்ற நூலாக இருந்தது. உருது, அராபிய மொழியில் ஐந்துக்கும் ஐம்பதுக்கும் ஒரே ஒரு புள்ளி மட்டுமே வித்தியாசமாக இருந்தது. இதை வைத்து சமாளிக்க முயற்சித்தார்!

கிறித்துவர்களையும், இந்துக்களையும் போட்டிக்கழைத்த அகமது பின்னாளில் இஸ்லாமியரையும் போட்டிக்கழைத்தார். இதனால் இஸ்லாமியர்களின் வெறுப்பையும் சம்பாதித்தார். எல்லா தூதுவர்களைப் பற்றியும் கடவுள் தன்னிடம் பேசியுள்ளதாகக் கூறினார். 'ஆதாம், நோவா, இப்ராஹீம், ஐசக், யாக்கோபு, இஸ்மாயில், மோசஸ், தாவூது, ஏசு, முகமது —என்ற எல்லா தூதுவர்களாக வந்தது தானே என்று கூறிக்கொண்டார்.

இது பல இஸ்லாமிய தலைவர்களை இவருக்கு எதிராகத் திருப்பியது. பிரிட்டிஷ் ஆட்சியாளர்களுக்கு உதவியாக முஸ்லீம்களின் ஜிஹாத் உணர்வை மழுங்கடிக்க இவர் பயன்படுத்தப்பட்டார் என்று இதர முஸ்லீம் தலைவர்கள் இவரைக் குற்றம் சாட்டுகிறார்கள். இஸ்லாமியர்கள் இவரை முழுமையாக எதிர்த்ததால் இவரும் இவரை நம்பியோரும் புதிய குழு ஒன்றை அமைத்துக் கொண்டனர். இவர்கள் அஹமதியா என்று தங்களை அழைத்துக் கொண்டனர். 'அஹமதியா' என்பது முகமதுவின் இன்னொரு பெயர்; அஹமதுவின் பெயருக்காக இப்பெயரை வைக்கவில்லை என்பது அவர்களது விளக்கம். இஸ்லாமியர்கள் இவர்களை 'காதியர்கள்' என்று அஹமது பிறந்த ஊரின் பெயரை வைத்து அழைத்தனர்.

தன்னை இறுதி மெஹ்தியாகவும், வாக்களிக்கப்பட்ட மெசியாவாகவும் அறிவித்துக் கொண்ட பின்னால், பல முஸ்லீம் தலைவர்கள் இவரை காபிர் என்றும், இவரையும் இவரது சீடர்களையும் கொல்லத் தகுந்தவர்களாக அறிவித்து

பத்வா விதித்தனர். அந்த பத்வா இந்தியாவெங்கும் எடுத்து செல்லப்பட்டு, 200க்கும் மேற்பட்ட முஸ்லீம் தலைவர்கள் கையெழுத்திட்டனர்.

ஆனால் என்ன தான் அகமதியா, ஷியா பிரிவினரை முஸ்லிம் இல்லை என்று சன்னிகள் சொன்னாலும், அவர்களும் ஹஜ் மற்றும் உம்ரா செய்து கொண்டு தான் இருக்கிறார்கள். சவுதி அரசாங்கமும் அவர்களுக்கு அனுமதி அளிக்கிறது. குரான் 9:28 ஆம் வசனம் இப்படிக்கூறுகிறது, "இவ்வாண்டுக்குப்பிறகு முஸ்லீம்களை தவிர வேறு யாரையும் மக்காவுக்குள் அனுமதிக்கக்கூடாது." அல்லாவின் நாட்டம் இல்லாமல் யாரும் ஹஜ் உம்ரா செய்து விட முடியாது என்று கூறப்பட்டிருக்கையில், அவர்கள் செய்வதை ஒப்புகொண்டே ஆகவேண்டும். மக்காவில் மாற்று மதத்தவர்கள் நுழைந்துவிடக்கூடாது என்பதில் மிகக் கவனமாக இருக்கும் சௌதி அரசு (இந்திரா காந்தி கூட ஒருமுறை மக்கா செல்ல விரும்பிய போது அப்போதைய சௌதி அரசு அதை அனுமதிக்கவில்லை) அஹ்மதியாக்களை ஆண்டுதோறும் அனுமதித்துக்கொண்டுதான் உள்ளது. அஹ்மதியாக்கள் தனிமதம் என்பவர்கள், தங்கள் அல்லாவின் ஆணை சௌதி அரசால் செயல்படுத்தப்படவில்லை என்பதை ஏற்கிறார்களா?

ஈத்—உல்—அதா திருவிழாவன்று 1900ல் இவர் அரபிய மொழியில் ஒரு மணிநேரம் தியாகத்தைப் பற்றி உரையாற்றினார். இந்த உரை இறைவனால் அவருக்கு அளிக்கப்பட்டது என்று அவரைப் பின்பற்றுபவர்கள் கொண்டாடுகின்றார்கள். இந்த உரையின் போது அவர் குரல் மாறியதாகவும், அவர் ஒரு மோன நிலையிலிருந்து இந்த உரையை ஆற்றியதாகவும் கூறுகிறார்கள். இந்த உரையை பற்றி பின்னால் மிர்சா குலாம் எழுதும்போது 'ஒரு தேவதூதன் என் நாவின் மூலமாகப் பேசியது போலிருந்தது' என்கிறார்.

அல்லா சுமார் 7000 வருடங்களுக்கு முன்னால், முதல் மனிதரான ஆதாமை உருவாக்கியதாகவும் அதன் பின்னால் முகம்மது நபி 4508 ஆண்டுகளுக்கு பின்னால் தோன்றியதாகவும் கூறியிருக்கிறார். (Lecture Sialkot - Page 11, Lecture Sialkot - Page 15) இருந்தாலும் இன்றைய அஹ்மதியா பிரிவினர் பரிணாமவியலை ஒப்புகொள்வதாக கூறுகின்றனர்.

இஸ்லாமிய பாரம்பரியத்தின் படி இயேசு இரண்டாம்

முறை வரும்போது டமாஸ்கஸ் நகருக்கு கிழக்கே வெள்ளை மினாரட்டுக்கு அருகே உதிப்பார் என்று இருப்பதாகக் கூறிய இவர், தன்னையே இயேசு என்று கூறிக்கொள்வதால், தனது ஊரான குவாதியான் நகரிலேயே 1903இல் வெள்ளை மினாரட் கட்ட அஸ்திவாரம் போட்டார். இந்த மினாரட் 1916 இல் கட்டி முடிக்கப்பட்டது. இது அஹ்மதியா இஸ்லாமின் சின்னமாக கருதப்படுகிறது.

இவரது காலத்திலேயே ஏராளமான முஸ்லீம்கள் இவரைப் பின்பற்றினர். இவரது காலத்துக்கு பின்னர் அந்த இயக்கம் இரண்டாக உடைந்தது. ஒன்று லாகூர் அஹ்மதியா இயக்கம்; அடுத்தது அஹ்மதியா முஸ்லீம் இயக்கம். அஹ்மதியா முஸ்லீம் இயக்கம் இன்று 200 நாடுகளில் உள்ளது. இந்த இயக்கத்தில் சுமார் இரண்டு கோடிக்கு மேல் பக்தர்கள் உள்ளனர். லாகூர் அஹ்மதியா இயக்கம் 17 நாடுகளில் உள்ளது. 1974ம் ஆண்டு இக்குழுவினர் காபிர் என்று பாகிஸ்தான் அரசால் சட்டம் இயற்றப்பட்டது. இவர்கள் மெக்காவிற்குச் செல்லவும் தடை செய்யப்பட்டார்கள். என்றாலும் அவர்கள் எண்ணிக்கை அதிகரித்துகொண்டே உள்ளது. பாகிஸ்தானின் ஒரே நோபல் பரிசு விஞ்ஞானி அப்துஸ் சலாம் அஹ்மதியா பிரிவைச் சேர்ந்தவர்.

மிர்ஸா குலாம் அஹ்மதுவுக்கு டெம்போரல் வலிப்பு நோய் இருந்திருக்கலாம் என்பதற்கு ஏராளமான ஆதாரங்கள் உள்ளன. முதலாவது அவர் தன்னைக் கடவுளோடு உரையாடுபவராகக் கூறிக் கொள்கிறார். 'நீ என்னுடைய ஒருமையைப் போல இருக்கிறாய். என்னுடைய தனித்துவத்தை போல இருக்கிறாய். என்னுடைய ஆசனம் போல இருக்கிறாய். என்னுடைய மகனைப் போல இருக்கிறாய்' என்று கடவுள் இவரிடம் சொன்னதாக எழுதியுள்ளார். இவருக்கு வலிப்பு நோய் இருந்திருப்பதை இவரது மருத்துவரும் மற்றவர்களும் குறித்து வைத்துள்ளனர். அஹமதுவே தனக்கு இருந்த வலிப்பு நோய் போல இயேசுவுக்கும் இருந்திருக்கிறது என்று எழுதியிருக்கிறார். (Jesus had actually become insane due to epilepsy. - (Roohani Khazain, Satt Bachan - Volume 10 - Page 295)

இவர் எதிர்காலத்தில் நடக்கப்போவதாக நிறைய சொல்லியிருக்கிறார். அந்த தீர்க்கதரிசனங்கள் அனைத்தையும் அல்லாவே தன்னிடம் கூறியதாகச் சொன்னார். இது போன்ற ஏராளமான வாசகங்களை அவர் எழுதிய நூற்றுக்கும்

மேலான புத்தகங்களில் காணலாம். இவர் கூறிய பல தீர்க்க தரிசனங்கள் அவரது வாழ்க்கைக் காலத்திலேயே தவறாகிப் போய் விட்டன. தான் 'காதலித்த' முகமதி பேகம் என்ற பெண்ணை மணக்க அவர் எடுத்துக் கொண்ட நம்பிக்கைகளும், முயற்சிகளும் மிகவும் வேடிக்கையானவை. முகமது நபி ஜேனப் என்ற பெண்ணை மணக்க அல்லா உதவியது போல் தனக்கும் உதவுவார் என்ற நம்பிக்கையில் தான் இத்தனை முயற்சிகள் எடுத்திருக்கிறார்! தன் வாழ்க்கைக் காலத்திலேயே கிறித்துவ மதம் அழிந்து விடும் என்றார்; அதுவும் நடக்கவில்லை; இது போன்ற அவரது தீர்க்க தரிசனப் பட்டியல் மிக நீளம்....

http://www.answering-islam.org/Gilchrist/Vol1/9c.html

http://news.bbc.co.uk/2/hi/8711026.stm

6

முகத்திரைக்குள்ளே...!

தஜ்ஜால்

தமிழ்நாட்டில் ஏகத்துவப் பிரச்சாரம் வீரியமடைந்த பிறகு, பெண்கள் தங்கள் முகம், முன் கைகளைத் தவிர ஏனைய பகுதிகளை மறைக்கும் புர்கா அணியத் துவங்கினர். மார்க்கம் கூறியபடி தங்கள் உடல் அழகை மறைக்காத நிலை தான் பெரும்பாலான முஸ்லிம் பெண்களிடம் இருந்தது. இது வஹாபிஸ வியாபாரிகளுக்குக் கிடைத்த வெற்றிதான்; மறுப்பதற்கில்லை.

ஜனவரி, 2010-ம் ஆண்டு, விஜய் டிவியில், நீயா? நானா? நிகழ்ச்சிக்காக இஸ்லாமியப் பெண்களுக்கிடையே ஹிஜாப் பற்றிய விவாதம் பதிவு செய்யப்பட்டு, ஒலிபரப்பாக இருந்த நேரத்தில் பீஜே குழுவினரின் மிரட்டலால் நிறுத்தப்பட்டது. தங்களது இஸ்லாமியப் பெண்களே உண்மையைக் கூறிவிடுவார்களோ என்ற அச்சம்தான் காரணம்.

ஹிஜாப் இஸ்லாமியப் பெண்களின் மீது சுமத்தப்பட்டதற்கு காரணங்களாகக் கூறப்படும் சில காட்சிகளைக் காண்போம்.

காட்சி - 1

முகம்மதிற்கு, ஜைத் என்றொரு வளர்ப்பு மகன். அவனது மனைவி ஜைனப். பல காரணங்கள் கூறப்பட்டாலும்,

இறுதியில் மருமகளையே முகம்மது தனது மனைவியாக்கிக் கொள்வதில் முடிந்தது.

குரானில் என்னென்ன கட்டளைகள் இடம்பெற வேண்டுமென்பதை சுமார் மூன்று முறை அல்லாவிற்கே(!) ஆலோசனை கூறியுள்ளார் முகம்மதுவின் துணைவர்களில் ஒருவர்.

புகாரி 4790. உமர்(ரலி) அறிவித்தார்

நான், 'இறைத்தூதர் அவர்களே! தங்களிடம் நல்லவரும் கெட்டவரும் வருகின்றனர். எனவே, தாங்கள் (தங்களின் துணைவியரான) இறை நம்பிக்கையாளர்களின் அன்னையரை பர்தா அணியும்படி கட்டளையிட்டால் நன்றாயிருக்குமே!' என்று சொன்னேன். அப்போது அல்லா பர்தா (சட்டம்) தொடர்பான வசனத்தை அருளினார்.

உமர் சொன்னார்; அல்லா கொடுத்தார்...!

காட்சி - 2

ஜைனபோடு திருமணம் முடிந்து புது மனைவியுடன் பொழுதைக் கழிக்க நினைத்ததில் விழுந்தது மண். திருமணத்திற்கு வந்த உறவினர்கள் சமயம் புரிந்து விலகவில்லை. இப்பிரச்சனையை தீர்த்து வைக்க, "இது நபிக்குத் தொந்தரவாக இருக்கும். உங்களிடம் (கூற) அவர் வெட்கப்படுவார். (நபியின் மனைவியரான) அவர்களிடம் எதையேனும் நீங்கள் கேட்டால் திரைக்கப்பால் இருந்தே கேளுங்கள்!. அவருக்குப் பின் ஒரு போதும் அவரது மனைவியரை நீங்கள் மணக்கவும் கூடாது." என்று குரான் *33:53* வஹி மூலம் இறங்கி விடுகிறது.

முகம்மதின் மனைவியர்கள் ஹிஜாப் கடைபிடிப்பவர் களல்ல. முகமதுவின் திருமண விருந்திற்கு வந்தவர்கள், அவரை அன்று அவ்வளவு வெறுப்பேற்றியிருக்கவில்லையெனில் ஹிஜாப்—பர்தா பற்றிய அறிவிப்புகள் வெளியாகியிருக்காது என்பது ஒரு எளிமையான விளக்கம்.

குரானின் ஒவ்வொரு வார்த்தையும் இப்பிரபஞ்சம் படைக்கப்படுவதற்கு முன்பே லவ்ஹுல் மக்ஃபூல் என்ற ஏட்டில் அல்லா எழுதிவைத்தவாறே வெளியாகிறது என்ற குரானின்

கூற்றை நம்பினால், அல்லாவின் திட்டப்படி விருந்தினர்கள் முகம்மதின் வீட்டிற்கு வரவழைக்கப்பட்டது; வீட்டிற்குள் எட்டியும் பார்க்க வைத்தது, முகம்மது எரிச்சலூட்டப்பட்டது; பின்னர், முகம்மதை ஆதரித்தும், தோழர்களைக் கண்டித்தும் குரான் வசனங்களையும் அல்லா வெளியிட்டது என்பது 'தெளிவு நிரம்பிய' குரானின் குழப்பமான விளக்கம். இவைகளில் எந்த ஒரு விளக்கத்தையும் தேர்ந்தெடுக்கும் வாய்ப்பை வாசகர்களிடமே விட்டு விடுகிறேன்.

இதனோடு, குரான் 33:53—ம் வசனத்தின் இறுதிப்பகுதி முகம்மதின் மனநிலையை மிகத் தெளிவாக உணர்த்துகிறது. அதாவது ஜைத்தைக் காணச் சென்ற பொழுது திரை விலகியதாலேயே மருமகளான ஜைனப்பின் மீது காமம் பிறந்தது. அதே முறையில், வேறு ஒருவர் தன் மனைவியர்களையும் கவர்ந்து சென்று விடக்கூடாது என்ற முகம்மதின் கவலையை அல்லா, வஹியின் மூலம் இங்கு சரிசெய்கிறான்!

முகம்மது, தனது வயதான காலத்தில் எண்ணற்ற மனைவிகளையும், வைப்பாட்டிகளாக அடிமைப் பெண்களையும் தனது அந்தப்புரத்தில் நிரம்பச் செய்திருந்தார். தானாக முன்வந்து முகம்மதிற்கு தங்களை தாரைவார்த்துக் கொண்ட பெண்களும் உண்டு. இவர்களில் ஸவ்தாவைத் தவிர மற்றுள்ள அனைவருமே இளம்வயது அழகிகள். இவர்களை கட்டுப்பாட்டில் வைக்க முகம்மதிற்குத் தெரிந்த ஒரேவழி அல்லாதான். அவனிடம் சொன்னால் குர்ஆன் வசனங்களைக் அள்ளித் தெளித்துவிட்டுப் போகிறான்!

முகம்மதின் மீது அபாண்டமாக பழி சுமத்துவதாக நீங்கள் நினைக்கலாம். அவர் பெண்கள் விஷயத்தில் மிக பலவீனமான மனநிலையைக் கொண்டவர்; அவரது மனநிலை எப்படியிருந்தது என்பதை விளக்க இன்னொரு ஹதீஸைக் காண்போம்.

முஸ்லீம் ஹதீஸ் 2718 — ஜாபிர் பின் அப்தில்லாஹ் (ரலி) அவர்கள் அறிவிக்கிறார்கள்:

அல்லாஹ்வின் தூதர் அவர்கள் (ஒரு முறை) ஒரு பெண்ணைப் பார்த்தார்கள். அப்பெண்(ணின் அழகு) அவர்களைக் கவர்ந்தது. உடனே அவர்கள் தம் துணைவியார் ஸைனப் (ரலி) அவர்களிடம் சென்றார்கள். அப்போது அவர் தமக்குரிய ஒரு தோலைப் பதனிட்டுக் கொண்டிருந்தார்.

அவரிடம் அல்லாஹ்வின் தூதர் (ஸல்) அவர்கள் தமது தேவையை நிறைவேற்றிவிட்டுப் பிறகு தம் தோழர்களிடம் புறப்பட்டு வந்து, "ஒரு பெண் (நடந்து வந்தால்) ஷைத்தான் (தூண்டிவிடும்) கோலத்திலேயே முன்னோக்கி வருகிறாள்; ஷைத்தான் (தூண்டிவிடும்) கோலத்திலேயே திரும்பிச் செல்கிறாள். எனவே, உங்களில் ஒருவரது பார்வை ஒரு பெண்ணின் மீது விழுந்து அவள் (அழகு) அவரைக் கவர்ந்து விட்டால் உடனே அவர் தம் துணைவியிடம் செல்லட்டும். ஏனெனில், அது, அவரது மனத்தில் தோன்றும் (கெட்ட) எண்ணத்தை அகற்றிவிடும்" என்று கூறினார்கள்.

அந்தப் பெண்ணின் அழகு, முகம்மதைக் கவர்ந்ததாம்; உடனே அவரது உணர்வுகள் கிளர்ந்தெழுந்துவிட்டதாம்; அதைத் தணித்துக் கொள்ள தனது மனைவியை நாடிச் சென்றுவிட்டாராம். அல்லா, குரான் வசனங்களை கூறிக் கொண்டிருப்பதை நிறுத்திவிட்டு புலனடக்கம் என்றால் என்னவென்பதை முகம்மதிற்குக் கற்றுக் கொடுத்திருக்கலாம்.

புகாரி ஹதீஸ் 29 — 'எனக்கு நரகம் காட்டப்பட்டது. அதில் பெரும்பாலோர் பெண்களாகக் காணப்பட்டனர்.'

முகம்மதிற்கு எப்பொழுதுமே பெண்களின் மீது நல்ல கருத்து இருந்ததில்லை, அவரது இத்தகைய எண்ணங்கள், பெண்களின் மீது அர்த்தமற்ற கட்டுப்பாடுகளை விதிக்கத் தூண்டியது.

காட்சி - 3

முகம்மதின் மனைவியர்கள், தங்களது தேவைகளுக்காக சுதந்திரமாக வெளியில் சென்று வருபவர்களாக இருந்துள்ளனர் என்பதற்கு குரான் *33:33* நமக்கு போதுமான ஆதாரமாக இருக்கிறது.

*புகாரி ஹதீஸ்—4795—*இதில் கூறுவதை வைத்துப் பார்க்கும் போது முகம்மதின் மனைவியர்கள், வீட்டினுள் அடைத்துப் பாதுகாக்கப்பட வேண்டிய பொருள் என்பது உமரின் கருத்து என்பது தெளிவாகத் தெரிகிறது.

33:33 உங்கள் வீடுகளிலேயே தங்குங்கள்! முந்தைய அறியாமைக் காலத்தில் வெளிப்படுத்தித் திரிந்தது போல்

திரியாதீர்கள்! தொழுகையை நிலை நாட்டுங்கள்! ஸகாத்தைக் கொடுங்கள்! அல்லாவுக்கும், அவனது தூதருக்கும் கட்டுப் படுங்கள்!... என்ற அல்லாவின் கட்டளையும் முகம்மதுவின் மனைவியருக்கு மட்டும் வருகிறது.

இஸ்லாமியர்கள் கூறும் ஹிஜாப் நடைமுறைகள்:

ஹிஜாப் என்பது குறிப்பிட்ட நிறம், மற்றும் வடிவத்திலானது அல்ல. எந்த நிறத்திலும், எந்த வடிவத்திலும் இருக்கலாம். முகம், முன் கை தவிர மற்ற பகுதிகளை அது மறைக்கும் வகையிலும், தளர்வான ஆடைகளால் உடலின் பரிமாணங்கள் தெரியாதவாறு மறைத்திருக்க வேண்டும் என்பதே இன்றைய விதியாகும் என்கிறது வஹாபியத் தரப்பு.

"சீரழிவுக்கு பெண்களின் முகமே ஆரம்பப் புள்ளி" என்று கருதும் மற்றொரு தரப்பான ஆப்கான் மற்றும் தமிழக தாலீபான்களும், பொறுப்பற்று ஊர் சுற்றித் திரியும் தப்லீக்வாதிகளும், முகம் உட்பட முழுவுடலும் கட்டாயமாக மறைக்கப்பட வேண்டுமென்று வாதிடுகின்றனர். அவ்வாறே அவர்கள் தங்களது இல்லப் பெண்களுக்கு, கூடுதலாக கையுறை மற்றும் காலுறைகளை அணிவித்து, மூடி, மூட்டையாகக் கட்டியும் வைத்துவிட்டனர்.

இது பெண்களை அவமதிக்கும் கேடுகெட்ட பைத்தியக்காரத்தனம் என்ற விமர்சனங்கள் எழும்பொழுது, இஸ்லாம் முகம், கை மற்றும் கால்களை மூடி மறைக்கச் சொல்ல வில்லை என்று நழுவுகிறது வஹாபியத் தரப்பு.... இஸ்லாமியப் பெண்களை அவர்களது நடமாடும் கூடாரங்களிலிருந்து விடுதலையளிக்க முல்லாக்கள் தயாரில்லை.

இஸ்லாமியப் பெண்களை மூட்டைகட்டி வைப்பதற்கு குரான் 24 அத்தியாயத்தின் 31—ஆம் வசனத்தை மிக முக்கியமான ஆதாரமாகக் காண்பிக்கின்றனர். இவ்வசனம், பெண்கள் தங்கள் உடலின் எந்தப் பகுதியை மறைக்க வேண்டுமென்பதையும், எந்தப் பகுதியை வெளிப்படுத்தலாம் என்பதையும் வரையறை செய்வதாக அவர்கள் கருதுகின்றனர். குரான் 24:31, தமது பார்வைகளைத் தாழ்த்திக் கொள்ளுமாறும் தமது கற்புகளைப் பேணிக் கொள்ளுமாறும் நம்பிக்கை கொண்ட பெண்களுக்குக் கூறுவீராக. அலங்காரத்தில் வெளியே தெரிபவை தவிர மற்றவற்றை வெளிப்படுத்த

வேண்டாம். தமது முக்காடுகளை மார்பின் மேல் போட்டுக் கொள்ளட்டும். ... " khumurihinna ala juyubihinna" என்பது எதைக் குறிக்கிறது? 'கிமார்' என்ற சொல் எதைக் குறிப்பிடுகிறது என்ற குழப்பம் குரான் விரிவுரையாளர்களுக்கிடையே இருந்துள்ளது. ...கிமார் என்றால் முகத்தை மூடும் ஆடை என்ற கருத்து தவறானது. தலையை மறைக்கும் துணி என்பதே இதன் சரியான பொருள். கிமார் என்பது முகத்திரை அல்ல. தலைத்துணி தான் என்பது இதிலிருந்து தெளிவாகின்றது... கிமார் (khimar) மறை, மூடு என்று பொருள் கொள்ளலாம். குரானில் இருப்பதை மறைத்தும் இல்லாததை திணித்தும் அப்பாவி மக்களை ஏமாற்றுவதன் மூலம், தங்களது கடவுளின் மானத்தைக் காப்பாற்ற நினைக்கின்றனர். குர்ஆன் தெளிவானது, நன்கு விளக்கப்பட்ட புத்தகமென்று தன்னைத் தானே சான்றிதழ் வழங்கிக் கொள்வதையும் நாம் கவனத்தில் கொள்ள வேண்டும்.

உண்மையில், பர்தா—புர்கா—ஹிஜாப் என்ற பெயரில் பெண்களை தலைமுதல் கால்வரை மூடிக்கொள்ளுமாறு குர்ஆன் அறிவுறுத்தவில்லை. ஜைனபுடனான தனது திருமண (வலீமா) விருந்தில், தனது தோழர்களின் செய்கையால் கடுப்பான முகம்மது, தனது மனைவியரை திரைக்குள் மறைந்திருக்க உத்தரவிட்டார். அதையே காரணமாகக் கொண்டு மற்ற பெண்களின் மீதும் திரையை திணிப்பது அர்த்தமற்றது.

ஆப்ரஹாமிய மதங்கள் பிற நாகரீகங்களை ஆக்கிரமித்து ஆதிக்கம் செலுத்தி; உள்ளூர் மக்களை இரண்டாம் தர குடிமக்களாக்கிய நிகழ்வுகளை வரலாற்றில் காணமுடியும். அவர்கள், தலையில் முக்காடு அணியாத உள்ளூர் பெண்களை நாகரீகமற்றவர்களாக வரையறை செய்தனர்.

'பர்தா' முறையின் வாயிலாக முல்லாக்கள், தங்களது பெண்களை அறிவற்றவர்களாகவும், தங்களது உடலால் ஆண்களைத் தவறான வழிக்கு கொண்டு செல்பவர்களாகவும், ஆண்கள் அனைவருமே அடக்க முடியாத காமவெறி பிடித்து அலையும் மிருகங்களாகவும் சித்தரிக்கின்றனர். வரலாற்றின் சக்கரங்களை பின்னோக்கி இழுக்கும் இவர்களின் செயல், முன்னேறிய ஒரு நாகரீக சமுதாயத்திற்கு அவமானமே!

இன்று தமிழ் நாட்டில் மதவியாபாரிகளின் "புர்கா போடும் புரட்சி" என்ற பீற்றலுக்கு பின்னால் மறைந்திருப்பது,

திருமணச் சந்தையில் தங்களது பிள்ளைகள் விலை போகாமல், மற்றவர்களால் எங்கே நாம் அவமானப்பட்டு விடுவோமோ என்ற ஒவ்வொரு அப்பாவி முஸ்லீம் பெற்றோர்களின் அச்சம் மட்டுமே!

7

இந்துக்களின் கண்களுக்கு...

இந்து மதம் உலகத்தின் மிகப் பழமையான, ஐந்தாயிரம் ஆண்டுகளுக்கும் முன்பான ஒரு மதமாகக் கருதப்படுகிறது. எப்படி எங்கு யாரால் ஆரம்பிக்கப்பட்டது என்பதற்கான சரியான ஆதாரங்கள் ஏதும் கிடையாது. இரண்டாயிரம் ஆண்டுகளுக்கு முன்பே சிந்து வெளி நாகரீகக் காலத்தில் ஆரியர்களால் இங்கு கொண்டு வரப்பட்டது என்று ஒரு அனுமானம் இருந்தது. ஆனால் இந்தக் கொள்கையின் மீது பல கேள்விகள் உண்டு.

ஒரு மதம் என்றால் மூன்று செய்திகள் அடிப்படையாக அமைய வேண்டும். ஒரு முழு முதல் கடவுள், சட்டங்கள், சில வழிபாட்டு முறைகள் ஆகியவை அவை. இந்து மதத்திற்கு அல்லது அப்பெயரில் இப்போது அடையாளம் காட்டப்படும் மதத்திற்கு இவை ஏதுமில்லை. புராணங்கள், இதிகாசங்கள், சமயக் கதைகள் ஒரு புறம்; சாஸ்திரங்கள், வேதங்கள் இன்னொரு புறம்; வாழ்க்கையின் நடைமுறைகள் வேறொரு புறம். இந்த மூன்றும் ஒன்றுக்கொன்று தொடர்புள்ளவைகள் தானா என்ற கேள்வியை இம்மதத்தின் முன் வைக்கலாம். புராணங்களும், இதிகாசங்களும் கதையாக, நாடகமாக, சினிமாவாக மக்களிடையே ஓரளவு பரவியுள்ளன. ஆழ்ந்த வாசிப்பினால் அல்ல. இவைகளைப் பற்றிய அடிப்படை

அறிவு தேவை என்பதெல்லாம் இம்மதத்தின் கோட்பாடல்ல. இவைகளின் நிலை இப்படியென்றால் சாஸ்திரங்கள், வேதங்கள் இம்மதத்தின் ஒரு சாராருக்கு மட்டும் தெரிந்த ஒன்றாக உள்ளது. பிராமணர்களே பெரும்பாலும் இந்த மத அறிவுக்கு முக்கியத்துவம் கொடுக்கிறார்கள். ஏனைய 'இந்து மக்களுக்கு' இந்த 'வைகீக அறிவு' கிஞ்சித்தும் இல்லை. இவைகளை வைத்துப் பார்க்கும்போது இந்து மதம் இரு கூறாகப் பிரிந்துள்ள மதமாகத் தெரிகிறது. இந்த இரு கூறுகளில் ஒரு கூறு சிறுபான்மையான பிராமணர்களைக் கொண்டதாகவும், அடுத்த பெரும் பிரிவு ஏனையோரின் தலையில் ஏற்றி வைக்கப்பட்ட மதமாகவும் உள்ளது.

வெள்ளிக்கிழமை பெண்கள் தலைக்கு நீராட வேண்டும். எதற்காக? யாருக்கும் பதில் தெரியாது. ஆனாலும் இந்த நீராடல் ஒரு சமய வழக்கமாகக் கைக்கொள்ளப்படுகிறது. மார்கழி மாதம் நாள்தோறும் காலை நீராடல் என்பது இன்னொரு சமய வழக்கம். உடல் நலத்தை மனதில் கொண்டால் இது ஒரு நல்ல பழக்கம் என்பது தெரிகிறது. ஆனால் ஏன் இது ஒரு சமய வழக்கம் என்று கேட்டால் பதிலேதுமில்லை. இப்படி பல சாஸ்திரங்கள் வழக்கில் உள்ளன. 'முன்னோர்கள் சொல்லிச் சென்றது' என்பதைத் தவிர பெரும்பான்மையருக்கு வேறு காரணம் எதுவுமில்லை.

தத்துவங்களிலும் பலவகை இம்மதத்தில் பேசப்படுகிறது. அவைகளில் பல ஒன்றோடொன்று எதிர்க் கருத்துகளாக நிற்கின்றன. அத்வைதமும் த்வைதமும் நல்ல உதாரணங்கள். அதோடு கடவுள் மறுப்பைக் கூட தங்கள் தத்துவங்களில் ஒன்றாகக் கொண்டுள்ளது. அதிலும் மதத்தின் பல தத்துவக் கூறுகள் ஒரு சாதாரண இந்துவிடமிருந்து மிக அப்பாலில் நிற்கின்றன.

'இந்து' என்ற பெயரே எப்படி எப்போது வழங்கப்பட ஆரம்பித்தது என்பதும் ஒரு கேள்விக்குறி. இந்து என்ற பெயர் இந்து மதத்தை முதலில் குறிப்பிடவில்லை. சிந்து நதி பாயும் நிலம் என்ற பொருளில் தான் இப்பெயர் ஆரம்பமானது. பழமையான இந்து வேத நூல்களில் கூட இந்து என்ற பெயர் ஏதுமில்லை. சமஸ்கிருதம் உள்ளிட்ட எந்த இந்திய மொழியிலும் 'இந்து' என்ற சொல்லே கிடையாது. வெளிநாட்டிலிருந்து இறக்குமதியானதே இந்தச் சொல்! ஹிந்து அல்லது இந்து (Hindu or Indu) என்று முதலில் கிரேக்கர்களால்

சிந்து நதியைத் தாண்டி வாழ்பவர்கள் என்ற பொருளில் அழைக்கப்பட்டிருக்கிறது. மெகாஸ்தனிஸ் ஏறத்தாழ கி.மு.4—ம் நூற்றாண்டில் 'Indica' என்று பயன்படுத்தியுள்ளார். பின்பு பாரசீகத்தினர் தங்கள் மொழியில் இல்லாத 'சி' எழுத்திற்குப் பதில் 'ஹி' என்று பயன்படுத்தியதால் சிந்து என்பது ஹிந்து / இந்து என்றானது. சிந்து என்பதை இரானியர்கள் தான் ஹிந்து என உச்சரித்து அழைத்துள்ளார்கள். எனவே அந்நிலப்பரப்புக்கு "ஹிந்துஸ்தான்" எனப்பெயரிட்டார்கள். கி.மு. 517—ல் பாரசீக அரசர் முதலாம் டேரியஸ் (Persian King Darious I) அவர்களது மொழியான க்யூனிபாம் எழுத்துகளில் (Cuneiform inscriptions) ஹிந்து என்று பொறித்துள்ளார். இது அப்போது ஒரு நாட்டுப் பரப்பின் பெயராக இருந்ததேயொழிய ஒரு மதத்தின் பெயராக இல்லை. இப்பெயரை அரேபியர்கள் வைத்ததாகவும் ஒரு தவறான கருத்து இருந்து வந்தது. கி,மு. முதலாம், இரண்டாம் நூற்றாண்டில் சீனர்கள் "Hein-tu" என்று வட இந்தியர்களைக் குறிப்பிட்டுள்ளார்கள்.

18ம் நூற்றாண்டின் இறுதியில் ஐரோப்பிய வியாபாரி களாலும், காலனியாதிக்கக்காரர்களாலும் இந்து என்பது மதத்தின் பெயராக மாறியது. இதற்கு முன் இந்து மதத்தின் பெயர் சனாதன தர்மம் அல்லது ஆர்ய மதம் என்று அழைக்கப்பட்டது. இந்து என்கிற சொல் 1722 ல் வாரன் ஹேஸ்டிங்ஸ் — hindoos — என இந்து சட்டம் பற்றி எழுதும் போது குறித்துள்ளார்.

இடத்துக்கு ஆகி வந்த இந்து என்ற பெயர் பின்னால் ஒரு மதத்திற்கான பெயராக 1871ல் ஆங்கிலேயர் இங்கே எடுத்த மக்கள் கணக்கெடுப்பின் போது மாறியது. அப்போது அவர்கள் கிறித்துவர், இஸ்லாமியர், சீக்கியர், புத்த மதத்தினர் தவிர வேறு எல்லா மதக் குழுக்களையும் ஒரே 'குடைக்குள்' கொண்டு வந்தார்கள். வேதங்களையும், புராணங்களையும் சார்ந்த சனாதன மதமும், முன்னோர்களை வழிபடும் சிறு சிறு குழுக்கள், காவல் தெய்வங்கள் என்று முன்னோரை வழிபட்ட அனைத்தும் இந்தக் குடையின் கீழ் கொண்டு வரப்பட்டு அனைத்தும் இந்து மதமானது. இந்நிலை இன்றும் ஏறத்தாழ அதே நிலையில் உள்ளது. சனாதன மதம் பெருங்கடவுள்களை உள்ளடக்கியுள்ளன. இத்தெய்வங்களுக்கான கதைகள், புராணங்கள், காப்பியங்கள் என்று பலவும் உண்டு. வடக்கில் வழிபடும் சிவனின் கதை தெற்கு வரையிலும் அதே தான். ஆனால் குல தெய்வங்கள், காவல் தெய்வங்கள், வழிபடப்படும்

முன்னோர்களின் கதை அந்தந்த சமூகத்திற்குரியவை. அவைகளில் ஒற்றுமை ஏதுமில்லை. வணங்கும் முறைகள் கூட வெவ்வேறு தான். காஞ்சா அய்லய்யா 'நான் ஏன் ஒரு இந்து அல்ல' என்ற தனது நூலில் பொச்சம்மா, கட்டமைசம்மா, பொலிமேரம்மா, எல்லம்மா, பொத்தராஜு, பீரப்பா போன்றவைகளே தாங்கள் வணங்கும் தெய்வங்கள் என்றும், இந்திரன், பிரம்மா, சரஸ்வதி, விஷ்ணு, லட்சுமி, சிவன், பார்வதி, ராமன், சீதை போன்றவை எல்லாம் பிராமணீயக் கடவுள்கள் என்கிறார். இந்தப் பிராமணீயக் கடவுள்களைப் பற்றிய தொடர்பு ஏதுமின்றி வளர்ந்து, பள்ளிகளில் வரும் பாட நூல்கள் மூலமாகவே இவர்களோடு முதல் தொடர்பு தனக்கு எற்பட்டது என்கிறார்.

இந்து மதம் பெருங்கடவுள்கள் என்ற பிராமணீயக் கடவுள்களோடும், அங்கங்கே உள்ள குழுவினர் வணங்கும் சிறு தெய்வங்களும் கொண்ட இரு பிரிவினராக உள்ளது. பொதுவாக இன்னும் கிராமங்களிலும், தாழ்த்தப்பட்ட மக்களோடும் தொடர்புள்ளவை சிறு தெய்வங்களே. ஆகவே இந்து மதம் இரண்டாகப் பிளவு பட்ட மதம் — ஒரு புறம் பிராமணீய மதம்: இன்னொன்று சிறு குழுவின் மதங்கள். ஆயினும் இந்துக்கள் பலரும் தங்களுக்கென்று சில சிறு தெய்வங்களையும், குல தெய்வங்களையும் கொண்டாடி, அதோடு பெரும் தெய்வ வழிபாட்டையும் கொண்டுள்ளனர். அவர்களில் பலர் இந்து மதம் இரண்டாகப் பிளவு பட்ட மதம் என்று சொல்வதை மறுப்பதுண்டு. பிராமணீய மதத்தைக் கொண்டாடும் பிராமணர்கள் கூட தங்களுக்கென சில குல தெய்வங்களை வைத்துள்ளார்கள். ஆகவே இந்து மதம் ஒரு பிளவு பட்ட மதம் என்று சொல்வதை இரு பகுதியினருமே முற்றாக மறுப்பதும் வாடிக்கை தான். இதைப் போலவே பிராமணீய மதம் ஆரியர்களால் இந்தியாவிற்குள் கொண்டு வரப்பட்டது. இந்த ஆரியர்களே இன்றைய பிராமணர்கள் என்றும் ஒரு வாதம் உண்டு. ஆரிய மதமான 'இந்து மதமும்' ஏனைய திராவிட சிறு வணக்க முறைகளும் இணைந்து, அதன் பின் பிராமணீய மதம் திராவிட மதத்தை ஒதுக்கி ஓரம் கட்டி விட்டது. சிறு தெய்வங்களும் புராண மதங்களோடு இணைக்கப்பட்டு அவைகளும் தங்கள் இயல்பை இழந்தன. தமிழ்நாட்டு முருகன் இதற்கொரு நல்ல உதாரணம். தமிழ் நாட்டு மாரியம்மா புராண மதத்து காளியாக உருவெடுத்து விட்டாள். புராண மதம் இந்த நிலத்தில் இருந்து வந்த பழம்

சிறு வழிபாடுகளை நீர்க்க வைத்து, புராண மதம் தலை நிமிர்ந்து அனைவரையும் இழுத்துக் கொண்டது. இந்த வாதமும் இன்று பலரால் — புதிய க்ஷத்திரியர்களால் — மறுக்கப்படுகிறது.

காஞ்சா அய்லய்யா முதலில் சொன்ன கருத்தோடு இயைந்தவர். அவர் தனது நூலில், "நான் இந்துவாகப் பிறக்க வில்லை. அதற்கான எளிய காரணம், தாம் இந்துக்கள் என்பது எமது பெற்றோருக்குத் தெரியாததே" என்கிறார். மேலும், "நாங்கள் பள்ளிக்குச் செல்லுகிற வரையில் எங்களுக்கு பிரம்மா, விஷ்ணு, ஈஸ்வரன் ஆகியவை பற்றி எதுவுமே தெரியாது" என்கிறார்.

அவரது இன்னும் சில கருத்துகள்:

"பார்ப்பன, பனியாக்களின் தத்துவம் தெய்வீகமானது. தலித் பகுஜன் தத்துவத்திற்கு எதிரானது. தலித் பகுஜன் தத்துவம் இது தான்: 'கை வேலை செய்யாவிடில் வாய் உண்ண முடியாது' என்பதே அது."

"தலித் பகுஜன் கடவுளர்களின் கதைகளில் ஒன்றில் கூட காமம் ஒரு முக்கியப் பொருளாக இருந்ததில்லை... ஆனால் மேல் சாதியினர் சமூகத் தளத்திலும் அன்றாட வாழ்க்கையிலும் காணக்கிடைக்காத பாலியல் கதையாடல்களைத் தெய்வீகத் தளத்தில் தேடத் தொடங்கி விடுகின்றனர்."

"தென்னிந்தியக் கிராமங்களில் எல்லாம் (வட இந்தியாவுக்கும் இது பொருந்தும்) ஆட்சியதிகாரத்தைக் கையில் வைத்திருந்த சத்திரிய வகுப்பினர் செயலற்றுப் போனதும், சூத்திர மேல் சாதியினர் புதிய சத்திரியர்களாக உருவாகி வருகிறார்கள்"

"இந்தப் புதிய சத்திரியர்கள் தங்களை இந்து ஆன்மீகத்தின் ஒரு அங்கம் என்றே நம்பிக்கொண்டு இருக்கிறார்கள். இந்துத்துவத்தின் ஆதரவாளர்களாக மாறி வருகிறார்கள்."

"பார்ப்பன பனியாக்கள் புதிய சத்திரியர்களை மெதுவாகத் தம் பக்கம் சேர்த்துக் கொண்டு அவர்களுக்கும் கீழ்ப்பட்ட சாதியினரைப் புறக்கணிக்கின்றனர்."

"புதிய சத்திரியர்கள் பார்ப்பனியத்தை அழிவிலிருந்து காப்பாற்றி பார்ப்பனீயம் மேலும் வலுப்பெறுவதற்கு உதவியிருக்கிறார்கள்"

"புதிய சத்திரியர்களுடைய நோக்கம் மனித உறவுகளைத் தலித் மயமாக்குவதோ, ஜனநாயகமாக்குவதோ அல்ல. மாறாக, பார்ப்பனீய மயமாக்கவே முயலுகிறார்கள்."

"1990ல் உருவான மண்டல் குழு அறிக்கை அமுலாக்கத்திற்கு சாதிப் போராட்டங்களுக்கான வழியைத் திறந்து வைத்தன.

இந்த மண்டல் போராட்டம் பார்ப்பன இந்துத்துவத்தை மெல்ல அழிக்கக்கூடிய தலித் மயமாக்குதலுக்கு ஒரு முன்னோட்டமாகும். இப்படியிருக்க இந்தச் சூழ்நிலையை உணர்ந்து கொண்ட பார்ப்பனர்கள் உடனடியாகத் திரண்டு இந்த சாதியப் போராட்டத்தை மதக் கலவரமாக திசை திருப்பி விட்டார்கள். இந்தத் திசை திருப்பலின் விளைவே 1992 டிசம்பரில் நடைபெற்ற பாபர் மசூதி இடிப்பாகும்"

"சமூகப் பொருளாதார அமைப்பிற்குப் புதிய சத்திரியர்கள் செய்த நாச வேலைகள் ஏராளம். அவர்கள் இந்துத்துவத்தின் தூண்களாகிக் கொண்டிருக்கிறார்கள். "

"வரலாற்றுப் புத்தகம் முழுக்க சத்திரியர்களின் கதைகளே ஆக்கிரமித்திருந்தன. தலித் பகுஜன்களின் வாழ்க்கை இன்று வரை பாடத்திட்டத்தில் இடம் பெறவில்லை. நாங்களெல்லாம் வரலாற்றிலிருந்து புறக்கணிக்கப்பட்டு விட்டோம்."

"ஏழையாக இருந்தாலும் ஒரு 'மேற்'சாதிக்காரன் தன்னை மேலானவனாகவே கருதிக் கொள்கிறான். பணக்கார 'மேற்'சாதியானும் அப்படித்தான் நினைத்துக் கொள்கிறான். பணம் சேர்ப்பதன் மூலமாகவே ஒரு தலித் பகுஜனின் அந்தஸ்து என்பது உயர்ந்து விடுவதில்லை"

"1990—ல் இருந்தே இந்து சாதியினருக்கும் தலித் பகுஜன் சாதியினருக்கும் இடையேயிருந்த முரண்பட்ட கலாச்சார வேறுபாட்டைக் கூர்மையாக அறிய முடிந்தது."

"முதலாளித்துவ உற்பத்தியில் கூட சாதி ஆதிக்கம் செலுத்துகிறது. இதையே சாதி மயமான மூலதனம் என்கிறோம். இவ்வகையான சாதி மயமாக்கப்பட்ட மூலதனம் மனிதத் தன்மையற்ற சுரண்டலிலேயே முடியும்."

"டாக்டர் அம்பேத்கர் அவர்கள் இந்து கலாச்சாரத்திற்கு எதிரான கலாச்சாரத்தை உருவாக்க முயன்று ஐந்து லட்சம் தலித் மக்களோடு பவுத்தத்தைத் தழுவினார். ஈ.வெ.

ரா. பெரியாரும் ஒரு மாற்றுக் கலாச்சாரமாக திராவிடக் கலாச்சாரத்தை உருவாக்கி பார்ப்பனியத்தையும் இந்துக் கலாச்சாரத்தையும் இந்துக் கடவுள்களையும் அம்பலப் படுத்தினார்.”

“இந்துத்வா, தலித் பகுஜன்களையும் இந்துக்கள் என்றே கூறி வந்துள்ளது. ஆனால் அதே நேரத்தில் அந்தக் கடவுள்கள் எல்லாம் வெளிப்படையாகவே தலித் பகுஜன்களுக்கு எதிரானதாகவே இருந்து வருகின்றன.”

‘‘வேதங்கள் பார்ப்பனியத்தின் பல்வேறு விதமான கொடூரமான உணர்வுகளின் வெளிப்பாடாக உள்ளன.”

“விஷ்ணுவின் பத்து அவதாரங்களில் புத்தரும் ஒருவராகப் பிற்காலத்தில் சேர்த்துக்கொள்ளப்பட்டார். இந்து மதத்தின் உள்வாங்கல் தந்திரத்திற்கு இது ஒரு உதாரணம்.”

“1990 — 93ல் நடந்த மண்டல் அறிக்கை அமுலாக்கப் போராட்டத்தையும், ராம ராஜ்ஜிய எதிர்ப்புப் போராட்டத் தையும் சொல்லலாம். இவற்றை மையமாக வைத்து பார்ப்பனியம் ஆதிக்கம் செலுத்தும் மையப்பகுதியில் தலித் பகுஜன்கள் பெருங்கலகங்களை நடத்தினார்கள். யாதவர்கள் முன்னின்று நடத்திய இந்தப் போராட்டத்தின் வாயிலாகத் தாழ்த்தப்பட்ட சாதிகளுக்கும், பிற்படுத்தப்பட்ட சாதிகளுக்கும் இடையே ஒரு கூட்டணி உருவானது. இந்தப் போராட்டத்தில் மண்டல் அறிக்கையைத் தயாரித்த மண்டல் (ஒரு யாதவர்) முலாயம்சிங் யாதவ், ராமராஜ்ஜியத்தை எதிர்த்து மண்டல் ராஜ்ஜியத்தை ஆதரித்த லல்லு பிரசாத் யாதவ் ஆகியோர் இந்து பார்ப்பனியம் உருவாக்கிய மேலாண்மையை உடைக்க எடுத்துக் கொண்ட முயற்சிகள் யாவரும் அறிந்ததே.”

“தலித் பகுஜன்களுக்கு எதிரான இந்துக் கடவுள்களின் தன்மைகளை யாரைவும் விட பெரியார் அதிகமாகத் தோலுரித்துக் காட்டியவர்.”

“இந்து மதமே எல்லோருக்குமான மதம் என்று சொல்லும் போது தாழ்த்தப்பட்ட மற்றும் மலைவாழ் பழங்குடியினர், பிற்படுத்தப்பட்டோர் ஆகியவர்களுக்குப் பொதுவான அம்சம் இந்து மதத்தில் என்ன இருக்கிறது என்று கேட்க வேண்டும்.”

“கல்வியில் இட ஒதுக்கீட்டின் விளைவாக தலித் பகுஜன

அறிவு ஜீவிகள் எழுச்சியுற்று நவீனப் பார்ப்பனியத்தைப் பல்வேறு நிலைகளில் சிதறடிக்க முயன்றார்கள்."

"சம்புக ராஜ்ஜியத்தின் தோல்வியும், இராவண ராஜ்ஜியத்தின் தோல்வியும் புராதன கால நிகழ்ச்சி என்றால், தமிழகத்தில் திராவிடக் கட்சியின் அரசியலதிகாரம் ஒரு பார்ப்பனப் பெண்ணின் கைக்கு மாறியது சமீப காலச் சான்றாகும்."

மேற்சொன்ன அய்லய்யாவின் கருத்துக்களோடு நான் முழுமையாக உடன்படுவதால் அவரின் கருத்தின் தொகுப்பினை இங்கு தந்துள்ளேன். ஆயினும் முன்பே சொன்னது போல் இக்கருத்துகள் "புது ஷத்திரியர்கள்" என்று அய்லய்யாவால் அழைக்கப்படுவோர்களால் மறுக்கப்பட்டு வருவது ஒரு வேதனைக்குரிய விஷயம்.

சாதி அடிப்படையில் எழும் இக்கருத்துக்களுக்கு 'இந்து மதமே' காரணம். ஏனெனில் சாதிகள் இந்து மதத்தோடு பின்னிப் பிணைந்துள்ளன.

அம்பேத்கர் — இந்துத்துவா ஒரு பயங்கரவாத்தை உள்ளடக்கியுள்ளது. மிகவும் உயர்வானதாகவும், மிகச் சரியானதாகவும் கருதப்படும் வேதங்கள், ஸ்மிருதிகள், சாஸ்திரங்கள், இறுகிய சாதிய முறைகேடுகள், ஈரமற்ற கர்மக் கோட்பாடுகள், முட்டாள்தனமாக பிறப்பினால் தொடர்ந்து வரும் சாதிய அடக்கு முறைகளால் தீண்டத்தகாதவர்களை முடக்கிப் போடும் கயமைத் தனம் — இவையனைத்தும் நிறைந்தது இந்து மதம். ஆனாலும் இவைகள் எல்லாம் காந்தியத்தோடு ஒட்டி உறவாடும்.

இந்து மதம் போற்றிக் காக்கும் சாதிகளைப் பற்றி காந்தியின் கூற்று: (இதை வாசித்த போது எனக்கு மிகுந்த அதிர்ச்சி அளித்தது. காந்தியின் மீதிருந்த நல்லெண்ணம் மிகவும் சறுக்கியது.)

''சாதிக் கட்டுப்பாடுகள் மட்டுமே இந்து மதத்தை அழிவிலிருந்து காப்பாற்றியுள்ளது. சாதிகளை ஒழித்து, மேற்கத்திய சமுதாயக் கருத்துகளை நாம் மேற்கொண்டால் பிறப்பின் அடிப்படையினால் ஒவ்வொரு சாதியினரும் பரம் பரையாகத் தொடரும் வேலை அமைப்பினை விட்டொழிக்க வேண்டும். ஆனால் இதுவே சாதிகளின் அடிப்படை.

பரம்பரையாக வரும் இவ்வழக்கம் அழிக்க முடியாத நிலையான ஒன்றாகும். இதனை மாற்றுவதால் எல்லாமே முரண்பட்டுப் போகும்".

(இந்த அடிப்படைகளால் அம்பேத்கர் கொண்டுவர முயற்சித்த இரட்டை வாக்கு முறைக்கு எதிராக காந்தி இருந்தார். அடிமைகளாகக் கிடந்தவர்களை உய்விக்க வந்த திட்டத்தை முழுவதுமாக அழித்தொழித்தார் காந்தி.)

இந்துமதம் சாதியைக் கொண்டுவரவில்லை; சாதிக்கும் இந்து மதத்திற்கும் தொடர்பில்லை என்று பல புதிய ஷத்திரியர்கள் வழக்கமாகச் சொல்வதுண்டு. அதனை மறுக்க சில சான்றுகளை மட்டும் தருகிறேன்:

ரிக்வேதாவில் உள்ள புருஷா சுக்தா சாதிய முறைகள் பற்றிக் கூறுகிறது. நான்கு வர்ணங்கள் பற்றிய கூற்று அது. அதன்பின் கி.மு.200 முதல் கி.பி. 100 க்குள் எழுதப்பட்டதாகக் கருதப்படும் மனுஸ்மிருதியில் ஒவ்வொரு சாதிக்குரிய கடமைகள் சொல்லப்படுகின்றன.

வேதகாலத்தில் உருவான இச்சாதிய முறை உலகிலேயே மிகக் கீழ்த்தரமான வேறுபாடாக உள்ளது. பிறக்கும்போதே மாற்ற முடியாத ஒரு சின்னத்தை அவனவன் தலையில் கட்டி அனுப்பும் கீழ்த்தர உத்தி மனிதர்களை வேற்றுப்படுத்தி வேதனைப்படுத்துவது தாழ்த்தப்பட்ட ஒருவனின் நிலையில் நின்று யோசித்தால் எல்லோருக்கும் சிறிதேனும் புரிய வாய்ப்புண்டு. சாதிகள் இந்து மதத்தோடு தொடர்பற்றவை என்று கூறுபவர்களுக்கு ஒரே கேள்வி: கோவிலின் கர்ப்பக்கிருகத்தில் இருந்து சாமிக்கு நைவேத்தியம் செய்ய ஒரு சாதி; மனித மலத்தைத் தலையிலும் தோளிலும் தூக்கித் திரிய இன்னொரு சாதி. யார் இவனுக்கு இது; அவனுக்கு அது என்று நிர்ணயித்தது. மேலே இருக்கும் கடவுளா? தலையில் எழுதப்பட்ட விதியா?

சொந்த அனுபவம் ஒன்று. சாதிகளைப் பற்றி அமெரிக்க நண்பர்களோடு பேச வேண்டிய சூழல். அதைப் பற்றிப் பேசும் போது ஒருவர், 'நீங்கள் படிப்பினாலேயோ, செல்வத்தி னாலேயோ, உயர்ந்த பதவிகள் மூலமாகவோ உங்களை உயர்த்திக் கொண்டால் நீங்கள் சாதியக் கட்டமைப்பிலும் முன்னேறி விடுவீர்களா' என்று கேட்டார். இதற்கென்ன பதில் என்று உங்களுக்குத் தெரியாதா? தலித்தாகப் பிறந்து நாட்டின்

ஜனாதிபதியானாலும் அவர் கோவிலுக்குள் வந்ததற்காகத் தீட்டு கழிக்கும் புனித நாடல்லவா நம் தாய்த் திருநாடு!

கி.மு. 1500ல் தெற்கு ஐரோப்பாவிலிருந்தும், வடக்கு ஆசியப் பகுதியிலிருந்தும் இருந்து இந்தியாவிற்குள் நுழைந்த வெள்ளைத் தோல் கொண்ட ஆரியர்கள் இங்கிருந்த கருப்புத் தோல் கொண்ட திராவிடர்களை வெற்றி கொண்டு, தோற்றவர்களிடமிருந்தும் புதியன கற்று ஒரு நாகரீகத்தை, இந்து நாகரீகம் அல்லது கங்கை நாகரீகம் என்ற ஒன்றினை ஏற்படுத்தினர். தோற்கடிக்கப்பட்டவர்களைத் தங்கள் கட்டுக்குள் வைத்துக் கொள்ள சாதிய அடுக்கு முறைகளைக் கொண்டு வந்தார்கள். தோற்றவர்கள் சூத்திரர்கள் ஆனார்கள். இன்னும் ஒரு குழு மனித நிலைக்கும் கீழே தள்ளப்பட்டார்கள். ஆரியர்களின் வேதங்களும், ஸ்மிருதிகளும், மனுசாஸ்திரமும் இந்துத்துவத்தின் அடிப்படைகளாக ஆக்கப் பட்டன. சாதி அடுக்கு முறைகள் வர்ணாஷ்ரமம் என்ற பெயரில் நின்று நீண்டு நிலைத்தன.

இந்தக் கோட்பாடுகள் தவறெனவும் கூறுவதுண்டு. ஆனாலும் இந்து வேதங்களில் உள்ள வர்ணாஷ்ரமம் மதத்தோடு கட்டுண்ட சாதிகளைப் பற்றி நன்கு கூறுகிறது. "பிரம்மாவானவர் இந்த உலகத்தைக் காப்பாற்றுவதற்காக தன் முகம், தோள், தொடை, பாதம் இவைகளில் இருந்து உண்டான பிராமண, சத்திரிய, வைசிய சூத்திர வருணத்தாருக்கு இம்மைக்கு மறுமைக்கு உபயோகமான கருமங்களைத் தனித் தனியாகப் பகுத்தார்" — மனு அத்தியாயம் 1 — 87

ஐந்தாவது வர்ணமாக சாதியிலிருந்து ஒதுக்கப்பட்டவர்கள், தீண்டப்படாதவர்கள் என்றவர்கள் சேர்க்கப்பட்டனர். இவர்களை பஞ்சமர்கள் எனப்பட்டனர்.

மதம் மனிதனை கடவுளோடு இணைக்க முயல வேண்டும். ஆனால் இந்து மதம் மனிதர்களை மேலும் கீழுமாய்ப் பிரித்து, சிலரை கடவுளோடு பிணைத்து, பலரை விலக்கி வைத்துள்ளது. வேதமே அல்லது மதமே சொல்லி விட்டது என்று தாழ்த்தப்பட்டோர் தங்களையே சாந்தப்படுத்திக் கொள்ள, உயர்த்தப்பட்டோர் பல பலன்களைப் பெறுவதை 'தலைவிதி' என்ற பெயரில் ஒத்துக் கொள்ள வேண்டுமா?

இன்றைய இந்து மதத்தில் நான் காணும் ஒரு விந்தையைப் பற்றி ஒன்று சொல்ல வேண்டும். மனிதர்களைக் கடவுளாகவோ

அல்லது கடவுளுக்கு இணையாகவோ மிக எளிதாகத் தூக்கி வைத்து விடுகிறார்கள். பல குறையுள்ள மனிதர்களையும், குறைகளோடு 'கையோடு மாட்டிக் கொண்ட' மனிதர்களைக் கூட கடவுளாகக் கொண்டாடுவது மிக அதிசயம்.

மகாராட்டியத்தில் சீரடியில் வசித்த ஒரு சூபி. இஸ்லாமியர். இந்துக்களோடு நல்வாழ்க்கைக்காகப் பாடுபட்டிருப்பார் போலும். ஆனால் இன்று இந்துக்களுக்கு இவர் ஒரு தெய்வம். இவருக்குப் பிறகு இன்னொருவர் இவரின் அவதாரம் என்று தன்னையே சொல்லிக்கொண்டவர் — சாய் பாபா. எப்படி அவ்வளவு பணம் சேர்ந்ததோ! ஆனாலும் பரவாயில்லை. கிறித்துவ பிரசங்கிகள் மாதிரி எல்லா செல்வத்தையும் தாங்களே சுருட்டிக் கொள்ளவில்லை. (கிறித்துவ பிரசங்கிகளிடம் இதைக் கேட்டால் இதெல்லாம் GOD'S GIFT என்று எளிதாகச் சொல்லி விடுவார்கள். அவர்களுக்கும் பணம் குவிகிறது. நாமெல்லோரும் 'அந்த அளவு' புத்திசாலிகளாக இருக்கிறோம்! அதிலும் இன்னொன்று புரியாத விஷயம் ஒன்று உண்டு. ஒருவர் நன்றாக 'ஜெபம்' செய்கிறார் என்று கூடுகிறார்கள். ஆனால் அதன் பின் அவரது மனைவி, மகன், மகள், பேரன், பேத்தி என்று எல்லோர் பின்னும் அடுத்தடுத்து கண்களை மூடிக்கொண்டு கூடுவது பெரிய வேடிக்கையாக உள்ளது! கடவுள் என்னவோ அந்தக் குடும்பத்தினரின் ஜெபத்தை மட்டுமே கேட்பது போல், மக்கள் அவர்கள் பக்கம் சாய்ந்து விடுகிறார்கள்.) சாய்பாபா பலருக்கும் உதவும் வண்ணம் சேவைகள் பல செய்துள்ளார். ஆனாலும் அவர் இறந்ததும் அவரது படுக்கையறையில் தங்கக் கட்டிகள் நிறைய இருந்தன. அவரது பெரும் செல்வத்திற்கும் பலத்த போட்டி நடந்தது. இவரை தெய்வத்தை விடவும் ஆராதித்த மக்களைப் பார்க்கிறோம். ஏன், எப்படி என்ற கேள்விகளுக்குப் பதில் கிடைப்பதில்லை. 'பக்தி' என்ற ஒரு போர்வைக்குள் எல்லாம் அடங்கி விடுகிறது.

இன்னொருவர் பள்ளி ஆசிரியராக இருந்தவர் எல்லோரையும் 'சிகப்பாக்கி' விட்டார். மேல் மருவத்தூர் ஆதி பராசக்தி. இவரை ஒரு பெண் தெய்வமாக வழிபடுகிறார்கள். ஏனென்று தெரியவில்லை!? இவர் மீது பல வரி ஏய்ப்பு வழக்குகள் வந்தன. என்ன மாயமோ… எல்லாம் மறைந்து விட்டன! அத்தனை அரசியல்வாதிகள்... அதிகாரிகள் அவர் கைகளுக்குள்! ஆனால் அவரை வழிபடுவோருக்கு இதெல்லாம் எப்படி தவறாகத் தெரியாமல் கண்மூடித்தனமாக

இருக்கிறார்கள் என்பது பெரும் ஆச்சரியமே.

தெய்வங்களையாவது கும்பிடுங்கள்... பாவம்... நம்மைப் போன்று நாளை நிச்சயமாக இறக்கப்போகும் மனிதர்களை விட்டு விடுங்களேன்!

http://www.shraddhananda.com/Meaning_and_Origin_Of_The_Word_Hindu.html

http://hinduism.about.com/od/hinduism101/a/origin.htm

http://dharumi.blogspot.in/search/label/%E0%AE%A8%E0 %AE%BE%E0%AE%A9%E0%AF%8D%20%E0%AE%87%E 0%AE%A8%E0%AF%8D%E0%AE%A4%E0%AF%81%E0% AE%B5%E0%AE%B2%E0%AF%8D%E0%AE%B2%3B%20 %E0%AE%A8%E0%AF%80%E0%AE%99%E0%AF%8D%E0% AE%95%E0%AE%B3%E0%AF%8D%20...%3F

http://en.wikipedia.org/wiki/History_of_the_Indian_caste_system

http://en.wikipedia.org/wiki/Caste_system_in_India

http://www.hinduwebsite.com/hinduism/h_caste.asp

https://in.answers.yahoo.com/question/index?qid=20100703013435AAn3E8O

http://agniveer.com/caste-system/

http://www.raceandhistory.com/historicalviews/NoDefinitionofHinduism2.htm

http://www.shraddhananda.com/Meaning_and_Origin_Of_The_Word_Hindu.html

http://hinduism.about.com/od/hinduism101/a/origin.htm

http://ta.wikipedia.org/wiki/%E0%AE%B5%E0%AE%B0%E0 %AF%8D%E0%AE%A3%E0%AE%99%E0%AF%8D%E0%AE %95%E0%AE%B3%E0%AF%8D>

http://vazhipokkanpayanangal.blogspot.in/2013/05/4.html

http://ta.wikipedia.org/wiki/%E0%AE%9A%E0%AF%80%E0
%AE%B0%E0%AE%9F%E0%AE%BF_%E0%AE%9A%E0%A
E%BE%E0%AE%AF%E0%AE%BF_%E0%AE%AA%E0%AE%
BE%E0%AE%AA%E0%AE%BE

http://kuppuastro.blogspot.in/2011/04/blog-post_3160.html

http://dharumi.blogspot.in/2014/01/706.html

http://dharumi.blogspot.in/2013/09/683-1.html

http://sixth-finger.blogspot.in/2006/05/13-history-and-plight-of-dalits-of.html

http://sixth-finger.blogspot.in/2006/05/14-history-and-plight-of-dalits-of.html

8

கிறித்துவர்களின் கண்களுக்கு...

I
நற்செய்திகளைப் பற்றிய சில செய்திகள்

பிரிட்டானிகா கலைக்களஞ்சியம் கூறுவது "None of the Sources of his Life can be Traced on to Jesus himself. He did not leave a Single Known Written Word. Also there are no Contemporary Accounts of Jesus's Life and Death" - Vol-22, Pg.336 Encyclopedia Britanica.

அதாவது ஏசுவுடன் பழகியோர் ஏதும் எழுதி வைக்கவில்லை; புதிய ஏற்பாட்டு நூல்கள் 27ல் ஒன்று கூட வரலாற்று ஏசுவினோடு பழகிய யாரும் எழுதியது இல்லை, என அமெரிக்க நியுயார்க் பைபிளியல் பேராசிரியர் ரெஜினால்ட் புல்லர் தன் நூலில் உறுதி செய்கிறார்.

- A Critical Introduction to New Testament. Reginald H.f. Fuller. Professor OF New Testament, Union Theological Seminary NewYork

Gospels - good news or "glad tidings" — நற்செய்தி — ஏசுவின் பிறப்பு, வாழ்க்கை, மரணம் பற்றிய குறிப்புகள்.

"நற்செய்தியில் சொல்லப்பட்டவை அனைத்தும் பரிசுத்த ஆவியால் எழுதப்பட்டவை. அதில் உள்ள ஒவ்வொரு சொல்லும் கடவுளின் வார்த்தைகள்." — இப்படித்தான்

சிறு வயதிலிருந்தே கிறித்துவக் குழந்தைகள் சொல்லிக் கொடுக்கப்பட்டு வளர்க்கப்படுகிறோம். ஆகவே இவை மனதில் ஆழப்பதிந்து விடுகிறது. அப்படிப்பட்ட நற்செய்திகளை முழுமையாக நம்பி விடுகிறோம். பின் அதில் ஏது கேள்விகள்?

இதைப் பற்றிக் கேள்விகளை எழுப்பினால் மறுபக்கம் முகத்தைத் திருப்பிக் கொண்டு போவது மட்டுமே கிறித்துவர்களின் வாடிக்கை. ஆயினும் வரலாற்றின் பக்கங்களைச் சிறிதே திருப்பினால் பல கேள்விகள் எழுகின்றன. அப்படி எழுந்த சில தகவல்களையும், கேள்விகளையும், இங்கே தருகிறேன் — பொறுமையோடு வாசிப்பவர்களின் கண்களுக்கு.

Gospels — நற்செய்திகள் நமக்குத் தெரிந்தவரை மத்தேயு, மாற்கு, லூக்கா, யோவான் என்ற நான்கு தான். ஆனால் எண்ணிக்கையில் மிக அதிகமான நற்செய்திகள் எழுதப்பட்டுள்ளன. மேலே சொன்ன நான்கு நற்செய்திகளில் முதல் மூன்றும் synoptic gospels என்று அழைக்கப்படுகின்றன. இவை மூன்றும் தரும் செய்திகள் அடிப்படையில் ஒன்றாக இருப்பதால் இவ்வாறு அழைக்கப்படுகின்றன. மத்தேயு, மாற்கு, லூக்கா நற்செய்திகள் முதலில் எழுதப்பட்டன. அதன் பின் யோவான் விட்டுப் போன விஷயங்களைத் தொகுத்தார் என்று கூறப்படுகிறது இந்த நான்கு நற்செய்திகளும் மொத்தமாக canonical gospels — அதாவது திருச்சபையால் ஒப்புக்கொள்ளப்பட்ட நற்செய்திகளாக உள்ளன.

இந்த நான்கு நற்செய்திகள் தவிர மற்றவை Non-canonical gospels என்று அழைக்கப்படுகின்றன. இவைகளின் பட்டியல்:

Infancy gospels,
Jewish Christian gospels,
Sayings gospels,
Passion gospels,
Harmonized gospels,
Gnostic gospels.

மேல் சொன்ன பட்டியலில் பேதுரு எழுதிய நற்செய்தி (Passion gospel), யூதாஸ் எழுதிய நற்செய்தி (Gnostic gospels) — போன்றவைகளும் உண்டு. இவைகளின் மொத்த எண்ணிக்கை 17.

பல நற்செய்திகள் எழுதப்பட்டன என்பதை ஒரு வரலாற்றாசிரியர் நற்செய்திகள் //multiplied like rabbits//

என்று குறிப்பிடுகிறார். அச்சமயத்தில் ரோமின் பிஷப்பும் உட்பட எந்த மதத்தலைவரும் ஒருமித்த கருத்து ஒன்றினை வெளிப்படுத்த முடியாது போயிற்று.

கிறித்துவ வரலாற்றின் முதல் பக்கங்களில் மிகவும் முக்கியமானவராகக் கருத்தப்படும் லையான் நகர பிஷப் ஐரினியஸ் — Irenaeus of Lyons — எழுதிய Adversus Haereses என்ற தன்னுடைய நூலில் பல கிறித்துவர்கள் Marcionism என்ற தத்துவத்தின் பின்னால் போவதாக எழுதியுள்ளார். இத்தத்துவத்தில் ஏசு கடவுளால் அனுப்பப்பட்ட ஒரு தூதுவர் என்ற கருத்தே இருந்தது.

மூன்றாவது நூற்றாண்டில் இருந்த பல கிறித்துவ அறிஞர்கள் Origen என்ற மறை நூலறிஞர் என்பவரின் கருத்தோடு ஒன்றியிருந்தனர். ஏரியஸ் இதனை ஒட்டியே தன் கருத்தையும் கொண்டிருந்தார். இக்கருத்தின் படி கிறித்துவத்தின் முக்கியக் கொள்கையான தமதிருத்துவம் கேள்விக்குள்ளாக்கப்பட்டது. Origen—ன் கருத்தை ஏரியஸ் மிகவும் தீவிரமாக திருச்சபைக்குள் பரப்பியதால் இது "Arianism" என்றே அழைக்கப்பட்டது. ஏரியஸ் முழுமுதற் கடவுளின் முதல் படைப்பே அவரது மகனான ஏசு. இவர் ஒன்று மில்லாமையிலிருந்து உண்டாக்கப்பட்டார். உண்டாக்கப்பட்ட இந்த கடவுளின் மகனே மற்ற எல்லாவற்றையும் படைத்தார். மேலும் கடவுள் — மகன் என்ற தத்துவமும் ஏரியஸ் — Origen இருவருக்குள்ளும் வேறுபட்டிருந்தது.

கிறித்துவிற்குப் பின் 365—ம் ஆண்டு கான்ஸ்டாண்டின் என்ற ரோமானியப் பேரரசர் கிறித்துவ ஒற்றுமை மாநாடு— ecumenical council — ஒன்றைக் கூட்டினார். First Council of Nicaea என்று இது அழைக்கப்படுகிறது. பிஷப்புகள் வரவழைக்கப்பட்டனர். இவர்களுக்குள் இரு வேறுபட்ட குழுக்கள் இருந்தன. 22 பேர் பிஷப்புகள் அடங்கிய ஒரு சிறு குழு Arianism—த்தை தூக்கிப் பிடித்திருந்தது.

இரு மாதங்களுக்கு இந்த இரு குழுக்களின் இடையே தர்க்கம் நடந்தது. இறுதியில் ஏரியன் குழுவினர் 318—250 என்ற ஓட்டெடுப்பில் தோற்றனர். ஆயினும் இருவர் மட்டும் இறுதி வரை கையெழுத்திட மறுத்தனர். அவர்களும், ஏரியஸூம் இல்லிரியா — Illyria — என்ற இடத்திற்கு நாடு கடத்தப்பட்டனர்.

இருப்பினும் இன்னும் கூட ஏரியனிஸம் வாழ்ந்து

கொண்டுதானிருக்கிறது. ஜெஹோவா குழுவினரே இன்றைய ஏரியனிஸத்தை கைக்கொண்டு இருக்கிறார்கள். இவர்கள் "Semi-Arians" என்றும் சொல்லப்படுவதுண்டு. இவர்களைப் பொறுத்தவரை 'தந்தை'யே முழு முதற் கடவுள்; ஏசு மனித உருவெடுத்தவர்; தந்தைக்குக் கீழ்ப்பட்டவர் என்ற கருத்தே அவர்களுடையது. ஏரியனிஸ குழுவினர் ஏரியனிஸிற்கு 2006—ம் ஆண்டு ஜூன் மாதம் 16ம் தேதி புனிதர் பட்டம் — canonized — கொடுத்துள்ளனர்.

ஏரியஸூம், மற்றும் இருவரும் இல்லிரியா — Illyria— என்ற இடத்திற்கு நாடு கடத்தப்பட்ட பிறகு நான்கு நற்செய்திகள் தேர்ந்தெடுக்கப்பட்டன.

மத்தேயு நற்செய்தி கிறிஸ்துவிற்குப் பின் 70—ம் ஆண்டில் இதனை எழுதியிருக்க வேண்டும். ஏனெனில் இதில் ஜெருசலேம் வீழ்ந்து அழிக்கப்பட்டது பற்றி ஏதும் குறிப்பிடப்படவில்லை.

மாற்கு முதலில் எழுதப்பட்ட நற்செய்தியாக இருக்க வேண்டும். பேதுரு சிலுவையில் அறையப்பட்ட பின் இந்த நற்செய்தி எழுதப்பட்டிருக்க வேண்டும். இதன் காலம் கி.பி.60 ஆக இருக்கலாம்.

லூக்கா நற்செய்தி கிபி 70—க்கும் 85—க்கும் நடுவில் எழுதப்பட்டிருக்கக்கூடும்.

யோவான் நற்செய்தி கி.பி. 90—ல் பட்மோஸ் என்ற தீவினில் நாடுகடத்தப்பட்ட பின் எழுதப்பட்டிருக்கலாம். எல்லா நற்செய்தி அறிஞர்களும் ஒத்துக் கொள்ளும் ஒரே விஷயம் நான்கு நற்செய்திகளில் இதுவே கடைசியாக எழுதப் பட்டதாக இருக்க வேண்டும்.

இப்போது நற்செய்திகளாக அறியப்பட்டிருக்கும் அந்த நான்கு நற்செய்திகளும் எந்தப் பெயரும் குறிப்பிடப்படாமல் இருந்தன. இரண்டாம் நூற்றாண்டில் தான் ஏசுவின் சீடர்களான மத்தேயு, யோவான் இருவர் பேரிலும், ஏசுவின் அப்போஸ்தலர்களான பேதுருவோடு உடனிருந்த மார்க், பாலுடன் இருந்த லூக்காஸ் இருவர் பேரிலும் நற்செய்திகள் பெயரிடப்பட்டன.

காலம் செல்லச் செல்ல மேலும் பல நூல்கள் எழுதப்பட்டன. ஒவ்வொரு குழுவும் சில நூல்களை ஏற்றுக் கொண்டனர். இக்குழுக்கள் தங்களுக்குள் போட்டியிட்டுக் கொண்டிருந்தனர். இவைகளில் ஐரினியஸ் இருந்த குழு மேலும் மேலும் புதிய

கிறித்தவர்களோடு பெரிதானது. இக்குழுவில் இரண்டாம், மூன்றாம் நூற்றாண்டுகளில் இருந்தவர்களில் வேதசாட்சி ஜஸ்டின் (Justin Martyr), டெர்டூலியன் (Tertullian) என்பவர்கள் முக்கியமானவர்கள். இக்குழுவே பழமைக் கிறித்துவர்கள் (Orthodox) என்றழைக்கப்பட்டனர். இவர்கள் மற்ற அணிகளை வென்று முக்கியத்துவம் பெற்றதும் கிறித்துவ வரலாறு புதியதாக மாற்றி எழுதப்பட்டது.

நிச்சயமாக ஏறத்தாழ அனைத்து விசுவாசிகளுக்கும் பல நற்செய்திகள் எழுதப்பட்டன என்பதே வியப்புக்குரிய விஷயமாகத்தானிருக்கும். அவைகளில் பலவற்றைப் பற்றிய விவரங்களும் உள்ளன என்பதும் இன்னொரு ஆச்சரியான விஷயமாக இருக்கும்.

நற்செய்திகள் பற்றிய இவ்வளவு உண்மையான வரலாற்று நிகழ்வுகளைத் தெரிந்து கொண்ட பிறகும் “இவையெல்லாம் பரிசுத்த ஆவியின் வார்த்தைகள்” என்று சொன்னால் அதை எப்படி நம்புவது?

மற்ற மூவர் விட்டுப் போனதை யோவான் எழுதியுள்ளார் என்று வரலாற்று, நற்செய்தி அறிஞர்களே சொல்லும் போது—எப்படி முதலில் பரிசுத்த ஆவி சில விஷயங்களைச் சொல்லாமல் விட்டுச் சென்றார் என்ற கேள்வி எழாதா?

References: <https://www.catholicculture.org/commentary/articles.cfm?id=477

http://pagadhu.blogspot.in/2012/09/blog-post_26.html

https://www.catholicculture.org/commentary/articles.cfm?id=477

http://www.catholicculture.org/commentary/otc.cfm?ID=746

http://en.wikipedia.org/wiki/Constantine_the_Great_and_Christianity

http://www.vision.org/visionmedia/religion-and-spirituality-new-testament-gospels/53328.aspx

http://en.wikipedia.org/wiki/List_of_Gospelshttp://en.wikipedia.org/wiki/Gospel

http://en.wikipedia.org/wiki/First_Council_of_Nicaea

http://en.wikipedia.org/wiki/Arius#The_Arian_controversy

II
அன்னை தெரஸா

COME BE MY LIGHT

THE PRIVATE WRITINGS OF THE "SAINT OF CALCUTTA"

by BRIAN KOLODIEJCHUK, M.C.

நான் நம்பிக்கைகளோடு இருந்த காலத்திலும் கிறித்துவம் பற்றிப் பல ஐயங்கள் எனக்குள் எழுவதுண்டு. ஆனாலும் அந்த அவநம்பிக்கைகளை உடனே புறந்தள்ளி, 'விசுவாசத்திற்குள்' மனதை இழுத்துக் கொள்வதுதான் வழக்கமாக நடந்து வந்தது. (நம்பிக்கை என்பதற்கான கிறித்துவ சொல்: விசுவாசம்.) வந்த ஐயங்களில் பல ஐயங்கள் எனக்கு மிக்க நியாயமாகவே தெரியும். ஆனாலும் இப்படிப்பட்ட சந்தேகங்களோடு எப்படி மதத்திற்குள் இருப்பது என்ற கேள்வி மனதுக்குள் எழும். அதைவிடவும் மத அறிவு முழுவதுமாக இல்லாத எனக்கு இது போன்ற சந்தேகங்கள் வருகின்றன. ஆனால் மிகவும் ஆழ்ந்த மத அறிவு பெற்ற பெரியவர்கள் — குருக்கள், பிஷப், போப் — எவ்வளவு பேர் இருக்கிறார்கள்; அவர்களெல்லோரும் எந்த அளவு மதங்களைப் பற்றிய ஆய்வு

செய்திருப்பார்கள்; — theology — சமய அறிவு எவ்வளவு அவர்களிடம் இருக்கும்... ஒருவர் குருவானவராவதற்கு ஏறத்தாழ 10 — 12 ஆண்டுகள் இறையியல் படிப்பார்கள். அப்படிப்பட்டவர்களே கிறித்துவத்தில் நம்பிக்கையோடு இருக்கும்போது நான் என்ன ஒரு சரியான 'பிசாத்து' .. ஆகவே என் சந்தேகம் தவறானதாகத்தான் இருக்க வேண்டும்; நம் சந்தேகத்திற்கான நல்ல பதில்கள் இருக்க வேண்டும்; அது நமக்குத் தெரியவில்லை என்ற ஒரு காரணத்தை எனக்கு நானே சொல்லிக் கொண்டு 'விசுவாசத்தில்' உறுதியாக நான் நின்ற காலமும் உண்டு.

ஆனால் இப்போது சில விஷயங்கள் புரிகின்றன. "பெரிய & நல்ல" கிறித்துவர்களுக்கும், (கிறித்துவர்களுக்கு மட்டுமல்ல; எல்லா மத நம்பிக்கையாளர்களுக்கும்) இதுபோன்ற கேள்விகள் மனத்தில் எழுகின்றன. நானொரு சாதாரணமானவன்; என் சந்தேகங்கள் வலுப்பெரும்போது நான் என் நம்பிக்கைகளிலிருந்து வெளியே எளிதாக வந்துவிட முடிந்தது. ஆனால் உலகத்துக்கே தெரிந்த அந்த "பெரிய & நல்ல" கிறித்துவர்கள் எப்படி அது போல் எளிதாக வெளிவர முடியும்? இருந்து வளர்ந்த அந்த மதங்களை அவர்கள் எப்படி புறந்தள்ள முடியும்?

மதங்களை நமது மேல்சட்டை என்று நான் கூறுவதுண்டு. என்னால் என் மேல்சட்டையை எளிதாகக் கழற்றி வைத்துவிட முடியும்; முடிந்தது. ஆனால் அந்த மதமே என் உயிர் என்று சொல்லிக் கொண்டிருக்கக் கூடிய ஒருவரால் அப்படி எளிதாக 'சட்டையைக் கழற்ற முடியாது'.

இதுபோன்ற ஒரு நிகழ்வை, நாமெல்லோரும் அறிந்த அன்னை தெரஸாவின் வாழ்க்கையில் நடந்ததை நினைக்கும்போது முதலில் அதிர்ச்சியானதாகவும், பிறகு ஆச்சரியமானதாகவும் தோன்றியது. அவர் தன் வாழ்நாளில் தனது ஆன்மீக வழிகாட்டிகளிடம் மதங்களில், கிறிஸ்துவில் தான் கண்ட ஐயங்களை கடிதங்கள் மூலமாகப் பகிர்ந்து கொண்டுள்ளார். அவைகளை தன் காலத்திற்குப் பின் எரித்து விட அவர் கேட்டுள்ளார். ஆனால் கிறித்துவத் திருச்சபை அவைகளை எரிக்காமல் இருந்தது மட்டுமின்றி, அவைகளை நூலாக யாவரும் வாசிக்கும்படி அச்சிட்டிருப்பது மிகுந்த ஆச்சரியப்படும் விஷயமாக உள்ளது.

இந்த நூலில் அன்னையின் வாழ்வின் பெரும்பகுதியில் அவரது ஆன்மீக வாழ்வில் அவருக்கு நடந்த கடினமான, மனதுக்குள் நடந்த நீண்ட போராட்டமான வாழ்க்கை தெளி வெனத் தெரிகிறது. இறை நம்பிக்கைகளில் இருந்த குழப்பத்தை அவர் தனது சமூக வாழ்க்கையில் வெளிக்காண்பிக்காது, தன் சேவைகளைத் தொடர்ந்து நடத்தி வந்துள்ளார். மனதுக்குள் இருந்த அந்த வெருட்டும் தனிமையும், ஆன்மாவை அழுத்திய கருமையும் அவரது இதயத்தில் இருந்த சமூக ஆர்வத்தைத் தொடாமல் பார்த்துக் கொண்டிருந்திருக்கிறார். வெளியே கொழுந்து விட்டு எரிந்த ஏழைகளின் மீதான அன்பு; உள்ளே தனக்குள் நடத்திக் கொண்ட ஆன்மீக தவிப்பு — இந்த இரண்டுக்கும் நடுவில் நடந்த வாழ்க்கை அவரை ஒரு அபூர்வ ஆன்மீகவாதியாகக் காண்பிக்கிறது.

இந்து பக்தி இலக்கியங்களில் ஜீவாத்மா பரமாத்வாவைத் தேடி ஓடும்; பல தடைகளைத் தாண்டும். சூடிக்கொடுத்த ஆண்டாளும், மீராவும் அப்படி பரமாத்வைத் தேடி ஓடிய ஜீவாத்மாக்கள். பரமாத்மாவோடு இணைந்து பரவசமாகத் துடித்த மனத்தோடு இருந்தவர்கள். அதுபோல், இங்கும் அன்னை தனது இறை நம்பிக்கையையே கேள்வியாக எழுப்பினும், இதுவரை தன்னை ஆண்டு வந்த இறைவனை மீண்டும் மீண்டும் தனக்குதவ அழைக்கிறார். தான் ஒரு இருட்டில் இருப்பதாகவே எண்ணுகிறார்.

தன் ஆன்மீகப் போராட்டங்களை தனது ஆன்மீகக் குருக்களிடம் அன்னை தெரஸா பகிர்ந்து கொண்டுள்ளார். அவர்களில் ஒருவரான BRIAN KOLODIEJCHUK, M.C. அன்னையின் கடிதங்களை COME BE MY LIGHT -THE PRIVATE WRITINGS OF THE "SAINT OF CALCUTTA" என்ற நூலில் தொகுத்துள்ளார், அன்னைக்கு மதத்தில், ஏசுவிடத்தில் எழுந்த ஐயங்களையும், அதையும் தாண்டி அவர் கடவுளை நோக்கி தனக்கு 'ஒளி' வரவேண்டுமென பக்தியோடு வேண்டி நின்றதையும், இவ்வித ஐயங்கள் இருப்பினும் அவரது ஏழைகளுக்கான தியாக வாழ்க்கையைத் தொடர்ந்து வாழ்ந்து வந்ததையும் இந்த நூல் கூறுகிறது.

அன்னை தன் இறை நம்பிக்கையோடு போராடிய தருணங் களில் சிலவற்றை மட்டும் இங்கு தொகுத்துத் தருகிறேன். நூலின்149 வது பக்கம். புதிய தலைப்பில் அடுத்த பகுதி.

தலைப்பு: LIGHT

THE THIRST OF JESUS CRUCIFIED

A TERRIBLE DARKNESS WITHIN

DARKNESS DISCLOSED

(இந்தத் தலைப்புகளே நமக்கு நிறைய சொல்கின்றன...)

அன்னை தன் ஆன்மீகக் குருக்களுக்கு எழுதுகிறார் — 'என்னுள் பயங்கரமான இருள்; எல்லாமே முடிந்து, மடிந்து விட்டது'.

வெறும் கண்மூடித்தனமான நம்பிக்கை மட்டுமே (blind faith) என்னை இந்த இருட்டிலிருந்து வழி நடத்திச் செல்கிறது;. *(163)*

பிப்ரவரி 1956—ல் Archbishop Perier—க்கு எழுதும் கடிதத்தில்....

நடுவே ஒரு பிரிவு... வெற்றிடம்.

அந்த பயங்கரமான வெறுமை... கடவுள் என்று ஒன்றுமில்லாமை...

the terrible emptiness, that feeling of absence of God. *(164)*

Father Picachy—க்கு அன்னை எழுதிய ஒரு கடிதத்தில்....

என் கடவுளே... பொறுக்க முடியாத வேதனை. இந்த வலி எங்கும் எப்போதும்... எனது தெய்வ நம்பிக்கைகளை நான் இழந்து விட்டேன் மனத்தில் தோன்றுவதையெல்லாம் வார்த்தைகளாக்கி வெளியில் கொட்ட முடியாதவளாக இருக்கிறேன்... மனத்தில் சூழும் எண்ணங்கள் எனக்கு சொல்ல முடியாத வேதனையைத் தருகின்றன. எத்தனை எத்தனை பதிலில்லா கேள்விகள் என் மனத்துக்குள்... அவைகளை வெளியில் சொல்லவும் வழியில்லை... கேட்டால் அவைகள் எல்லாமே தேவதூஷணமாகவே இருக்கும்... கடவுள் என்று ஒன்றிருந்தால் ... தயவு செய்து என்னை மன்னித்து விடு. *(187)*

1959—ம் ஆண்டு பாவமன்னிப்பிற்காக ஒரு கடிதம் எழுதுகிறார். அதில்...

என் ஆன்மாவிற்குள் நடந்த ஓர் இழப்பிற்காக மிகவும் வேதனைப்படுகிறேன்... கடவுள் கடவுளாக இல்லாமல் இருப்பதற்காக... கடவுள் என்ற ஒன்று இல்லாமல் போனதற்காக. (ஏசுவே, என் தேவதூஷணத்திற்காக என்னை மன்னித்துவிடுங்கள்... பாவமன்னிப்பிற்காக எல்லாவற்றையும் எழுத ஆசை.)

கடவுள் என்ற ஒன்றில்லாவிட்டால் அங்கே ஆன்மாவும் கிடையாது. ஆன்மா என்ற ஒன்றில்லாவிட்டால், ஏசுவே, நீரும் அங்கில்லை... மோட்சம்... மோட்சத்தைப் பற்றிய எந்த நினைவும் மனதில் தோன்றவேயில்லை... ஏனெனில், எங்கும் எதிலும் விருப்பமில்லை.

நான் இப்போதெல்லாம் ஜெபம் செய்வதேயில்லை.(193)

என் ஆன்மாவில் கடவுளுக்கான இடம் காலியாக உள்ளது. என்னில் கடவுள் இல்லை. மோட்சம், ஆன்மா... இவைகளெல்லாம் வெறும் வார்த்தைகளே.(230)

அன்னையின் கடிதங்கள் அடங்கிய நூலில் உள்ள வெகு சில பகுதிகளை மட்டுமே இங்கே தந்துள்ளேன்.

அன்னை மட்டுமே இது போன்ற ஐயங்களைச் சுமந்து நின்றார் என்றில்லை; இன்னும் புனிதர்களாக நாம் இன்று கொண்டாடும் பலரும் இத்தகைய ஐயங்களைக் கொண்டிருந்துள்ளார்கள். சிலரைப் பற்றி இங்கு தந்துள்ளேன்.

16ம் நூற்றாண்டைச் சேர்ந்த St. John of the Cross என்ற கார்மலைட் சபை சார்ந்த குருவானவர் Dark Night of the Soul என்ற ஒரு mystic poem ஒன்றை எழுதியுள்ளார். ஒரு ஆன்மா தன் உடலை விட்டு கடவுளை நோக்கிச் செய்யும் ஒரு பயணம் என்பதான கவிதை. கடவுளை நோக்கிச் செல்லும் இப்பயணம் எத்தனை துன்பம் நிறைந்த பாதை; அதனை ஆன்ம தைரியத்தோடு எதிர்கொண்டு கடவுளை அடைய வேண்டும் என்பதே அந்தக் கவிதையின் பொருள். இப்பயணத்தில் பல சலனங்கள், கேள்விகள் எல்லாமே ஏற்படுவதுண்டு.

St. John of the Cross என்பவரோடு, மேலும் St. Thérèse of Lisieuss — சிறு மலர் என்று அழைக்கப்படும் கன்னியாஸ்திரி, St. Thomas Aquinas போன்றவர்களும் இத்தகைய கடுமையான

பாதையைக் கடந்து சென்றவர்களே.

St. Thérèse of Lisieuss

ஏறத்தாழ 1959—லிருந்து அவரது கடைசிக் காலமான 1997 வரையிலும் கடவுளைப்பற்றிய சில கேள்விகளோடு வாழ்ந்திருக்கிறார்.

III

அதிசயங்கள் / புதுமைகள் என்ற பெயரில் பல கதைகள் கிறித்துவத்தில் அதிகம் இருப்பது போல் தோன்றுகிறது. நற்செய்திகளிலும் பழைய, புதிய ஏற்பாடுகள் இரண்டிலும் அதிசயங்கள் பற்றிய செய்திகள் பல உண்டு. மூன்று நாள் மீன் வயிற்றுக்குள் இருந்து வெளிவருவதும், செங்கடல் பிளந்து யூதர்கள் தப்பியதும் பழைய ஏற்பாட்டுக் கதைகள். மண்ணைப் பிசைந்து குருடனின் கண்ணில் தேய்த்து கண் தெரிய வைத்ததுவும், ஏழு அப்பங்களையும் சில மீன்களையும் வைத்து ஐயாயிரம் பேருக்கு உணவளித்ததும், செத்து அடக்கம் செய்யப்பட்ட லாசரை உயிரோடு எழுப்பியதும், நீர் மேல் நடந்ததுவும் ஏசுவின் திருவிளையாடல்களாக புதிய ஏற்பாட்டில் வருகின்றன.

இப்படி தங்கள் வேத நூலில் பல புதுமைகளைப் பார்த்துப் பழகியதால் கிறித்துவர்கள் இன்னும் தொடர்ந்து பல அதிசயங்களைக் கண்டு கொண்டிருக்கிறார்கள் போலும். பல வரலாற்று நிகழ்வுகள், பல அதிசயங்கள் என்று தொடர்ந்து பல செய்திகள் கிறித்துவ வரலாற்றில் உண்டு. ஆனால் ஊன்றிப் பார்த்தால் அதன் பின்னால் கிடைக்கும் செய்திகள் பல அதிசயங்களைப் பொய்யாக்குகின்றன. நம்புவோருக்கு அதிசயங்களாகவும், ஆய்வோர்களுக்கு அவை வெறும் பொய்களாகவும் போய் விடுகின்றன. இன்றும் பல கோவில்கள், பல புனிதர்கள் பல புதுமைகளைச் செய்வதாக அவர்களைப் பின்பற்றுவோர்களுக்குத் தெரிகிறது. இப்போதும் கண்ணில் ரத்தம் வருகிறது என்று ஏதாவது ஒரு கோவிலில் கூட்டம் கூடுகிறது. பின் அதில் காற்றில் கரைந்து விடுகிறது! Instantaneous miracles!! இதில் நம்பிக்கை மட்டுமே முக்கியமானது. அறிவுக்கு அங்கு சுத்தமாக வேலை இல்லை. கிறித்துவ வரலாற்றில் இப்படித் தொடரும் கேள்விக்குரிய சில புதுமைகளைப் பற்றி இங்கு சில விளக்கங்கள்.

கிறித்துவின் ரத்தப் பரிசோதனை!

Ron Wyatt என்பவர் தொல்பொருள் ஆராய்ச்சி என்ற பெயரில் கிறித்துவ புனிதத் தலங்களில் தன் ஆய்வுகளை நடத்தினார். அவ்வாறு ஒரு முறை அவர் தேடிச் செல்லும் போது அவரது வலது கை அவரறியாமலேயே ஓரிடத்தைத் தூக்கிக் காண்பித்ததாம். அவ்விடத்தைத் தேடும் போது ஒரு குகை தெரிந்ததாம். அதைத் தொடர்ந்த போது பல அதிசயப் பொருட்கள் அவருக்குக் கிடைத்தாம். அதில் ஒன்று ஏசுவின் ரத்தம்.

இந்த இரத்தத்தை அவர் ஆய்ந்த போது அந்த ரத்தத்தில் ஆண்களுக்குரிய வெறும் 'Y' குரோமோசோம் மட்டும் இருந்ததாம். வழக்கமாக தாயிடம் இருந்து வரும் அதன் ஜோடியான 'X' குரோமோசோம் இல்லையாம். அதாவது ஏசு பரம பிதாவின் குழந்தை என்பதை இது நிரூபிக்கிறதாம். அதுவும் தாய் வழிக் குரோமோசோம்கள் இல்லாமல், வெறும் ஆண்வழிக் குரோமோசோம்கள் மட்டும் இருந்தனவாம். இதை நம்பியவர்களும் அதிகம்.

செங்கடலுக்குள் இறந்து எகிப்திய மன்னனின் தேர்ச்சக்கரம் கிடைத்ததாம். நோவின் கப்பலையும் இவர் கண்டு பிடித்தாராம். இது போல் இன்னும் பல.

இவைகளையெல்லாம் அவர் காட்சிப் பொருளாக்கவில்லை. ஏனெனில் கடவுள் இவைகளை இப்போதைக்கு வெளிப்படுத்த வேண்டாம் என்று சொல்லி விட்டாராம். கடவுளே இவருக்கு அப்பொருட்களின் இடங்களை வெளிப்படுத்தியுள்ளாராம். ஆனால் அதனை மக்களுக்குக் காண்பிக்க வேறு நேரம் சொல்வாராம். அப்படியானால் கடவுளே அந்தத் தடயங்களையே தாமதித்துக் காண்பித்திருக்கலாமே; எதற்கு தனியே இன்னொரு காலம் என்று சொல்ல வேண்டும் என்று கூட அவரை நம்பியவர்கள் நினைக்கவில்லை.

இவரைப் பலரும் பல நாள் நம்பியிருந்தார்கள். John Baumgardner போன்ற ஆய்வாளர்கள் பின்னாளில் இவரைத் தோலுரித்துக் காட்டியுள்ளனர். இணையப் பக்கங்களில் இவரைப் பற்றிய தகவல்களும், காணொளிகளும் (you tube films) நிறைய உண்டு; பார்க்க நன்றாகவே இருக்கும்!

போப்பாண்டவரின் தவறா வரம்

போப்பாண்டவரின் தவறா வரம் என்று ஒன்றுண்டு. அவர் கூறுபவை அனைத்தும் மிகச் சரியானவை; அவரிடும் கட்டளைகள் என்றும் தவறாக இருக்காது என்பது கத்தோலிக்க மக்களின் நம்பிக்கை. ஆனாலும் போப் சொல்லும் கருத்துக்கள் என்பதற்குப் பதில் திருச்சபையின் magisterium — கர்தினால்கள் அடங்கிய உயர்ப் பெருங்குழு — கொடுக்கும் கட்டளைகள் மட்டுமே அப்படிப்பட்டவை.

இந்தத் தவறா வரம் முதல் வத்திக்கான் பேரவையில் 1869—1870 ஆண்டில் நிறைவேற்றப்பட்ட ஒன்று. முக்கியமாக ஒன்பதாம் பயஸ் என்ற போப் 1854—ம் ஆண்டு இயற்றிய மேரி மாதாவின் கன்னித் தன்மை, பன்னிரண்டாம் பயஸ் 1950—ம் ஆண்டில் மேரி மாதா பரலோகத்திற்கு ஆரோகணம் செய்தது என்ற இரு கொள்கைகளை நிலை நாட்டியது இந்த கட்டளை.

பல கேள்விகள் இதைப் பற்றி எழுந்துள்ளன. வரலாற்று நிகழ்ச்சிகளில் திருச்சபையின் நிலைப்பாடுகள் இவைகளை யெல்லாம் வைத்துப் பார்க்கும் போது இந்த தவறா வரம் என்பது ஒரு பெரிய கேள்விக்குறியே.

http://en.wikipedia.org/wiki/Papal_infallibility

http://www.catholic.com/tracts/papal-infallibility

SHROUD OF TURIN

தலை முதல் கால்வரை உடலின் இரு பக்கமும் மூடிய ஒரு நீளத் துணியில் கிறித்துவின் உருவம் எதிர் மறையாக — negative image — இருப்பதாக ஒரு செய்தி பல நூற்றாண்டு களாக கிறித்துவத்தில் வலம் வருகிறது. இத்துணி இன்னும் இத்தாலியில் உள்ள டூரின் என்ற இடத்தில் உள்ள Cathedral of Saint John the Baptist http://en.wikipedia.org/wiki/Cathedral_of_Saint_John_the_Baptist_%28Turin%29 என்ற கோவிலில் வைக்கப்பட்டுள்ளது.

14—ம் நூற்றாண்டு வரை இந்த துணியைப் பற்றிய குறிப்புகள் ஏதுமில்லை; ஆனால் அதன் பிறகு அவை பல

ஆய்வுகளுக்கு உள்ளாகிக் கொண்டிருக்கிறது. ஆயினும் உறுதியாக எந்த நிலையையும் எடுக்க முடியாதபடி பல முடிவுகள்; பல குழப்பங்கள். Pierre d'Arcis என்ற பிஷப் Antipope Clement VII என்ற போப்பிற்கு 1390—ம் ஆண்டு இத்துணி ஒரு போலி என்றும் அதை உருவாக்கிய கலைஞன் இதனை ஒப்புக்கொண்டு விட்டான் என்றும் ஒரு கடிதம் எழுதியுள்ளார். 1543—ல் John Calvin, தனது நூலான Treatise on Relics—ல், "கிறித்துவின் மரணத்தை விவரித்த யோவான் தன் நற்செய்தியில் ஏசுவின் உடல் நீளத் துணிகளால் — strips of linen — மூடப்பட்டதாகவும், தலைக்கு மட்டும் தனியாக ஒரு துணி வைத்து மூடியதாகவும் கூறியிருக்கிறாரே, அது பொய்யா?' என்று கேட்கிறார். ஆனால் 1981—ல் மூன்றாண்டுகள் ஆய்வு செய்த The Shroud of Turin Research Project (STURP) இந்த துணி சிலுவையில் அறையப்பட்ட ஒருவரின் உருவத்தைக் கொண்டிருக்கிறது. துணியில் இருக்கும் கறை ரத்தக் கறைதான் என்று சொல்லியுள்ளது. மாற்றாக, Swiss Federal Institute of Technology, University of Arizona, University of Oxford போன்ற ஆய்வுக் கூடங்கள் இத்துணியின் காலம் 1260 —1390 (Carbon dating method) என்று உறுதியாகச் சொல்கின்றன. முடிவில்லாமல் இந்தக் கதை இன்னும் தொடர்ந்து கொண்டுதான் இருக்கிறது. Argument continues...

http://en.wikipedia.org/wiki/Shroud_of_Turin

http://shroud2000.com/FastFacts.html

DONATIO CONSTANTINI

ரோமப் பேரரசர் கான்ஸ்டான்டின் என்பவர் தனக்கிருந்த தொழு நோயை சில்வஸ்டர் — Pope Sylvester I (reigned 314-335) — என்ற போப் குணமாக்கியதால் நன்றிக் கடனாக தன் ராஜ்யத்தில் பெரும் பகுதியை திருச்சபைக்கு எழுதிக் கொடுத்ததாக ஒரு ஆவணத்தின் மூலம் தெரிவித்ததாக ஒரு கதை உண்டு. அந்த ஆவணத்தின் மூலம் போப்பின் ஆட்சிக்குப் பல இடங்களும் நன்கொடைகளும் வந்தன. இந்த நிகழ்வால் அரசனும் மனம் மாறி கிறித்துவன் ஆனதாகவும் அந்தக் கதை தொடர்கிறது. ஆனால் இந்த ஆவணம் ஒரு போலி ஆவணம் என்பது Lorenzo Valla என்ற அறிஞரால் 1451—ம் ஆண்டு கண்டுபிடிக்கப்பட்டது. இந்த ஆவணம் நான்காம் நூற்றாண்டில் எழுதப்பட்டதல்ல; 1440—ம் ஆண்டு

தான் எழுதப்பட்டது என்பதை மிகுந்த ஆணித்தரமாக இவர் நிரூபித்து விட்டார். இந்தப் போலி ஆவணத்தின் மூலம் அரசன் சில்வஸ்டர் என்ற போப்பிற்கும், அவருக்குப் பின் வரும் போப்புகளுக்கும் கொடுத்த பெரும் அன்பளிப்புகள்:

Supremacy of the four principal sees, Alexandria, Antioch, Jerusalem and Constantinople as also over all the churches of God in the whole earth". For the upkeep of the church of Saint Peter and that of Saint Paul, he gave landed estates "in Judea, Greece, Asia, Thrace, Africa, Italy and the various islands". The emperor also granted imperial insignia, the tiara, and "the city of Rome, and all the provinces, places and cities of Italy and the western regions. இது மட்டுமல்லாது, இந்த அன்பளிப்புகளால் பேரரசன் ரோமை விட்டுக் கொடுத்து விட்டு தன் நாட்டின் கீழ் திசையில் தனக்கு ஒரு புதிய தலைநகரைத் தேர்ந்தெடுத்ததாகவும் சொல்லப்பட்டு இருந்தது. தங்கள் அரசியல் அதிகாரத்தை நிலை நாட்ட மதநம்பிக்கைகளை எப்படிப் பயன்படுத்தினார்கள் என்பதற்கு இது ஒரு உதாரணம்.

http://faculty.washington.edu/ewebb/BobaDonatioConstantini.pdf

http://www.britannica.com/EBchecked/topic/133843/Donation-of-Constantinehttp://www.newadvent.org/cathen/05118a.htm http://en.wikipedia.org/wiki/Donation_of_Constantine

மூன்று ரகசியங்கள் சொன்ன பாத்திமா மாதா

1917—ம் ஆண்டு மே மாதம் 13—ம் தேதியிலிருந்து அக்டோபர் வரை போர்ச்சுகலில் லூசியா என்ற ஆடுமேய்க்கும் ஒரு பெண்ணுக்கும் அவளது உறவினரான இன்னும் இருவருக்கும் பாத்திமா என்னும் இடத்தில் மேரி மாதா காட்சியளித்ததாக ஊரும் உலகமும் பேசியது. அந்த இடத்திலிருந்து பாத்திமா மாதாவின் சிலை ஒன்று செய்து உலகெங்கும் அதனைக் கொண்டு சென்றார்கள். என் பள்ளிப் பருவத்தில் மதுரைக்கு வந்த இந்த சொரூபத்தைக் கொண்டு வந்து ஆராதித்தது எனக்கு இன்னும் நினைவில் இருக்கிறது. அப்போதே மாதா மூன்று ரகசியங்களைக் கொடுத்ததாகவும், அவைகளைப் படித்தால் பல விஷயங்கள் தெரியும் என்றும் கூறினார்கள். கிறித்துவத்தில் உலகம் விரைவில் முடியப் போகிறது என்று பல நூற்றாண்டுகளாகச் சொல்லி வருவது வழக்கம். இதோ முடிவு

வந்து விட்டது என்றெல்லாம் போஸ்டர் போட்டு தங்கள் கூட்டங்களுக்கு ஆள் சேர்ப்பார்கள். ஆகவே இந்த ரகசியங்கள் பற்றி அறுபதுகளில் அடிக்கடி பேசுவார்கள். அப்போதெல்லாம் எப்போது உலகம் முடியப் போகிறது என்று மாதா சொல்லி விட்டார்கள் என்று கோவிலில் சொல்லுவார்கள். நானும் ஆர்வமாக அதைக் கேட்டு, ரகசியம் தெரிந்து கொள்ள பெரும் ஆவலோடு இருந்தேன். முதல் இரு ரகசியங்கள் உடனே வெளியிடப்பட்டன. ஆனால் மூன்றாவது ரகசியம் வெளியிடப்படவில்லை. ஆனால் லூசியா நோய்ப்படுக்கையில் இருக்கும் போது பிஷப் Silva கட்டளையிட்டதால், மாதாவின் கட்டளையை மீறி லூசியா மூன்றாவது ரகசியத்தை 15 செப்டம்பர், 1943—ல் எழுதிக் கொடுத்து, அதனை 1960—ல் திறந்து படிக்க வேண்டுமென்பது மாதாவின் விருப்பம் என்றார். 1960 ஆண்டு என்ன ஆனதோ... பல காலம் இந்த ரகசியம் ‘சிதம்பர ரகசியமாகவே’ இருந்தது. பின் 2000—ம் ஆண்டு ஜூன் 26—ல் வெளியிடப்பட்டது. ஆனால் வெளியிடப்பட்ட பின்பும் இந்த ரகசியம் பல எதிர்ப்புகளைச் சந்திக்க வேண்டியதிருந்தது. இது உண்மையான ரகசியம் இல்லை என்றனர் பலர். லூசியா எழுதிக் கொடுத்த ரகசியம் இது அல்ல என்றனர். அது நீளமாக இருந்தது என்றனர். எப்படியோ காலப் போக்கில் எல்லாம் மறந்து விட்டன அல்லது மறக்கடிக்கப்பட்டு விட்டன.

முதல் ரகசியம்: உலகத்தின் கீழே பேய்களும், எரியும் நெருப்பும் நிறைந்த ஒரு பெரும் நெருப்புக் கடல்; அழுகைக் குரல்; அச்சம் நிறைந்த சூழல். பேய்கள் பல உருவத்தில் இருந்தன. மிகவும் பயங்கரமான இதை ஒரு சில வினாடிகளே பார்த்தோம்; அதற்குள் மாதா எங்களைக் காத்து, மோட்சத்திற்கு அழைத்து விடுவதாகச் சொன்னார். நாங்களும் அச்சத்திலிருந்து வெளிவந்தோம்.

இரண்டாம் ரகசியம்: முதல் உலகப்போர் முடிகிறது. ஆனால் மனிதர்கள் மாறாவிட்டால், ரஷ்ய நாடு மனம் மாறாவிட்டால் இன்னொரு யுத்தம் விரைவில் Pope Pius XI என்பவர் போப்பாக வரும் போது (இவர் 6 February 1922 to his death in 1939—ல் போப்பாக இருந்தார்.) மீண்டும் யுத்தம் வரும். அப்போது வானத்தில் மிகவும் பிரகாச ஒளி தெரியும். அதனைத் தொடர்ந்து பஞ்சமும் பட்டினியும் வரும். கிறித்துவர்களும் போப்பும் அழிவைச் சந்திப்பார்கள். ஆனாலும் இறுதியில் கடவுளின் தூய இதயம் வெற்றி பெறும்.

கடவுள் ரஷ்ய நாட்டை உய்வித்து என்னிடம் தருவார். அப்போது உலகில் அமைதி நிலவும்.

இதை ஒட்டி நான் பார்த்த ஒரு விஷயம் நினைவுக்கு வருகிறது. என் சிறு வயதில் எங்கள் கோவில்களில் இரண்டு ஜெபம் அடிக்கடி செய்வார்கள். ஒன்று: ரஷ்ய நாடு மனம் திரும்பி, அவர்கள் கிறித்துவ மதத்திற்குள் வரவேண்டும். இரண்டு: அப்போதைய பிரதமர் நேரு மனம் திரும்பி கிறித்துவராக வேண்டும். அவர் கிறித்துவரானால் இந்தியா முழுவதும் கிறித்துவ நாடாகி விடுமே! —ஆனாலும்... நாங்கள் எல்லோரும் பாவம்! அன்று நாங்கள் ஜெபம் செய்தும், எங்களது அந்த இரண்டு ஜெபங்களும் இன்று வரை கேட்கப்படவே ......இல்லை!

மூன்றாவது ரகசியம்: தேவதூதர் உலகத்தை அழிப்பது போல் வாளேந்தி வர, அதனை மாதா வலது கையால் தடுக்கிறார். தேவதூதர் மனம் திருந்துங்கள் என்று கத்துகிறார். வெள்ளையுடையில் ஒருவர் — அவர் போப்பாக இருக்கலாம்— அவருடன் பிஷப், சாமியார்கள் என்று பலர் ஒரு மலையில் ஏறுகிறார்கள். வழியில் ஒரு நகரம். பல துன்பங்களும், செத்த உடல்களும் கிடக்கின்றன. இறுதியில் மலை மீது ஏறி ஒரு சிலுவையைப் பார்க்கிறார்கள். அப்போது போப் துப்பாக்கியாலும்,அம்புகளாலும் துளைக்கப்படுகிறார். எல்லோரும் மடிகிறார்கள். நின்றுகொண்டிருந்த சிலுவையின் இரு பக்கமும் இரு தேவதூதர்கள். அவர்கள் இறந்த வேத சாட்சிகளின் இரத்தத்தை ஒரு தீர்த்த செம்பில் பிடித்து கடவுளிடம் செல்லும் ஆன்மாக்கள் மேல் தெளிக்கிறார்கள்.

http://www.marianland.com/thirdsec.htmlhttp://en.wikipedia.org/wiki/Three_Secrets_of_F%C3%A1tima#First_secret http://www.marianland.com/thirdsec.htmlhttp://en.wikipedia.org/wiki/Three_Secrets_of_F%C3%A1tima

IV

கடவுள் எனக்குக் காட்சி தந்தார் ... என்னோடு பேசினார்... என்று பலர் சொல்லிக் கேள்விப்பட்டிருக்கிறோம். இது கடவுள்களின் பிரசன்னத்தை உணர்த்த அல்ல; தங்களை உலகிற்குக் காட்டிக் கொள்வதற்காகவே இத்தகைய காட்சிகள் “உருவாகின்றன”. அதிலும் இது கிறித்துவ மதத்தில் கொஞ்சம்

அளவிற்கு அதிகமாகவே காணப்படுகிறது. இங்கேயும் ஒரு கத்தோலிக்க கிறித்துவருக்கு மாதாவோ அல்லது வேறு யாரும் புனிதர்களோ தரிசனம் தருவார்கள். ஏனைய கிறித்துவர்களுக்கு ஏசுவே வருகிறார். அல்லது குறைந்த பட்சம் ஏதாவது ஒரு சம்மனசு — தேவ தூதர் — வருகிறார் — அதுவும் ஏனென்றே தெரியவில்லை; தேவ தூதர் என்றால் அனேகமாக அது காப்ரியல்/ ஜிப்ரேல் தான்!

சில சான்றுகள்:

Our Lady of Medjugorje

முன்பு யூகோஸ்லோவிய நாடாக இருந்த நாட்டின் இப்போதைய போஸ்னியாவிற்கும் மேற்கேயுள்ள ஹெர்ஸ்கோவினா பகுதியிலுள்ள மெட்ஜுகோர்ஜே என்ற ஊரில் மேரி மாதா ஆறு பேருக்குக் காட்சி தந்ததாகவும், அவர்களுக்கு அவர் பத்து ரகசியங்களைச் சொல்லப் போவதாகவும் சொல்லியுள்ளார். இவர்கள் எந்த நாட்டில் இருந்தாலும் மாதா அவர்களைத் தேடிச் சென்று ரகசியங்களைக் கொடுத்ததாகச் சொல்கிறார்கள். ஆறில் நால்வருக்குப் பத்து ரகசியங்களும் சொல்லி முடித்தாயிற்றாம்; ஆனால் இன்னும் இருவருக்கு மீதி ரகசியங்கள் இருப்பதாகச் சொல்கிறார்கள்.

இந்த ரகசியப் பரிமாற்றம் 1991ம் ஆண்டு ஆரம்பித்தது; இன்னும் தொடர்ந்து நடந்து வருகிறது. ஏன் இத்தனை வருஷமாக நடந்தது என்பதற்கு எனக்குத் தோன்றிய காரணம் என்னவெனில், //ஒரு வேளை முகம்மதுவுக்கு 23 வருடமாக தொடர்ந்து ஜிப்ரேல் வந்து 'சேதி' சொல்லியிருக்கார். அதை 'பீட்' பண்றதுக்காக மாதா இன்னும் இழுத்து இத்தனை வருசம் தாண்டியிருப்பாங்களோன்னு தோணிச்சி!//

இந்த புதுமைகள் மீது வத்திகானின் Vatican's Congregation for the Doctrine of the Faith-¡ the apostolic nuncio அமெரிக்க பிஷப்புகளுக்கு ஒரு அறிக்கை விடுத்துள்ளார். "இதில் கத்தோலிக்க மக்கள் இந்தப் புதுமைகளை நோக்கிச் செல்லக் கூடாது என்று தடுத்துள்ளது. மெட்ஜுகோர்ஜேவில் நடக்கும் மாதாவின் அற்புதத் தோற்றங்கள் நம்ப முடியாதவை".

2014ம் ஆண்டு பிப்ரவரி 25ம் தேதி மாதா மெட்ஜுகோர்ஜேவில் கொடுத்த காட்சியின் போது உலகிற்குக் கொடுத்த செய்தி:

அன்பான குழந்தைகளே! பலரின் உள்ளங்களிலே கடவுள் இல்லை என்ற எண்ணமே உள்ளது. அவர்களுக்கு கடவுள் தேவையில்லாமல் போயிற்று; அவர்கள் ஜெபிப்பதில்லை; அவர்களிடம் சமாதானமுமில்லை. ஆனால், நீங்கள் ஜெபிக்க வேண்டும்; கடவுளின் கட்டளைகளுக்குக் கீழ்ப்படியுங்கள். முதலில் இருந்தே நீங்கள் என் அழைத்தலுக்குச் செவி சாய்த்தீர்கள். கடவுளின் இருப்பையும், என் பிரசன்னத்தையும் நீங்கள் சாட்சி சொன்னீர்கள்.

குழந்தைகளே! நான் உங்களுடனேயே இருக்கிறேன்; உங்கள் நான் மிகவும் நேசிக்கிறேன். உங்களை நான் அனுதினமும் என் மகனாகிய ஏசுவிடம் ஒப்படைக்கிறேன். என் அழைப்பை ஏற்றதற்கு நன்றி.

2014ம் ஆண்டு மார்ச் மாதம் இரண்டாம் தேதி மிர்ஜானா என்ற இடத்தில் விசுவாசமில்லாதவர்களுக்காகக் கொடுத்த செய்தி (விசுவாசமில்லாதவர்களுக்காக எதற்கு ஒரு செய்தி!):

அன்பிக்குரிய குழந்தைகளே! நான் உங்களிடம் ஒரு தாயாக வருகிறேன்; நீங்கள் என்னிடம் அமைதியையும், ஆறுதலையும் பெற முடியும். ஆகவே என் குழந்தைகளே! நீங்களே என் அன்பை எடுத்துச் செல்லும் சீடர்கள்; ஜெபியுங்கள்; மிகுந்த தாழ்ச்சியான பக்தியோடு ஜெபியுங்கள். விண்ணகத்திலிருக்கும் தந்தையிடம் நம்பிக்கை வைத்து ஜெபியுங்கள். நான் உலகத்திற்கு ஆசீரைக் கொண்டு வருவேன் என்பதை நான் நம்பியது போல நீங்களும் நம்பிக்கையோடு இருங்கள். உங்கள் இதயத்திலிருந்து, உதடுகளிலிருந்து, 'உமது சித்தம் நடந்தேறட்டும்' என்ற வார்த்தைகள் எதிரொலிக்கட்டும். நம்பிக்கையோடு நீங்கள் ஜெபிக்கும் போது நான் உங்களுக்காக கடவுளிடம் உங்களுக்கு மோட்ச பாக்கியம் தரவும், உங்களைப் பரிசுத்த ஆவியால் நிரப்பவும் வேண்டிக் கொள்வேன். கடவுளை அறியாதவர் களுக்கு உதவ அப்போது தான் முடியும். நீங்களும் அன்பின் சீடர்களாக கடவுளை 'தந்தாய்' என்று நம்பிக்கையோடு அழைத்து உங்கள் மேய்ப்பரின் புனிதக் கரங்களில் உங்களை முழுவதுமாக ஒப்புக்கொடுங்கள். நன்றி.

http://en.wikipedia.org/wiki/Medjugorje

http://www.ncregister.com/daily-news/vatican-advises-u.s.-bishops-about-medjugorje-apparitions/#ixzz2veBf5Ey8

http://www.ncregister.com/daily-news/vatican-advises-u.s.-bishops-about-medjugorje-apparitions/#ixzz2veBf5Ey8

http://www.ncregister.com/daily-news/vatican-advises-u.s.-bishops-about-medjugorje-apparitions/#ixzz2vlxW3y1j <http://www.ncregister.com/daily-news/vatican-advises-u.s.-bishops-about-medjugorje-apparitions/>

குடலூபே கன்னி மேரி

குடலூபே கன்னி மேரி மெக்ஸிகோ அருகில் குடலூபே என்ற இடத்தில் 1531—ம் ஆண்டு ஒரு சிறு பெண்ணாக ஜுவான் டியகோ என்பவருக்குக் காட்சி கொடுத்து, தனக்கு இங்கு ஒரு கோயில் கட்ட வேண்டும் என்று கேட்டதாக ஒரு நிகழ்வு கொடுக்கப்படுகிறது. இந்த நிகழ்வு நிகழ்ந்ததற்கு நிரூபணம் கேட்ட போது, அந்த ஜுவான் டியகோ அருகிலிருந்து மலையின் உச்சியில் சில மலர்களைக் கொய்ய மாதாவினால் உத்தரவிடப்பட்டாராம். அது டிசம்பர் மாதம். அந்த மாதத்தில் வழக்கமாக பூக்காத Castilian roses*—களைப் பறித்தாராம். தன் மேலாடைக்குள் வைத்து அவைகளைக் கீழே கொண்டு வந்து பிஷப்பிடம் காட்ட தன் மேலாடையைத் திறந்த போது மலர்கள் கீழே விழுந்தன. மேலாடைக்குள் மாதாவின் உருவம் பதிப்பிக்கப்பட்டிருந்ததாம்.*

http://en.wikipedia.org/wiki/Our_Lady_of_Guadalupe#Pontifical_pronouncements http://en.wikipedia.org/wiki/Our_Lady_of_Guadalupe

'சோகங்களின் மாதா'

ருவாண்டாவில் கிபிஹோ என்ற இடத்தில் கருப்பு மாதா காட்சி கொடுத்தார். அங்குள்ள பிஷப்பிற்கு 1981—ம் ஆண்டு நவம்பர் மாதம் 28ம் தேதியும் அதன் பின் பல சனிக்கிழமைகளிலும் அவர் காட்சியளித்தார். இந்த மாதாவிற்கு 'சோகங்களின் மாதா' என்ற பெயரிடப்பட்டது. 1984—ம் ஆண்டு மாதா 1994ம் ஆண்டு பெரும் போர் ஒன்று நடக்கும் என்று தீர்க்க தரிசனம் அளித்தார். 1980—81 ம் ஆண்டுகளில் நாடு முழுவதும் பெரும் போராட்டங்கள். பல இடங்களில் மாதாவின் சிலைகள் அடித்து நொறுக்கப்பட்டன. மாதாவை மக்கள் எல்லோரும் மறந்திருந்த காலம் அது.

முதல் காட்சி அல்போன்சைன் மும்ரெகே என்ற 17 வயது பள்ளி மாணவிக்கு நடந்தது. படங்களில் பார்ப்பது போல் மாதா வெள்ளையாக இல்லை; கருப்பாக இருந்தார். அழகாக இருந்தார். ஒரு முறை சில ஜெபமாலைகளை மாதாவின் முன் வைத்து ஆசீர் வாங்க முயற்சித்த போது அதில் சில ஜெபமாலைகள் மிகுந்த கனமாக இருந்தன. அந்த கனமான ஜெபமாலைகள் இந்தக் காட்சிகளை நம்பாதவரின் ஜெபமாலைகளாக இருந்ததாம். மாதா தன் காட்சி ஒன்றில் மோட்சம், நரகம், உத்தரிக்கிற ஸ்தலம் போன்றவைகளைக் காட்டினாராம். முக்கியமான காட்சி: கிபிஹோவில் நடந்த பல காட்சிகளில் சில சமயங்களில் மிக விநோதமான நிகழ்வுகள் நிகழ்ந்துள்ளன. சூரியன் மேலும் கீழுமாய், அங்குமிங்குமாய் சில வினாடிகளுக்கு நடனமாடியது. சூரியன் மறைந்து பச்சை வண்ணத்தில் நிலவு காட்சி கொடுத்தது. பிரகாசமான வானத்தில் நட்சத்திரங்கள் நடனமாடின. 1982ம் ஆண்டு ஆகஸ்ட் மாதத்தில் 19ம் தேதி அளித்த ஒரு காட்சியில் ‘ரத்த ஆறு ஓடியது; மக்கள் ஒருவரை ஒருவர் கொன்று கொண்டிருந்தனர்; எங்கும் சிதறிக் கிடந்த பிணக்குவியல்; மரங்கள் தீப்பற்றி எரிந்து கொண்டிருந்தன; தலையற்ற உடல்கள் குவிந்துகிடந்தன’. 1994ம் ஆண்டு இந்நாட்டில் நடந்த பெரும் போரைப் பற்றிய தீர்க்க தரிசனமாக இது இருந்தது. இந்த தீர்க்க தரிசனம் முதலில் நம்ப முடியாததாக இருந்தது. ஆனால் 12 ஆண்டுகள் கழித்து வந்த உள்நாட்டுப் போராட்டத்தில் இவை எல்லாம் நிகழ்ந்தன. மூன்றே மாதத்தில் ஐந்து லட்சம் பேர் மாண்டனர். தலையற்ற உடல்கள் க்கியா என்ற ரத்த ஆற்றில் — Kagea River (river of blood) வீசியெறியப்பட்டன. மாதா கிபிஹோவில் நடக்கும் பாலின முறை கேடுகள் பற்றி எச்சரித்தார். அப்போது AIDS என்பது பற்றி யாருக்கும் தெரியாது. 1994ல் உலகத்தின் AIDS நோயாளிகளில் 75 விழுக்காடு இந்த நாட்டில் மட்டும் இருந்தனர். இரண்டரைக் கோடி ஆப்பிரிக்க மக்கள் இந்த நோயால் பீடிக்கப்பட்டு இருந்தனர்.

http://www.michaeljournal.org/kibeho.htm

இன்னும் இது போல் மிகப் பல காட்சிகளைப் பற்றிய விவரங்கள் youtube—ல் நிறைய காணக் கிடைக்கின்றன. நம்புக்கையுள்ளோருக்கே இவை எல்லாவற்றையும் ஒட்டு மொத்தமாக நம்புவது கொஞ்சம் சிரமமான செயல் என்றே நினைக்கிறேன்.! அதே போல் ஏற்கெனவே மேற்கோள்

காட்டிய ஒன்றை மறுபடியும் நினைவுபடுத்துகிறேன்:

"If you talk to God, you are praying;

If God talks to you, you have schizophrenia"... (இம்மேற்கோளைப் பயன்படுத்த வேண்டிய அவசியமும், கட்டாயமும் அடிக்கடி வாய்க்கிறது !!!)

நற்செய்திகளிலிருந்து சில மேற்கோள்களும், இவைகளின் மேல் எழுப்பப்படும் சில கேள்விகளும்:

*** 18. அதற்கு இயேசு: நீ என்னை நல்லவன் என்று சொல்வானேன்? தேவன் ஒருவர் தவிர நல்லவன் ஒருவனு மில்லையே; (மாற்கு அதிகாரம்:10)

ஏசு தன்னைத்தானே கடவுள் என்று சொல்லிக் கொண்டதில்லையே. அவரை ஏன் கர்த்தராக்கினீர்கள்?

***ஏசு ஒரு சின்ன மக்கள் கூட்டத்திற்கு — யூதர்களுக்கு — மட்டும் வந்ததாகப் பல முறை கூறுகிறார். அவர்களே கடவுளால் 'தேர்ந்தெடுக்கப்பட்ட மக்கள்' எனவும் விவிலியத்தில் பல இடங்களில் இருக்கிறதே. பின் எப்படி ஏசுவை எல்லா மானிடருக்கும் கடவுள் என்கிறீர்கள்?

* மத்தேயு (10: 5,6) : இந்தப் பன்னிருவரையும் இயேசு அனுப்புகையில், அவர்களுக்குக் கட்டளையிட்டுச் சொன்னது என்னவென்றால்: "பிற இனத்தாரின் எப்பகுதிக்கும் செல்ல வேண்டாம். மாறாக வழி தவறிப்போன ஆடுகளான இஸ்ரயேல் மக்களிடமே செல்லுங்கள்".

மேலே கொடுக்கப்பட்ட மேற்கோள்களின்படி ஏசு ஒரு சிறு மக்கள் குழுவிற்கு மட்டும் வந்ததாகத்தானே தெரிகிறது?!

* மாற்கு அதிகாரம்:15: 34. ஒன்பதாம் மணி நேரத்திலே, இயேசு: எலோயீ! எலோயீ! லாமா சபக்தானி, என்று மிகுந்த சத்தமிட்டுக் கூப்பிட்டார்; இதற்கு 'என் தேவனே! என் தேவனே! ஏன் என்னைக் கைவிட்டீர் என்று அர்த்தமாம். இதனால் ஏசு வேறு; பிதா வேறு என்பதாகத் தானே பொருள் கொள்ள முடியும்?

* ஏசுவிற்குப் பிறகு மரியாளுக்கு குழந்தைகள் பிறந்தன.

ஜேம்ஸ் என்றெல்லாம் இருக்கிறதே என்றால் அது பிரிவினைக்காரர்களின் கருத்து என்று கத்தோலிக்கர் ஒதுக்கி விடுவர். ஏசுவின் உடன்பிறப்புகள் உண்டா?

* ஏசுவின் வாழ்க்கையில் 'மறைந்த ஜீவியம்' என்று பல ஆண்டுகளைச் சொல்வதுண்டு. அதன் தேவையோ, காரணமோ என்ன?

கீழே கொடுக்கப்பட்ட மேற்கோள்களுக்கு என்ன பொருள்?

மத்தேயு (10: 34, 35)

"நான் உலகிற்கு அமைதி கொணர வந்தேன் என எண்ண வேண்டாம். அமைதியை அல்ல, வாளையே கொணர வந்தேன். தந்தைக்கு எதிராக மகனையும், தாய்க்கு எதிராக மகளையும், மாமியாருக்கு எதிராக மருமகளையும் நான் பிரிக்க வந்தேன்". *மாற்கு அதிகாரம்:10: 49. "பூமியின்மேல் அக்கினியைப் போட வந்தேன், அது இப்பொழுதே பற்றி எரிய வேண்டுமென்று விரும்புகிறேன்."

* லூக்கா அதிகாரம்:12: 51.நான் பூமியிலே சமாதானத்தை உண்டாக்க வந்தேன் என்று நினைக்கிறீர்களோ? சமாதானத்தையல்ல, பிரிவினையையே உண்டாக்க வந்தேன் என்று உங்களுக்குச் சொல்லுகிறேன்.

52. எப்படியெனில், இதுமுதல் ஒரே வீட்டிலே ஐந்துபேர் பிரிந்திருப்பார்கள், இரண்டுபேருக்கு விரோதமாய் மூன்றுபேரும், மூன்றுபேருக்கு விரோதமாய் இரண்டுபேரும் பிரிந்திருப்பார்கள்.

53. தகப்பன் மகனுக்கும் மகன் தகப்பனுக்கும், தாய் மகளுக்கும் மகள் தாய்க்கும், மாமி மருமகளுக்கும் மருமகள் மாமிக்கும் விரோதமாய்ப் பிரிந்திருப்பார்கள் என்றார்.

* இயேசு மறுபடியும் வருகிறார் என்பது கிறித்துவர்களின் நம்பிக்கை. அவர் விரைந்து வந்து விடுவார் என்று 2000 ஆண்டுகளாகக் காத்துக் கொண்டிருக்கிறார்கள்.

* மத்தேயு (10:23) — மானிட மகனின் வருகைக்கு முன் நீங்கள் இஸ்ரயேலின் எல்லா நகர்களையும் சுற்றி முடித்திருக்க மாட்டீர்கள் என உறுதியாகவே உங்களுக்குச் சொல்கிறேன்.

மாற்கு 9:1 — "மேலும், அவர் அவர்களிடம், :இங்கே இருப்பவர்களுள் சிலர் இறையாட்சி வல்லமையோடு வந்துள்ளதைக் காண்பதற்கு முன், சாக மாட்டார்கள் என உறுதியாக உங்களுக்குச் சொல்லுகிறேன்" என்றார்.

மத்தேயு 16: 28 — " இங்கே நிற்கிறவர்களில் சிலர் மனுஷ குமாரன் தம்முடைய ராஜ்யத்தில் வருவதைக் காணுமுன், மரணத்தை ருசிபார்ப்பதில்லை என்று, மெய்யாகவே உங்களுக்குச் சொல்லுகிறேன்" என்றார்.

லூக்கா 21:32 —"இவையெல்லாம் சம்பவிக்கும் முன் இந்தச் சந்ததி ஒழிந்துபோகாதென்று மெய்யாகவே உங்களுக்குச் சொல்லுகிறேன்." —

இந்த வசனங்களின் படி அந்தச் சந்ததி முடியும் முன்பே அவர் வந்திருக்க வேண்டாமோ?

V

Holy Blood Holy Grail

by Michael Baigent, Richard Leigh & Henry Lincoln

ஏசுவின் தனிப்பட்ட வாழ்வை ஆய்ந்து எழுதிய நூல். இதில் பல நூல்களில் கண்ட உண்மையாக, மரிய மக்தலேன் ஏசுவோடு இணைந்து இருந்ததாகவும், அவர்களின் அன்பை ஏசு தன் சீடர்களின் முன் வெளிக்காண்பித்ததாகவும் செய்திகளைத் தருகிறது. இதனைக் கண்டு சீடர்கள் அதிலும் முக்கியமாக பீட்டர் கோவம் கொண்டு பல கேள்விகளை ஏசுவிடம் கேட்டதாகவும் இந்த நூலில் சொல்லப்படுகிறது. மேலும் ஏசுவின் பிறப்பிற்குப் பிறகு மரிய மக்தலேன் தன் குழந்தையோடு பிரான்ஸ் நாட்டிற்குத் தப்பி ஓடியதாகவும், அந்தக் குழந்தையின் குடும்ப வரலாறை இந்த நூல் கண்டு பிடிக்க முயல்வதாகவும் கூறப்பட்டுள்ளது. இந்த நூல் நேரடித் துப்புகள் இன்றி மற்ற புறச்சான்றுகள் கொடுப்பதால் அவை முழு திருப்தியை எனக்குத் தரவில்லை. ஆயினும் அடிப்படை உண்மையான மரிய மக்தலேனாவைப் பற்றியவைகள் நம்பும் வண்ணமே உள்ளன. ஆணாதிக்கத்தின் அடிப்படையிலேயே மரிய மக்தலேனா விரட்டப்பட்டார் என்று கூறப்பட்டுள்ளது. இவர் எழுதிய விவிலியமும் இருந்ததாகச் செய்தி உள்ளது. ஏசுவின் வாழ்க்கை, சிலுவையேற்றம் பற்றி இன்னும் பல

கட்டுரைகள் வெளி வந்த வண்ணம் உள்ளன. ஏசுவைப் பற்றிய எழுத்துக் குறிப்புகள் அக்காலத்தில் இல்லாதது ஒன்றே இதற்குரிய காரணம்.

VI

இந்துப் புராணங்களில் வரும் பல விரசமான கதைகளை கிறித்துவர்களும், இஸ்லாமியரும் கேலி செய்வதுண்டு வேறென்ன... தங்கள் முதுகை அவர்கள் மறந்து விடுகிறார்கள்! ஆபிரஹாமின் கதை இரு ஆபிரஹாமிய மதங்களுக்கும் ஒன்று தான். ஆபிரஹாமின் மனைவியான சாரா மூலம் பிறந்த மகன் ஈசாக் இஸ்ரவேலனாகவும், ஆபிரஹாமின் வேலைக்காரப் பெண் ஆகார் மூலம் பிறந்த இஸ்மயேல் இஸ்லாமியக் குலக்கொழுந்தானதாகவும் பழைய ஏற்பாட்டில் சொல்லப்படுகிறது.

பின்னால் வரும் ஆபிரஹாமின் கதை சிறிது 'நீல நிறமே'! தன் அழகிய மனைவி சாராவைத் தன் சகோதரி என்று புதிய இடங்களில் சொல்கிறார். அவள் அழகில் மயங்கி, அவளை பார்வோன் என்ற எகிப்திய மன்னனின் அரண்மனைக்கு எடுத்துச் செல்கிறார்கள். அங்கே மன்னன் சாராவின் 'சகோதரனான' ஆபிரஹாமிற்கு ஆடு, மாடுகளையும், வேலைக்காரரையும், வேலைக்காரிகளையும். பெண் கழுதைகளையும் கொடுத்தான். ஆனால் ஆண்டவர் ஆபிரஹாமின் மனைவி சாராவிற்கு நேரிட்டதை முன்னிட்டுப் பார்வோனையும் அவன் குடும்பத்தாரையும் கொடிய கொள்ளை நோய்களால் துன்பப்படுத்தினார். (ஆபிரஹாமும் அவரது மனைவியும் செய்தது தவறு; ஆனால் தண்டனை பார்வோனுக்கு! என்னே, கடவுளின் நேர்மை!!) பார்வோன் சாரா யாரென்று கடவுளிடமிருந்து அறிந்து அவளை விடுவிக்கிறான். அவன் ஒரு நல்ல மனிதன்! ஆனால் ஆபிரஹாம் இதே போல் ஒரு தவறை மீண்டும் செய்கிறார். சாராவை ஆபிரஹாமின் சகோதரி என்று நினைத்து இப்போது 'சிறையெடுத்தவன்' அபிமெலக்! இவனும் கடவுளால் தண்டிக்கப்படுகிறான். 'அவளை நீ அனுப்பாவிடில் நீயும் உன்னைச் சேர்ந்த யாவரும் செத்து மடிவீர்கள்' என்று கடவுள் அச்சுறுத்துகிறார்! அவ்வீட்டுப் பெண்களை வேறு இதனால் கடவுள் மலடாக்கி வைத்திருந்திருக்கிறார். (தொடக்க நூல் 16 & 20) என்னமோ போங்கள்! தப்பு செய்த

'தனது' ஆட்களைத் தண்டிக்காமல் தவறிழைக்காதவர்கள் மேல் கடவுளின் தண்டனை முழு வேகத்தில் பாய்கிறது! கடவுளின் இப்படிப்பட்ட "நீதி பரிபாலனத்தைப்" பார்க்கும் போது, 'மறுமை நாளை' நினைத்தால் பயமாகத்தானிருக்கிறது! இதிலும் இன்னொரு அதிசயம். எப்படி இக்கதைகளை அறிந்த கிறித்துவ, இஸ்லாமிய மக்கள் தங்கள் பிள்ளைகளுக்கு 'ஆபிரஹாம்' (இப்ராஹீம்), 'சாரா' போன்ற பெயர்களை வைக்கிறார்கள்? ஆச்சரியம் தான்!

9

இஸ்லாமியரின் கண்களுக்கு...

இஸ்லாமியர்களுள் பலருக்கும் தங்கள் மதத்தின் பேரில் மிகவும் ஆழமான நம்பிக்கையுண்டு. சிறு வயதிலிருந்தே மதக் கோட்பாடுகளை மனதில் மிக அதிகமாகப் பதிந்து விடுகிறார்கள். தங்கள் மதக் கோட்பாடுகளை அவர்கள் முழுமையாகக் கடைப்பிடிக்கிறார்கள். பெரும் வியாபாரம் நடந்தாலும் நடுவே தொழுகை நேரத்தில் தங்கள் வியாபாரத்தை நிறுத்தி விட்டு, கடைகளை மூடும் அவர்களது பக்தி நம்மை ஆச்சரியப்பட வைக்கும்.

'ஏக இறை' என்பதை முழுமையாகக் கொண்டிருக்கும் மதம். தங்களுக்கென்று ஒரு வேத நூல் என்று குரானை வைத்து தங்கள் வாழ்வின் வழிகளை அந்த நூல் மூலம் காண்கிறார்கள். இவைகள் எல்லாவற்றையும் விட நம் சமூகத்தில் புரையோடிப்போன சாதி நிழல்கள் தங்கள் மேல் படியாதபடி வாழ்கிறார்கள். அவர்களுக்குள் சில வேறுபாடுகள் இருக்கலாம். ஆனாலும் இஸ்லாமியராகும் போதும் தங்கள் பழைய சாதிகளை பழுவேற்றிக் கொள்ளாமல் சாதியில்லா சமுதாயத்தினராய் இருப்பது மிகவும் புகழுக்குரிய விஷயம்.

இத்தனை நல்ல விஷயங்கள் இருந்தாலும் எல்லா மதங்கள் போலவும் இங்கேயும் பல விவாதத்துக்குரிய விஷயங்கள் உள்ளன. கடவுளின் 'நேரடிப்பார்வையில்' பிறந்தது எங்கள் வேத நூல் என்பதுவும், அது மனிதனின்

கைபடாமல் புனிதத்தோடு இருக்கிறது என்பதுவும், சாதாரண ஒரு வரலாற்று மனிதனை, ஒரு சமுதாயத் தலைவனை இறைவனின் தேர்ந்தெடுக்கப்பட்ட தூதர் என்பதுவும் விவாதத்துக்குரியவைகளாக ஆகின்றன. முகம்மது நடத்திய போர்கள் நிறைய. அதன் மூலம் கிடைத்த சொத்துகள் ஏராளம். கிடைத்த அடிமைகள் மிக அதிகம். அடிமைப் பெண்களை தன் சொந்த அடிமைகளாக ஆக்கிக் கொண்டது அக்கால வழக்கப்படியே தொடர்ந்தது. சிறுவர்கள், பெரியவர்கள் என்றெல்லாம் பாராது தோற்றவர்களை வகையின்றி கொன்றதும் அக்கால வழக்கப்படியே நடந்தேறின; அதில் மற்ற எல்லோரும் போல் கொடூரமாக இருந்திருக்கின்றார் என்கிறது இஸ்லாமியரே சொல்லும் வரலாறு. இதனால் தான் முகம்மதுவை ஒரு தேர்ந்தெடுக்கப்பட்ட தூதர் என்று பார்க்க முடிவதில்லை.

மேலும் சில விவாதங்கள்...

குரான் கடவுளால் காக்கப்பட்ட வேத நூலா?

"கி.பி. 610ல் முகம்மதுவின் 40ஆவது வயதில் தொடங்கி 633ல் அவர் இறக்கும் வரை 23 ஆண்டுகளில் 'வஹி'யாக வெளிப்பட்டதுதான் குரான். அது எப்படி எழுதப்பட்டது என்பதைச் சிறு வயதிலிருந்தே மதராஸாவில் சொல்லிக் கொடுக்கிறார்கள். இது மதராஸாவில் கற்பிப்பதற்கும், கற்பதற்கும் சரி. ஆனால் கண்களைத் திறந்து, சிறிது ஆய்ந்தால் இது நம்பிக்கையாளர்களைத் தவிர வேறு யாருக்கும் பொருந்தாத ஒரு செயல்முறையாக இருக்கும். இது ஏதோ ஒரு மிகச் சரியான முறை என்பதுபோல் அவர்கள் பேசுவது வேடிக்கையாகத்தான் உள்ளது. Memorizing, checking, editiong, re-editing, writing, correcting — இது சின்னக் குழந்தைகளுக்கு சொல்வது போல் இருக்கிறதேயொழிய நம்புவதற்குரிய முறையாக இது தெரியவில்லை. இது நிச்சயமாக நடைமுறையில் சாத்தியமில்லாத ஒன்று.

அடுத்து வரலாற்று நிகழ்வுகள். முகம்மதுவின் காலத்திற்குப் பின் பல பதவிச் சண்டைகள். பல முட்டல் மோதல்கள். இச்சூழலில் எழுதப்பட்ட ஒரு நூல் நிச்சயம் பதவியில் இருப்போர்களின் ஆளுமைக்குள் அகப்பட்டே இருந்திருக்கும். வரலாறும் அதையே தான் சொல்கிறது. முகம்மது நபியின் மரணத்திற்குப்பின் அதிகார பீடத்தை — கலீஃபா பதவியை — கைப்பற்றும் போட்டியில் உயர் ஜாதி குறைஷி கோத்திரத்தார்கள் மதினா மக்களை தமது அதிகார

பலத்தால் ஓரங்கட்டிவிட்டாலும் தமக்குள் பகையுடனேயே போட்டியிட்டுக்கொண்டனர். பல போர்கள்; சிந்திய ரத்தம் அதிகம். முகம்மதுநபியின் மகள் பாத்திமாவை மணந்த அலி மற்றும் அவரது ஆதரவாளர்களும், முகம்மதுநபியின் மனைவி ஆயிஷாவும், அவரது தந்தை அபுபக்கர் மற்றும் இவர்களின் ஆதரவாளர்களும் பதவிப்போட்டியில் எதிரெதிராக நின்றனர். வெற்றி அபுபக்கர் அவர்களுக்கே கிடைத்தது. இவர்கள் தாங்களே உண்மையான நபிவழி — சுன்னத் — நடப்பவர்கள் என்று கூறி வந்தனர். அலியார் வகையராக்கள் உள்ளுக்குள் குமைந்து கொண்டிருந்தனர். முகம்மதின் மரணத்திற்குப்பின் அவரவர்கள் மனப்பாடம் செய்து வைத்திருந்ததற்கு ஏற்றாற்போல் இது தான் மெய்யான குரான் என்று பலவடிவங்களில் குரான் உலவத் தொடங்கியது. இதனால் ஆட்சிப்பொறுப்பேற்றிருந்த அபுபக்கர் தனக்கு அடுத்த நிலையிலிருந்த உமரின் ஆலோசனையுடன் குரானைத் தொகுக்கும் ஏற்பாடு தொடங்கப்பட்டது. ஸைத் பின் ஸாபித் என்பவர் தலைமையில் ஒரு குழு அமைக்கப்பட்டு முகம்மது தொகுத்திருந்த குரான், மனப்பாடம் செய்து வைத்திருந்தவர்களின் உதவியுடன் ஒரு குரான் தயாரிக்கப்பட்டு அதுவே அதிகாரப்பூர்வமானதாக அறிவிக்கப்பட்டது. அதாவது இருந்த பல குரான்களில் ஒரு குரான் மட்டும் அதிகாரப்பூர்வமானதாக அறிவிக்கப்பட்டு, மற்றவை ஒதுக்கப்பட்டன.

இந்த குரான் அபுபக்கருக்கு பிறகு வந்த உமரின் ஆட்சியிலும் அதிகாரப்பூர்வமானதாக இருந்தது. உமருக்குப்பின் அவரின் மகளும் முகம்மதின் மனைவியுமான ஹப்ஸா என்பவரிடத்திலும் இருந்தது. உமருக்குப்பின் ஆட்சிக்கு வந்த உஸ்மான் மீண்டும் ஒரு குரானைத் தொகுக்க முற்படுகிறார். உஸ்மான் தானே தொகுக்கும் பணியில் ஈடுபட்டு வசனங்களை அத்தியாயமாக ஒழுங்குபடுத்தி இன்றிருக்கும் வரிசைப்படி ஒரு குரான் தயாரிக்கப்பட்டு, அது பல படிகள் எடுக்கப்பட்டு விரிவடைந்திருந்த பல ஆட்சிப் பகுதிகளுக்கும் அனுப்பிவைக்கப்பட்டது. அபுபக்கரின் அதிகாரப்பூர்வான குரான் வேறு; இது வேறு. அப்படி அனுப்பிவைக்கப்பட்ட குரான் படிகளில் இரண்டு தான் ரஷ்யாவிலும் துருக்கியிலும் இருக்கிறது, அதாவது முகம்மதின் மரணத்திற்குப்பின் கால் நூற்றாண்டு கழிந்த பிறகே இதெல்லாம் நடந்தது.

இதில் இன்னொரு செய்தி என்னவென்றால் உஸ்மான் தனது ஆட்சியில் தயாரிக்கப்பட்ட குரானைத்தவிர ஏனைய அனைத்து குரானையும் எரித்துவிடுமாறு உத்தரவிடுகிறார்.

அதன்படி அனைத்தும் எரிக்கப்பட்டதாக நம்பப்படுகின்றன, முகம்மது தயாரித்திருந்தது, அபுபக்கர் காலத்தில் தயாரிக்கப்பட்டு ஹப்ஸாவிடம் இருந்தது என அனைத்தும் எரிக்கப்படுகின்றன. ஏனைய குரான்களை அழிப்பதற்கு உடன்பட மறுத்து சிலர் எதிர்ப்பு தெரிவிக்கின்றனர். பின்னர் அவர்களும் வற்புறுத்தப்பட்டு அனைத்தும் அழிக்கப்பட்டதாகக் கூறப்படுகிறது. இன்று நடைமுறையில் இருக்கும் அனைத்து குரானும் உஸ்மான் காலத்தில் தயாரிக்கப்பட்டதின் அடிப்படையிலேயே அச்சிடப்படுகின்றன. இறைவனால் முகம்மதுவுக்கு வழங்கப்பட்டு அவரின் மேற்பார்வையில் தொகுக்கப்பட்ட குரான் இன்று இல்லை. இது முதல் கேள்வி. அடுத்து இன்னொரு கேள்வி. அபுபக்கர் காலத்தில் தொகுக்கப்பட்ட குரான் அவரின் ஆட்சிக்காலத்திற்கு பிறகு உமரிடம் வருகிறது. உமரின் ஆட்சிக்காலத்திற்குப்பின் அது உஸ்மானின் பொறுப்பில் வந்திருக்கவேண்டும். ஏனென்றால் அது வெறும் நூலல்ல, வாழ்வின் அனைத்து துறைகளுக்கும் வழிகாட்டக்கூடிய ஆவணம். உமருக்குப்பின் அந்த ஆவணம் உஸ்மானின் பொறுப்பில் வராமல் உமரின் மகளான ஹப்ஸாவின் பொறுப்பில் போகிறது. இது ஏன்? இதனால் தான் உஸ்மானால் குரான் மீண்டும் தொகுக்கப்பட்டதா? இதன் காரணமாகத்தான் உஸ்மான் தான் தொகுத்ததைத் தவிர மற்றவற்றை எரித்து விட உத்தரவிட்டாரா?

இந்த இரண்டு கேள்விகளுக்கும் நேர்மையான பதில் கிடைக்காதவரை குரான் பாதுகாக்கப்பட்டது என்பது வெறும் நம்பிக்கையாக மட்டும்தான் இருக்கமுடியும்.

மனப்பாடமாய் தெரிந்து வைத்திருந்தவர்கள் தொடர்ச்சியான போர்களினால் குறைந்துபோய் சிலரே எஞ்சியிருந்த நிலையில், ஒரே ஆவணமான குரானை முகம்மதின் மனைவி என்றாலும் கூட தன் மகளிடம் கொடுக்கும் தேவை என்ன என்பதுதான் கேள்வி.

முகம்மதின் காலத்தில் அவருக்கு எழுத்தர்களாக நாற்பதிற்கும் மேற்பட்டவர்கள் இருந்துள்ளனர். அலீ இப்ன் அபூதாலிப், உபை இப்னு கஅப், முஆத் இப்னு ஜபல், அப்துல்லா இப்ன் மஸ்வூத் போன்ற பல எழுத்தர்களில் ஒருவர்தான் ஸைத் இப்னு ஸாபித். இவர்களில் முகம்மதை சிறுவயது முதல் பின் தொடர்ந்து வரும் அலீ இப்ன் அபூதாலிபை மிக எளிமையாக புறம் தள்ளிவிட்டனர். அவரும் முகம்மதின் எழுத்தர்களில் ஒருவராக இருந்தவர். குரானை, முகம்மதிற்கு வஹி வந்த வரிசைப்படியே அதன் காரணத்தையும் சேர்த்து

தப்ஸீர் வடிவில் தொகுத்திருந்தார். அவரை விட்டுவிட்டு சிறுபிள்ளையான ஸைத் இப்னு ஸாபித்தை தேர்ந்தெடுத்தது ஏன் என்றும், அலியின் தொகுப்பை உமர் புறக்கணித்து விட்டதாகவும் ஷியா பிரிவினர் குற்றம் சாட்டுகின்றனர்.

அபுபக்கர் குரானைத் தொகுப்பதை அறிந்ததும் அலி தன்னிடமிருந்த தப்ஸீர் வடிவிலான குரானை வழங்கியதாகவும், அபுபக்கர் அதை நிராகரித்து விட்டதாகவும், அபுபக்கருக்குப் பின் உமரின் ஆட்சிக் காலத்தில் நிகழ்ந்தவைகளைப்பற்றி ஷியாவினர் கூறுவதைப் பார்க்கலாம். அலியின் தலைமையை வலியுறுத்தும் அந்நூரைன் மற்றும் அல்—விலைய்யா என்று இரண்டு அத்தியாயங்களை முன்வைத்தனர். அதற்கு பெரும்பான்மையாக இருந்த ஷியாக்களிடையே பெரிதாக வரவேற்பு கிடைக்கவில்லை என்ற போதிலும் ஷியாக்களில் சில பிரிவினர் ஆதரித்தனர். இந்தியாவில், முகலாயர்கள் ஆட்சிக் காலத்தில் எழுதப்பட்ட Dabistan-i Madhahib" என்ற மதச்சட்டபுத்தகத்தில் இவ்விரண்டு அத்தியாயங்களும் இடம் பெற்றுள்ளன.

முகம்மதுவின் காலத்திற்குப்பின் பல ஏடுகளாகக் காணப்பட்ட அல்குரானை ஒன்றாக மாற்றி உத்தியோகபூர்வமாக அறிவிக்க வேண்டிய தேவை உணரப்பட்டது. அப்போது சஹாபிகளான உபை பின் கஅப், செய்து பின் தாபித் முதலானோர் தங்களால் ஒன்று திரட்டப்பட்ட குரானை கொண்டு வந்தார்கள். ஹஸரத் அலி அவர்களும், தான் ஒன்று சேர்த்த குரானைக் கொண்டு வந்து காண்பித்து, இதனை உலக முஸ்லிம்களுக்குரிய குரானாகப் பிரகடனம் செய்யுமாறு வேண்டினார்கள். ஏனெனில் நபியவர்கள் போதித்த பிரகாரம் வியாக்கியானங்களும் விளக்கங்களும் அதில் அடங்கி இருந்தன. சாதாரணமாக ஒருவரின் உடலில் மற்றொருவரினால் ஏற்படுத்தப்படும் சிறிய கீறல் ஒன்றுக்கு அபராதம் என்ன என்பதுபோன்ற மிக நுணுக்கமான, மிகச் சிறிய விடயங்களுங்கூட அதில் இருக்கின்றன என அவர்களால் உணர்த்தப்பட்டது. ஆனால் அன்றைய கிலாபத் பதவியிலிருந்தோர், அக்குரானின் விளக்கங்கள் தமக்குச் சாதகமாக அமைந்திருக்கவில்லை எனும் காரணத்தால் அதனை ஏற்க மறுத்து விட்டனர். ஹஸரத் அலி அவர்கள் பலதடவைகள் அதனை வலியுறுத்திக் கூறினார்கள். அப்படிக் கூறியும் மறுத்து நின்ற அத்தோழர்களைப் பார்த்து 'ஆம், என்மீதிருந்த இப்பொறுப்பைச் செய்து விட்டேன். இதனால் மறுமையில் என்மீது பழிவந்து விடக்கூடாது என நான் அஞ்சினேன். எனவே இதனை மறுப்பதுதான் உங்களின்

நிலைப்பாடு என்றால் இதன் பிறகு இக்குரானை நீங்கள் காணமாட்டீர்கள்' எனக் கூறினார்கள்.

இன்னொரு கேள்வியும் உண்டு. கடவுள் கொடுத்த வார்த்தைகள் அப்படியே எழுதப்பட்டன என்கிறார்கள். ஆனால் ஜிப்ரேல் கொடுத்த கால வரையறையில் இவை பதிப்பிக்கப்படவில்லை. முன்பு எழுதியது, பின்பு எழுதியது என்று எந்த வரையறையும் இல்லாமல் வசனங்கள் தங்களது நீளத்தின் படி முன்னும் பின்னுமாகப் பிரிக்கப்பட்டன. சொல்லப்படும் விஷயங்களின் அடிப்படையில் பிரித்து எழுதுவதே அறிவார்ந்த முறை. ஆனால் வெறும் நீளத்தை மட்டும் அளவுகோலாக வைத்து குரானின் பதிவுகளை முறைப்படுத்துவது எவ்விதப் பொருத்தமும் இல்லாத ஒன்று. ஜிப்ரேல் கொடுத்த வசனங்களை முன்னும் பின்னும் மாற்றி வைத்து விட்டு, மாற்றம் இல்லாத நூல் என்று சொல்வதே பெரும் முரண்.

மேற்சொன்ன செய்திகள் குரான் கடவுளின் வார்த்தைகள் தான் என்ற நம்பிக்கைகளுக்கு எதிரான விவாதங்கள். கேள்விக்குள்ளாவது முகம்மதின் தோழர்களின் நினைவாற்றல் மட்டுமல்ல; இதனோடு அரசியல் போட்டிகள், போர்கள் என்று பலவும் இணைந்துள்ளன. இத்தனை வரலாற்றுக் குழப்பங்களுக்கு நடுவே வந்த குரான் எழுத்து மாறாத ஒரு நூல் என்பது நம்பிக்கைக்கு அப்பாற்பட்ட ஒன்றாகவே உள்ளது.

கடவுளின் வார்த்தைகள் கேள்விக்குரியதாகலாமா?

குரானில் எந்தத் தவறான செய்திகளும் இல்லையென்பது நம்பிக்கையாளர்களின் அசைக்க முடியாத நம்பிக்கை. விவாதங்களில் குரானில் ஒரே ஒரு தவறு காண்பித்தாலும் இது கடவுளின் வார்த்தையல்ல என்பதை ஒப்புக் கொள்வோம் என்பார்கள் நம்பிக்கையாளர்கள். ஆனால், அல்லாவால் குரானில் கொடுக்கப்பட்ட ஒரு சத்தியம் முறியடிக்கப்பட்டதை கீழே வரும் ஒரு வரலாற்று உண்மை சொல்கிறது. மக்கா ஒரு பாதுகாப்பான நகரம்; அல்லாவினால் காக்கப்படும் நகரம் என்பது அல்லாவினால் குரானில் கொடுக்கப்பட்ட வாக்குறுதி.

குரான் *2:125* 'வீட்டை நாம் மக்கள் ஒதுங்கும் இடமாகவும் இன்னும் பாதுகாப்பான இடமாகவும் ஆக்கினோம்'.

குரான் 29:67 'அன்றியும் சூழ உள்ள மனிதர்கள் இறைஞ்சிச் செல்லப்படும் நிலையில் நாம் பாதுகாப்பான புனிதத்தலமாக ஆக்கியிருப்பதை அவர்கள் பார்க்கவில்லையா?'

குரான் 3:97 'எவர் அதில் நுழைகிறாரோ அவர் பாதுகாப்பும் பெறுகிறார்.'

ஆனால் இந்த பாதுகாக்கப்பட்ட நகரத்தில் முகம்மது போர் நடத்தியிருக்கிறார். முகம்மது நடத்திய போரிலேயே அந்த நகரத்தின் பாதுகாப்பு கேள்விக்கு உட்படுத்தப்பட்டுவிட்டது. அபயமளிக்கும் அந்த நகரம் பற்றிய அல்லாவின் வாக்குறுதி முகம்மதாலேயே பொய்ப்பிக்கப்பட்டுவிட்டது. மேலும்

புஹாரி ஹதீஸ் எண் 112 'மக்காவில் யுத்தம் செய்வது எனக்கு முன்னர் எவருக்கும் அனுமதிக்கப்பட்டதில்லை; எனக்குப் பின்னர் எவருக்கும் அனுமதிக்கப்படப் போவதுமில்லை.'

குரான், ஹதீஸ் இரண்டுமே இப்படிக் கூறினாலும், 35 ஆண்டுகளுக்கு முன்பு மக்கா பள்ளி முற்றுகையிடப்பட்ட போது அந்நகரைக் காப்பாற்ற அல்லா எந்தப் பாதுகாப்புப் படையையும் அனுப்பவில்லை; இரு வாரம் நடந்த போராட்டத்தில் போராட்டக்காரர்களின் கைகள் முதல் வாரத்தில் ஓங்கியே இருந்தன. அவர்களைக் கட்டுக்குள் கொண்டு வர சவுதி அரசே பிரான்ஸிலிருந்து ரகசிய தாக்குதல் படையையும், நரம்பை செயலிழக்கச்செய்யும் ரசாயனக் குண்டுகளையும் வரவழைத்தது என்பது தான் உண்மை. 1979 நவம்பர் 20 ஆம் தேதி. இப்போராட்டச் செய்தி வெளியுலகிற்குப் பரவாமல் இருக்கக் கடும் முயற்சிகளை சவுதி அரசு எடுத்தபோதிலும் நியூயார்க் டைம்ஸ் நாளேடு மக்கா பள்ளி ஈரானியர்களால் கைப்பற்றப்பட்டதாக செய்தி வெளியிட்டது. அமெரிக்க அரசு (ஜிம்மி கார்ட்டர்) சவுதியின் பாதுகாப்புக்கு ஒரு போர்க்கப்பலை அனுப்பிவைத்தது. ஒரு வார காலத்திற்கும் அதிகமாக நடைபெற்ற இந்த முற்றுகைப் போருக்கு எதிராக சவுதி ராணுவம் கவச வாகனங்களுடன் போராடியது. முற்றுகையை முறியடிக்க முடியாமல் நாட்கள் நீளவே பிரான்ஸிடம் உதவி கோரப்பட்டது.

பிரான்சு படையிலிருந்து தேர்ந்தெடுக்கப்பட்ட மூன்று பேர் மக்கா வந்தனர். இஸ்லாமியர்கள் மட்டுமே அங்கு நுழைய முடியும் என்பதால் அவர்கள் ஒப்புக்காக, தற்காலிகமாக இஸ்லாமியர் ஆக்கப்பட்டனர். அவர்கள் நவீன ஆயுதங்கள், குண்டுகளுடன் தாயிப் நகரில் சவுதி ராணுவத்திற்கு பயிற்சியளித்து, பின்னர் சுவர்களைத் துளையிட்டு நரம்புகளை

செயலிழக்கச் செய்யும் குண்டுகளை வீசி... ஒருவழியாக போர் முடிவுக்கு வந்தது.

தான் புதிதாக வந்திருக்கும் மஹ்தி — மெசைய்யா — என்ற இப்போரை ஆரம்பித்த முகம்மது அப்துல்லா — Mohammed Abdullah al-Qahtani போரில் இறந்து விட்டிருக்க, அவரது மைத்துனனுமான ஜுஹைமானும் எஞ்சிய சிலரும் உயிருடன் பிடிக்கப்பட்டனர்.

இப்போர் அமெரிக்காவின் தூண்டுதலால் நடந்தது என்று உலகத்தின் பல பாகங்களில் அமெரிக்க அலுவலகங்கள் முன்னால் போராட்டங்கள் வெடித்தன. (இந்தியாவில் அப்போது எதுவும் நடக்கவில்லை; அப்போதிருந்த இஸ்லாமியர்கள் இப்போதைய வஹாபிகள் போல் இருந்திருக்க மாட்டார்கள் போலும்!)

போராட்டக்காரர்கள் 63 பேர் பொதுவிடத்தில் சிரச்சேதம் செய்யப்பட்டனர். சவுதி அரசர் காலட் — இப்போராட்டத்தை ஒரு சாதாரண நிகழ்வு என்று அறிவித்தார். இப்போராட்டத்திற்குத் தீர்ப்பாக இஸ்லாம் மேலும் தீவிரமாக்கப்பட வேண்டும் என்றார். தினசரிகளில், தொலைக்காட்சிகளில் பெண்கள் வருவதைத் தடை செய்தனர். இசை தடை செய்யப்பட்டது. பள்ளிகளில் அதிகமான அளவு மதக் கல்வி. மேற்கு நாகரிகம் தடை செய்யப்பட்டு பெண்களின் கல்வி முடக்கப்பட்டது. (அப்படியென்ன இந்த மதத்திற்கும், பெண்களுக்கும் இப்படி ஒரு ஏழாம் பொருத்தம்!)

காப்பாற்றப்பட்ட நகரம் என்று அல்லாவால் அழைக்கப்பட்ட இந்த நகரத்தில் எப்படி ஒரு போர் மூண்டது? குரான் முழுமையான வேத நூல் என்பவர்களின் நம்பிக்கைகளின் மீது எழும் ஒரு பெரும் கேள்வி இது.

http://middleeast.about.com/od/terrorism/a/me081120b.htm

http://en.wikipedia.org/wiki/Grand_Mosque_Seizure

http://www.youtube.com/watch?v=R9_vZ1S-TwA

குரானின் மொழிபெயர்ப்பு

குரானின் மொழி பெயர்ப்பைச் சுற்றி எப்போதும் பல

கேள்விக்குறிகள் எழுவதுண்டு. எது சரியான, நேரடியான மொழிபெயர்ப்பு என்பதில் அவர்களுக்குள்ளேயே பல கேள்விகள் எழுவதுண்டு. கேள்விகளோடு ஒவ்வொரு மொழிபெயர்ப்பிலும் அடைப்புக் குறிக்குள் அந்த மொழி பெயர்ப்பாளரின் குறிப்புகள் வரும். இவைகளும் பல வேற்றுமைகளோடு இருக்கும். ஒரே ஒரு சான்றினை இங்கே தருகிறேன்:

குரான் 17:37 "பூமியில் கர்வத்துடன் நடக்காதே! நீ பூமியை பிளந்து மலைகளின் உயரத்தின் அளவை அடையவே மாட்டாய்". பிஜே அவர்களின் மொழிபெயர்ப்பு இப்படிக் கூறுகிறது. ஆனால் இதே வசனம் ஜான் டிரஸ்ட் வெளியீட்டில் "நீர் பூமியில் பெருமையாய் நடக்கவேண்டாம். நிச்சயமாக நீர் பூமியைப் பிளந்துவிட முடியாது. மலையின் உச்சிக்கு உயர்ந்து விடவும் முடியாது."

கர்வம் பிடித்தலையும் மனிதர்களுக்கு குரானின் அறிவுரை இது. உன்னால் பூமியை பிளந்துவிட முடியுமா? மலையின் உச்சிக்கு சென்றுவிட முடியுமா? எனவே உன்னை பெரிதாய் நினைத்து கர்வத்துடன் நடக்காதே. இதுதான் குரான் வாயிலாக முகம்மது சொல்லவருவது. ஆனால் மொழிமாற்றத்தில் அவரவருக்குத் தேவையான பொருளை அவரவர் கொள்ளும்படியான மொழி மாற்றங்கள். இவ்வாறு நிறைய வித்தியாசங்கள் வசனங்களில் வருவது வழமையே.

ஹதீஸ்

ஹதீஸ் என்பது முகம்மதுவின் வாழ்வில் அவர் செய்தவைகளின், சொல்லியவைகளின் தொகுப்பு.

முகம்மதுவோடு இணைந்திருந்தோர்களிடமிருந்து தொகுத்த இவைகள் எண்ணிக்கையில் பலவாக இருந்தாலும் ஸ்ஹீஹுல் புகாரீ, சுனன்ன் அபூதாவூத், ஸ்ஹீ முஸ்லீம் போன்ற ஆறு தொகுப்புகளே முக்கியமானவை.

ஹதீஸுகளைப் பலவாறாகப் பிரிக்கிறார்கள். ஹதீஸ் குத்ஸி என்பவை முகம்மது அல்லாவே சொன்னதாகச் சொல்லும் வசனங்கள்; ஆனால் இவை குரானில் இடம் பெற்றிருக்காதவை. ஸ்ஹீஹ் என்பவை முதல் தரம்(!) என்று அழைக்கப்படும் ஹதீஸுகள். குறைபாடுள்ளவைகள் லயீப் என்றழைக்கப்படுகின்றன; பொய் வசனங்கள் எனக்

கருதப்பட்டவைகள் மல்லூஉ என்றழைக்கப்படுகின்றன.

தொகுப்புகள் வகை வகையாக இருந்தாலும் முகம்மது, அல்லா தனக்குச் சொன்னதாகச் சொல்லும் வசனங்களைத் தவிர தான் சொல்லும் வசனங்களைத் தொகுக்கக் கூடாதென முகம்மதுவே உத்தரவிட்டுள்ளார்.

Ibn Saeed Al-Khudry என்ற முகம்மதுவின் தோழர், “நான் சொல்வதில் குரான் வசனங்களைத் தவிர வேறெதையும் எழுதி வைக்காதீர்கள்; எழுதியவைகளையும்அழித்து விடுங்கள்” என்று முகம்மது சொன்னதாக [Ahmed, Vol. 1, Page 171, and Sahih Moslim, Zuhd, Book 42, Number 7147]—ல் குறித்துள்ளார். முகம்மதுவின் வசனங்களை உடனிருந்து தொகுத்த Zayd Ibn Thabit முகம்மது இறந்து 30 ஆண்டுகள் கழிந்த பின், Khalifa Mu’aawiyah என்பவரிடம் முகம்மதுவின் வாழ்க்கைக் குறிப்பொன்றைக் கூறினார். அதனை எழுதி வைக்கும்படி Mu’aawiyah சொன்ன போது Zayd மறுத்து விட்டார். ‘குரானைத் தவிர வேறெந்த ஹதீஸுகளையும் குறித்து வைக்க வேண்டாமென முகம்மது கூறியுள்ளார்’ என்றார்.

அல்லாவே நேரடியாக வந்து ஹதீஸுகளை எழுத வேண்டாமென்று சொன்ன நிகழ்வு ஒன்றை Ibn Al-Salah எழுதிய மிகவும் பிரபலமான “Ulum Al-Hadith” என்ற நூலில் கூறப்பட்டுள்ளது. “Taq-yeed Al-Ilm”, என்ற நூலில் அதன் ஆசிரியர் Abu Saeed Al-Khudry கூறுவது: ‘முகம்மதுவின் கூற்றுகளை எழுத உத்தரவு கேட்ட போது, அவர் மறுத்து விட்டார்’.

முகம்மது இறந்த இரு நூறு ஆண்டுகள் வரை இந்தக் கட்டுப்பாடு முழுமையாக இருந்து வந்துள்ளது. இவ்வளவு கட்டுப்பாடு இருந்தாலும் பின்னால் Khalifa Omar Ibn Abdel-Azizஹதீஸுகளையும் சுன்னாக்களையும் எழுத அனுமதியளித்தார். அதுவரை அல்லாவின் வார்த்தைகள் என்றிருந்த கட்டுப்பாடு தகர்க்கப்பட்டு, அல்லாவாலும், முகம்மதுவாலும் தடைசெய்யப்பட்ட ஹதீஸ், சுன்னா இவைகள் முக்கிய இடம் பெற்றன.

இதில் உள்ள குளறுபடிகள்:

Abu Hurayra முகம்மதுவோடு இரு ஆண்டுகள் மட்டுமே உடனிருந்தவர். ஆனால் இவரது ஹதீஸுகளின் எண்ணிக்கை:

5374. இவை "Aahad" என்றழைக்கப்படுகின்றன. ஏனெனில், எழுதியவர் மட்டுமே இந்த ஹதீஸுகளுக்கு சாட்சி. முகம்மதுவோடு பலகாலம் இருந்த அவரது மனைவி ஆயிஷா 'பெயர் வாங்குவதற்காகவே' ஹுரைய்ரா இத்தனை ஹதீஸுகளை எழுதியுள்ளார் என்று சொல்லியுள்ளார்.

ஹதீஸ்கள் எழுதிய பலரோடு ஹுரைய்ராவை ஒப்பிடுதல்:

Abu Hurayra — *5374* — 2 ஆண்டுகள் மட்டுமே முகம்மதோடு இருந்தவர்.

Aysha — மனைவி — *2210*

Umar Ibn al-Khattab — 537

Ali Ibn Abi Talib — 536

Abu Bakr al-Siddiq — *142* — முகம்மதுவோடு 23 ஆண்டுகள் இருந்தவர்.

ஹுரைய்ரா, ஓமரின் இறப்பிற்குப் பின் தொடர்ந்து ஹதீஸுகளை "உருவாக்கினார்". ஓமருக்குப் பின் வந்த கலிஃபா Mu'aawiyah ஹுரைய்ரா போன்ற சிலரை முகம்மதுவின் உறவினரான Ali Ibn Abu Talibக்கு எதிராக பல ஹதீசுகளை எழுத ஊக்குவித்தார் என்பது வரலாறு. ஹுரைய்ரா எழுதிய சில ஹதீஸுகளில், கலிஃபா Mu'aawiyah—வை அல்லாவிடம் கீழ்ப்படிதல் செய்வது போல் கீழ்ப்படிய வேண்டும் என்று ஹதீஸுகளை உருவாக்கினார். இது குரானுக்கு நேர் எதிர்மறையான புரட்டு. இதையெல்லாம் எழுதும்போது ஹுரைய்ரா கலிஃபாவின் அரண்மனையில் சுகவாசம் செய்து வந்தார்.

முகம்மதுவின் மனைவி ஆயிஷா, ஹுரைய்ரா புதுப்புது ஹதீஸுகளை எழுதுவதாகக் கண்டித்தார். அல்லா, குரான் மட்டுமே 'சிறந்த ஹதீஸ்' என்று சொல்கிறார்.

39:23 — "அல்லா மிக அழகிய உரைகளை இறக்கியிருக்கின்றான்; ஒரு வேதத்தை".

7:185—ல் "இந்த எச்சரிக்கைக்குப் பின் வேறு எந்த அறிவுரையின் மீது தான் இவர்கள் நம்பிக்கை கொள்ளப் போகின்றார்கள்?" இப்படியெல்லாம் குரானைப் பற்றிக் கூறியிருந்தாலும் நடுவில் இந்த ஹதீசுகளும் நுழைந்து விட்டன. இதனால் இன்றையக் கிறித்துவம், பால்

எழுதிய குழப்பவாதத்தால் மாறியது போலவே, சன்னி இஸ்லாமியராலும், புகாரி போன்றவர்களாலும் இன்றைய இஸ்லாம் திரிந்து விட்டது.

புகாரி Ali Ibn Abu Talib போன்ற தனது அரசியல் வெறுப்பாளர்களை வைத்தே எந்த ஹதீஸை சேர்க்கலாம்... விலக்கலாம் என்று முடிவு செய்துள்ளார். அவர் இணைத்துள்ள சில ஹதீஸுகள் குரானுக்கு விரோதமான, ஏற்கெனவே கூறப்பட்ட ஹதீஸுகளுக்கு விரோதமான, அல்லாவை கேலிக்குள்ளாக்கும், முகம்மதுவை இழிவாக்கும், அவரது மனைவியரை இழிவாக்கும் ஹதீஸுகளாக உள்ளன. புகாரி, நம்பகத்தன்மையற்றவர்கள் என்று Moslem என்ற அறிஞரால் ஒதுக்கப்பட்ட 434 பேரின் ஹதீசுகளை ஏற்றுக் கொண்டுள்ளார்...

முகம்மதுவை இழிக்கும் சில ஹதீஸ்கள்:

முகம்மது ஒரே இரவில் தன் ஒன்பது மனைவியரிடமும் கலவி கொள்வார். அவருக்கு 30 மனிதர்களின் புணரும் சக்தி இருந்தது. — இது எந்த வகையில் முகம்மதுவிற்குப் புகழ் சேர்க்கும்?

சாஹிஹ் (Sahih) நூல்கள் குரானுக்கு மாறான சில சட்டங்களைத் தருகின்றன. சான்றாக, அல்லா கொடுக்காத ஒரு தண்டனையை முகம்மது தருவதாக உள்ளது. பாலியல் கள்ளத் தொடர்பிற்கு அல்லா 100 கசையடிகள் என்ற தண்டனை தர (24:2),முகம்மது கல்லாலெறிந்து கொல்ல வேண்டுமென்கிறார். (Moslim Book 17, Number 4192)

Vol 7, நூல் 62, எண் 52—ல் Jabir bin 'Abdullah, Salama bin Al-Akwa இருவருமாகச் சொல்லும் ஹதீஸ்: போராட்டக் களத்தில் ஒரு ஆணும் பெண்ணும் சம்மதித்தால் அவர்கள் Mut'a (தற்காலிகத் திருமணம்) செய்து கொள்ளலாம் என்கிறார் முகம்மது. இது மூன்று இரவுகளுக்கு மட்டும் உரிய கல்யாணம். அதன்பின் அவர்கள் விரும்பினால் திருமணத் தொடர்பை வைத்துக் கொள்ளலாம் அல்லது விட்டு விடலாம். இதில் சில குழப்பங்கள்: 1. முகம்மது தானாகவே ஒரு புதிய சட்டத்தைத் தருகிறார். 2, இச்சட்டம்அல்லாவின் 6:114, 66:1 சட்டங்களுக்குப் புறம்பானது. 3. திருமணத்தை ஒரு புதிய கோணத்தில் இச்சட்டம் பார்க்கிறது. Muta—திருமணங்கள் என்பதற்கான பொருளே 'காமத்திற்கான கல்யாணம்' என்பதாகும். உண்மையில், விபச்சாரத்தின் மறு பெயராகவே

முடா—திருமணங்கள் உள்ளன.

மோசே தான் கடவுளைப் பார்க்க வேண்டுமென்று சொல்ல மனிதர்கள் தன்னைப் பார்க்க முடியாது என்கிறார் அல்லா. (7:143) ஆனால், அல்லா தன்னை நம்புபவர்களுக்கு முழு நிலவு போல் காட்சி தந்தார் என்று புகாரி Vol: 9, நூல்: 93, எண்: 529—ல் கூறுகிறார்.

வேறு சில விந்தையான ஹதீஸ்கள்:

Sahih Moslem, நூல் 23, எண் 5017:— நின்றுகொண்டு நீர் அருந்தாதே. அப்படி நின்று கொண்டு நீர் அருந்தி விட்டால், அந்த நீரை வாந்தி எடுக்க வேண்டும் என்கிறார் ஹுரைய்ரா.

Sahih Moslem, நூல் 2, எண் 522—ல் நின்று கொண்டு சிறுநீர் கழிக்காதே! (முகம்மது நின்று கொண்டு சிறுநீர் கழித்ததாகவும், இல்லையென்றும் (Hanbel) ஹதீஸ்கள் உள்ளன.)

ஆதாம் 60 கைகள் அளவு உயரத்திலும், 7 கைகள் அளவு அகலத்திலும் இருந்தார். ஹுரைய்ரா, Sahih Moslem இருவருமே ஆதாமைப் பற்றி இப்படிக் கூறுகிறார்கள்.

வேறு சில கேவலமான ஹதீஸ்கள்:

ஒரு ஆணும் பெண்ணும் தனித்திருப்பது ஹராம். அப்படி தனித்திருக்க வேண்டுமானால் அந்தப் பெண் அந்த ஆணுக்குத் தன் முலைகளைச் சப்புவதற்குக் கொடுக்க வேண்டும். இதனால் அவர்களின் உறவு ஹலால் ஆகி விடுகிறது.!

இதற்கான சான்று:

Sahih Muslim Book 008, Hadith Number 3426.

Sahih Muslim Book 08. Marriage

Chapter: Suckling of a young (boy).

Ibn Abu Mulaika சொன்னது: 'ஆயிஷா, Sahla bint Suhail b. 'Amr என்ற பெண் முகம்மதுவிடம் வந்து சலிம் என்ற சுதந்திரம் கொடுக்கப்பட்ட அடிமை எங்கள் வீட்டில் வளர்ந்து வருகிறான். அவன் இப்போது வயதுக்கு வந்து

விட்டான். அவனுக்கு பாலியல் பற்றிய அறிவு வந்து விட்டது என்றார். அதற்கு முகம்மது, அவனை உன் முலைகளைச் சப்புவதற்கு அனுமதி. இதனால் அவன் உனக்கு ஹலால் ஆகி விடுவான்.' இந்த ஹதீஸை ஓராண்டு வரை நான் யாரிடமும் பயத்தினால் சொல்லவில்லை. அதன் பின் al-Qasim—இடம் இதைச் சொன்னேன். அவர் இதை ஆயிஷா கூறியதாக எல்லோரிடமும் சொல்லச் சொன்னார்.

முஸ்லீமில் 3421: "ஆயிஷா அவர்கள் கூறியதாவது: பத்து முறை பால் கொடுத்துவிட்டால் திருமணம் நிச்சயமற்றதாகிவிடும் என்று குரானில் இருந்தது. பின்னர் இது ரத்து செய்யப்பட்டு ஐந்து தடவையாக குறைக்கப்பட்டது. அல்லாஹ்வின் தூதர் மரிக்கும் காலத்திற்கு முன்பு வரையிலும் இந்த வசனம் குரானில் இருந்தது. மற்றும் முஸ்லீம்களால் ஓதப்பட்டும் வந்தது

இந்த வசனம் தற்போதைய குரானில் எந்த அத்தியாயத்தில் இருக்கிறது என்று கூறவேண்டிய கடமை முஸ்லீம்களுக்கு இருக்கிறது. தற்போதைய குரானில் இந்த வசனம் இடம்பெற்றிருக்கவில்லை. அது எப்போது காணாமல் போனது? எப்படி இல்லாமல் போனது? நீக்கியது யார்? எந்த அடிப்படையில் நீக்கப்பட்டது? எல்லாம் அறிந்த அல்லாவால் அருளப்பட்டு கடைசி மனிதன் வரை நிலைத்திருக்கக்கூடிய குரானின் வசனங்களை நீக்கும் அதிகாரம் யாருக்கு இருந்தது? முஸ்லீம்கள், ஆயிஷா சொன்ன அந்த வரிகளை கவனித்துப்பார்க்கவேண்டும். "அல்லாஹ்வின் தூதர் மரிக்கும் காலத்திற்கு முன்புவரையிலும் இந்த வசனம் குரானில் இருந்தது மற்றும் முஸ்லீம்களால் ஓதப்பட்டும் வந்தது. முகம்மது இறந்த பிறகு குரான் மாற்றப்பட்டிருக்கிறது என்று கூற முன்வந்த முகம்மதின் மனைவி யாரால் எப்போது மாற்றப்பட்டது என கூற முன்வரவில்லை. அதன் காரணம் என்னவாக இருந்தாலும் குரான் மாற்றப்பட்டிருக்கிறது என்பது தான் முக்கியமானது.

• அல்லா தன் வார்த்தைகள் மட்டுமே முக்கியம் என்றார். ஆனாலும், எப்படி இத்தனை ஹதீஸ¬கள் கிளைத்துள்ளன.

• முகம்மது தன் உரையாடல்களை எழுதி வைக்கத் தடை விதித்தார். ஆனாலும் அவை ஹதீஸாக எழுதப்பட்டு இன்றும் நடைமுறைபடுத்தப்படுகின்றன.

ஒரே கேள்வி:

• பின் ஏன் ஹதீஸ்?

ஹதீஸ்கள் மூலம் அல்லாவையும் எதிர்த்தாயிற்று; முகம்மதுவையும் எதிர்த்தாயிற்று.

வரலாற்றுச் செய்திகள்

எட்டாம் நூற்றாண்டு வரை முகம்மதுவைப் பற்றியோ, ஏன் இஸ்லாமைப் பற்றியோ கூட எந்த ஒரு செய்தியும் முஸ்லீமல்லாதவர்கள் எழுதவில்லை. அரபிய ஆவணங்களிலும், பழம்பொருள் ஆய்வுகளிலும் எந்த இடத்திலும் குரான் பற்றிய குறிப்பே இல்லை. முதன் முதலில் 691ல்தான் அந்த குறிப்பு வருகிறது. அதாவது முகம்மது குரானைச் சொல்ல ஆரம்பித்ததாகக் கூறப்படுவதிலிருந்து 80 வருடங்களுக்குப் பிறகு!

முகம்மது இபின் இஷாக் இபின் யாஸர் என்ற முழுப் பெயர் கொண்ட இபின் இஷாக் ஒரு தீவிர மத நம்பிக்கை கொண்ட முஸ்லீம். அவர் எழுதிய வாழ்க்கை வரலாறே இன்றைக்கு "வரலாற்றின் முழு ஒளியும் வீசும் முகம்மதின் வாழ்க்கை வரலாறு" என்று அறியப்படுகிறது. இருப்பினும் இபின் இஷாக் முகம்மதோடு சம காலத்தில் வாழ்ந்தவர் அல்ல. முகம்மது மறைந்ததாகச் சொல்லப்படும் வருடம் 632. இபின் இஷாக் மறைந்த வருடம் 773. ஆகவே அவர் எழுதிய வாழ்க்கை வரலாறு முகம்மதின் மறைவுக்கு சுமார் 100 வருடங்களுக்குப் பின்னரே வருகிறது. மேலும் இபின் இஷாக் எழுதிய 'ஸிரத் ரஸூல் அல்லா' என்ற புத்தகம் அதன் ஒரிஜினல் படிவத்தில் கிடைக்கவில்லை. அதுவும் அவருக்குப் பின்னர் வந்த மற்றொரு இஸ்லாமிய அறிஞரான இபின் ஹிஷாம் என்பவரால் சுருக்கப்பட்டு வெளியிடப்பட்ட புத்தகத்தில் மேற்கோள் காட்டப்படுகிறது. இபின் ஹிஷாம் மறைந்த வருடம் 834. இபின் ஹிஷாம் தான் எழுதிய சுருக்கப்பட்ட வரலாறு 'சுத்திகரிக்கப்பட்டது' என்று கூறுகிறார். மூலத்தில் ஏராளமான அவமானப்பட தகுந்த விஷயங்கள் இருக்கின்றன. அவை பலரை மனக் கஷ்டப்படுத்தும் என்று கூறுகிறார்.

அறிவியல்

கடவுள் தந்த நூலான குரானில் இன்றைய அறிவியல் உண்மைகள் பல புதைந்திருக்கின்றன என்பது நம்பிக்கை யாளர்களின் நம்பிக்கை. ஆனால் இது உண்மையல்ல என்பதை பலவற்றை வைத்துப் புலப்படுத்த முடியும். ஆனாலும்

நம்பிக்கையளர்கள் அவைகளை ஒப்புக் கொள்வதில்லை.

இதுவரை நம் உலகிலிருந்து யாருமே நிலவுக்குப் போகவில்லை என்கிறார்கள் நம்பிக்கையாளர்கள். ஏனெனில் அல்லாஹ் வானத்தை ஏழு அடுக்குகளாக படைத்துள்ளான். அதில் கீழே இருக்கும் வானத்தில் நட்சத்திரங்களை நிரப்பி யார் அதனைத் தாண்ட முயன்றாலும் நட்சத்திரங்களாலும் எரிகற்களாலும் தாக்குவான். *(67:5) (72:8) (37: 6/10)*

குரான். *2:22; 13:3; 15:19; 20:53; 43:10; 50:7; 51:48; 55:10; 71:19; 78:6; 79:30; 84:3; 88:20; 91:6* குரானில் வரும் இந்த வசனங்களெல்லாம் ஒரே மாதிரியாக பூமியை தட்டை என பொருள் கொள்ளும்படி விரித்திருப்பதாகக் கூறுகிறது. இவைகளையும் பூமி உருண்டை எனக் கூறுவதாக நம்பிக்கையாளர்கள் திரிப்பது தான் வழக்கம். 'விரிப்பு' என்பதன் பொருளை பூமிக்கு எப்படியோ பொருத்துகின்றனர்.

துல்கர்னைன் என்ற ஒரு மன்னனின் பயணத்தைப்பற்றிச் சொல்லும் போதும், சூரியன் சேறு நிறைந்த நீரில் மூழ்குகிறது; தொடர்ந்து செல்கிறார். மீண்டும் சூரியன் உதிப்பதைக் காண்கிறார். இவைகளை வைத்து பூமியில் நேர்கோட்டில் பயணம் செய்தால் ஒரே திசையில் சூரியன் உதிப்பதையும் மறைவதையும் காண்கிறாரென்றால் பூமி உருண்டையாய் இருந்தால் மட்டுமே சாத்தியம். எனவே இந்த வசனங்கள் பூமி உருண்டை என்பதை உணர்த்தி நிற்கிறது என்கிறார்கள். இந்த இரு விளக்கங்களையும் மீறி உலகம் தட்டை என்றே குரான் கூறுவதாகத்தான் கொள்ள முடியும்.

அறிவியல் ரீதியாக பூமி உருண்டை என முதலில் கூறியவர் பைலோலாஸ் எனும் கிரேக்கர். அவரின் காலம் கிமு 450. அதன் பின், கிமு இரண்டாம் நூற்றாண்டில் வாழ்ந்த எரோட்டஸ்தனிஸ் எனும் கிரேக்கர் பூமியின் சுற்றளவை தோராயமாகக் கணக்கிட்டு 25000 மைல் என்று கூறினார். இன்றைய துல்லியமான கணக்கீடு 24902.4 மைல். அதே கிமு இரண்டாம் நூற்றாண்டில் ஹிப்பார்க்கஸ் என்பவர் அட்சரேகை, கடகரேகை எனும் கற்பனைக் கோடுகளால் பூமியைப் பிரித்தார். கிபி இரண்டாம் நூற்றாண்டைச் சேர்ந்த தாலமி எனும் எகிப்திய மாலுமி பூமியை வரைபடமாக வரைந்தார். இதன் பிறகு கிபி ஆறாம் நூற்றாண்டில்தான் அரேபியாவில் முகம்மது பிறக்கிறார். ஆனால் இஸ்லாமிய அறிஞர்களோ முகம்மதுவின் காலத்தில் பூமி உருண்டை

எனும் அறிவு மக்களுக்கு இல்லை என்று இன்றும் திரும்பத் திரும்ப கூறித் திரிகிறார்கள்.

குரான் 78:7 இதில் மலைகளை முளைகளாக ஆக்கியிருப்பதாக குரான் கூறுகிறது. இந்த வசனத்தில் மட்டுமல்லாது இன்னும் பல வசனங்களில் (15:19; 16:15; 21:31; 27:61; 31:10; 41:10; 79:32; 77:27) மலைகளை முளைகள் என குரான் குறிப்பிடுகிறது. ஒரு வேடிக்கை என்னவென்றால் குறிப்பிடப்பட்டிருக்கும் இந்த எல்லா வசனங்களிலும் மலைகளை முளைகளாகவே பிஜே அவர்கள் மொழிபெயர்த்த குரானில் குறிப்பிடப்பட்டுள்ளன, ஆனால் பிஜேவுக்கு முன்னரே மொழிபெயர்ப்பை வெளியிட்ட ஜான் டிரஸ்ட் வெளியீட்டில் 78:7 ஐ தவிர ஏனைய அனைத்து இடங்களிலும் முளைகளாக அல்ல மலைகளாகவே குறிப்பிடப்பட்டுள்ளது. மலைகளை முளைகளாக குறிப்பிடுவதில் உள்ள அறிவியல் என்ன? மலைகள் முளைகளாக இறுக்கிப் பிடித்துவைத்திருப்பதால் தான் பூமியால் சீராக சுழலமுடிகிறது என்பது மதவாதிகளின் அசட்டுத் துணிச்சலான விவாதம்.

குரான் 55:19 'அவனே இரண்டு கடல்களையும் ஒன்றோடொன்று சந்திக்கச் செய்தான்' 55:20 'அவற்றிற்கிடையே ஒரு தடுப்பும் இருக்கிறது அதை அவை மீற மாட்டா'.

இந்த வசனங்கள் இரண்டு கடல்களுக்கிடையே ஒரு தடுப்பு இருப்பதாகக் கூறுகிறது. ஆனாலும் அவை என்ன வகையினாலான தடுப்பு? என்ன பண்புகளினாலான தடுப்பு? அவற்றின் செயல்பாடு எதுவும் விளக்கப்படவில்லை. இரண்டு கடல்களுக்கிடையே மீற முடியாத தடுப்பு இருக்கிறதென்றால் நீரோட்டங்கள் எப்படி நகர்கின்றன? இனப்பெருக்கத்திற்காகவும், பருவ மாற்றங்களுக்காகவும் சிலவகை மீன்கள் இடம்பெயர்கின்றன, ஒரு கடலிலிருந்து மற்றொரு கடலுக்கு சர்வ சாதாரணமாக வந்து போகின்றன? கடல்களுக்கு இடையே இருக்கும் தடையை மீன்களால் எப்படி தகர்க்க முடிந்தது? ஒன்று தெளிவாகிறது. கடலாடி அனுபவமில்லாத முகம்மது, கடலாடிகளிடமிருந்து கடல்நீரின் சுவை வேறுபாடுகளைப்பற்றி அரைகுறையாகச் செவியுற்று அதையே தன்னுடைய குரானில் தடையாக அரங்கேற்றிவிட்டார். அதையே இவர்கள் மாபெரும் அறிவியல் உண்மையாகக் கருதுகிறார்கள்.

அமெரிக்காவின் கடலாய்வு அறிவியலாளரான பேராசிரியர் வில்லியம் ஹை என்பவர் 1980 களின்

தொடக்கத்தில் தாம் ஜித்தா பல்கலைக்கழகத்தில் அறிக்கை சமர்ப்பிக்க அழைக்கப்பட்ட கதையை விளக்குகையில், தாம் குரானில் கூறப்பட்டிருக்கும் ஆழ் கடல் இருளை அறிவியல் ஆதாரங்களுடன் மெய்ப்பிக்கும் தகவல்களுடன் கூடிய அறிக்கையை சமர்ப்பிக்குமாறு தன்னிடம் கோரப்பட்டதை விவரிக்கிறார். ஆனால் தான் அவ்வாறான அறிக்கையை அளிக்காமல் குரானில் கூறப்பட்டிருப்பதும், நிறங்களின் ஊடுறுவும் ஆழமும் தொடர்பில்லாதது என சொற்பொழிவாற்றியதாகவும், பின்னர் தன்னுடைய கட்டுரை மலரில் சேர்க்கப்படவில்லை என்றும், அதற்குப் பதிலாக அதே தலைப்பில் பேராசிரியர் துர்க்கா ராவ் என்பவரின் கட்டுரை இடம் பெற்றிருந்ததாகவும் குறிப்பிட்டுள்ளார். இதில் இன்னொரு விசயத்தையும் கவனிக்கலாம். அறிவியல் உண்மை என மதவாதிகள் ஆராதிக்கும் விசயங்களையெல்லாம் ஆராய்ந்தால் அவைகளெல்லாம் சௌதி அரேபியாவில் பெறப்பட்ட ஆய்வுக்கட்டுரைகளாக மட்டுமே இருப்பதைக் காணலாம். ஆக அனைத்து ஆற்றல்களையும் கொண்ட அவர்களின் அல்லாவைவிட அறிவியல் நிரூபணம் இஸ்லாத்தின் பரவலுக்கு அவசியம் என்பதை அவர்களும் உணர்ந்தே இருக்கிறார்கள்.

புகாரி 4:54:537 'நாம் குடிப்பதில் ஒரு ஈ விழுந்து விட்டால் அந்த ஈயை நாம் குடிப்பதில் முக்கி எடுக்க வேண்டும். ஏனெனில் ஈயின் ஒரு பக்க இறக்கைகள் நோயைத் தரும்; ஆனால் இன்னொரு இறக்கை அதற்குரிய மருந்தைக் கொண்டிருக்கும்'.

இதுவும் இஸ்லாம் தந்த அறிவியலாகவே கருதப்படுகிறது.

நோவா கப்பல்

குரான் 29:15 'நாம் அவரையும் கப்பலில் இருந்தோரையும் காப்பாற்றினோம், மேலும் அதை உலக மக்களுக்கு ஓர் அத்தாட்சியாகவும் ஆக்கினோம்'. இதை இன்னும் விரிவாக 11:44; 54:10—17 வசனங்களும் குறிப்பிடுகின்றன

உலகம் முழுவதிலும் பண்டைய புராணங்கள் அனைத்திலும் இது போன்ற ஊழிப் பெருவெள்ளக் காட்சிகளும் கடவுளால் காப்பாற்றப்படுதலும் ஏதோ ஒரு வகையில் இருக்கின்றன.

சுவனப் பயணம்

குரான் 17:1 'மிகப் பரிசுத்தமானவன்; அவன் தன் அடியாரை பைத்துல் ஹரமிலிருந்து மஸ்ஜிதுல் அக்ஸாவுக்கு ஓரிரவில் அழைத்துச் சென்றான்!'

புஹாரி 3207 மிக நீளமான வசனம் இது. சுருக்கமாக 'நான் இறையில்லத்தில் தூக்கமாகவும் விழிப்பாகவும் இருந்தபோது தங்கத்தட்டு கொண்டுவரப்பட்டது. என்னுடைய நெஞ்சில் காரையெலும்பிலிருந்து அடிவயிறு வரை பிளக்கப்பட்டது. புராக் எனும் வாகனம் என்னிடம் கொண்டு வரப்பட்டது. முதல் வானம் ஆதம். இரண்டாம் வானம் ஈசா, யஹ்யா. மூன்றாம் வானம் யூஸுஃப். நான்காம் வானம் இத்ரீஸ். ஐந்தாம் வானம் ஹாரூன். ஆறாம் வானம் மூஸா. ஏழாம் வானம் இப்ராஹிம். அதன் பின்னர் சித்ரத்துல் முந்தஹா. வேர்ப்பகுதியில் நான்கு ஆறும், யானையின் காதளவு பெரிய இலைகளும் கொண்ட இலந்தை மரம். அல்லாவின் வஹீ, ஒரு நாளுக்கு ஐம்பது வேளைத் தொழுகை என்று ஆணையிடுகிறார். மூஸா ஆட்சேபம் கொள்கிறார். அல்லாவோடு முகம்மது பேரம் செய்கிறார். ஒரு வழியாக ஐந்தாக இது குறைகிறது. இதற்குமேலும் குறைக்கவா எனும் முகம்மதின் வெட்கத்தால், ஐவேளைத் தொழுகை இறுதியாகிறது.

இக்காட்சியில், ஆறு பேரண்டங்களையும் கடந்து சென்று மீண்டு வந்திருக்கிறார் முகம்மது; அதுவும் ஓர் இரவுக்குள்.

நிலவு இரண்டாகப் பிளந்தது

குரான் 54:1,2 "நேரம் நெருங்கி விட்டது சந்திரனும் பிளந்துவிட்டது' 'எனினும் அவர்கள் ஓர் அத்தாட்சியைப் பார்த்தால் புறக்கணித்துவிடுகிறார்கள். இது வழமையாக நடைபெறும் சூனியம்தான் என்றும் கூறுகிறார்கள்'. இந்த குரான் வசனத்தின் விளக்கமாக சில ஹதீஸ்களும் இருக்கின்றன.

புஹாரி 3869 "நாங்கள் நபி அவர்களுடன் மினாவில் இருந்தபோது சந்திரன் பிளவுபட்டது. உடனே நபி அவர்கள் நீங்கள் சாட்சியாக இருங்கள் என்று கூறினார்கள். இரண்டு துண்டுகளில் ஒன்று (ஹீரா) மலையின் திசையில் சென்றது".

அன்றைய அரபு மக்கள் முகம்மதுவிடம், நீர் இறைவனின் தூதர்தாம் என்பதற்கும், இறைவன் தான் உம்மிடம் வேதவசனங் களைத் தருகிறான் என்பதற்கும் என்ன அத்தாட்சி என்று கேட்க அதற்கு முகம்மது, ஆம் நான் இறைவனின் தூதன்

தாம் என்று நிலவைப் பிளந்து அதை அத்தாட்சியாகக் காண்பிக்கிறார். ஆனால் மனிதனால் செய்யமுடியாத மிகப் பெரிய அதிசய நிகழ்வான இதைக் கண்டு அன்றைய அரபு மக்களில் யாரும் இஸ்லாத்திற்கு மாறவில்லை என்பது ஆச்சரியம் தான். பிளந்த அந்த நிலவு என்ன ஆனது? எவ்வளவு நேரம் இரண்டு துண்டுகளாக இருந்தது? எப்போது மீண்டும் ஒன்றாக இணைந்தது என்பதுகுறித்து குரானிலோ, ஹதீஸ்களிலோ, வரலாற்றினிலோ எந்த விளக்கமும் இல்லை!

குரான் 2:33 'ஆதமே அப்பொருட்களின் பெயர்களை அவர்களுக்கு விவரிப்பீராக' என்று சொன்னான். அவர் அப் பெயர்களை அவர்களுக்கு விவரித்த போது படைக்கப்பட்ட' முதல் மனிதனான ஆதம் பேசினார். குரானில் அந்த வசனத்திற்கு மேல் விளக்கமில்லை; அல்லா வந்து அறிவியல் கூறப்போவதில்லை. எனவே இஸ்லாமியர்கள் தான் இதற்கு விளக்கம் தரவேண்டியவர்கள்.

கால அளவீடுகள்

குரான் 22:47 'வேதனையை அவர்கள் அவசரமாகத் தேடுகிறார்கள். அல்லாஹ் தன் வாக்குறுதிக்கு மாறு செய்வதே யில்லை. மேலும் உம்முடைய இறைவனிடம் ஒரு நாள் என்பது நீங்கள் கணக்கிடுகிற ஆயிரம் ஆண்டுகளைப் போலாகும்.'

குரான் 32:5 'வானத்திலிருந்து பூமி வரையிலுமுள்ள காரியத்தை அவனே ஒழுங்குபடுத்துகிறான். ஒரு நாள் அவனிடமே மேலேறிச் செல்லும். அந்த அளவு நீங்கள் கணக்கிடக்கூடிய ஆயிரம் ஆண்டுகளாகும்'.

குரான் 70:4 'ஒருநாள் மலக்குகளும், அவ்வான்மாவும் அவனிடம் ஏறிச் செல்வார்கள். அதன் அளவு ஐம்பதாயிரம் ஆண்டுகள் இருக்கும்'.

முதலிரண்டு வசனங்களில் ஆயிரம் ஆண்டுகள் என்றும், மூன்றாவது வசனம் ஐம்பதாயிரம் ஆண்டுகள் என்றும் குறிப்பிடுகிறது.

இப்போது அந்த வசனத்தின் பொருளை நேரடியாக எடுத்துக்கொண்டால் ஒரு சிக்கல் வருகிறது. 22:47, 32:5 வசனங்களில் ஒரு நாளுக்கு இணையாக ஆயிரம் ஆண்டுகளைக் குறிப்பிடும் குரான் 70:4ம் வசனத்தில் ஒரு நாளுக்கு இணையாக ஐம்பதாயிரம் ஆண்டுகளைக் குறிப்பிடுகிறது. இதில் 22:47ம் வசனமும் 70:4ம் வசனமும் ஒரே கேள்விக்கு

பதிலாக கூறப்படும் வசனங்கள், அதாவது யுகமுடிவு நாட்கள் எப்போது வரும் எனும் கேள்விக்கு பதிலாக கூறப்படும் வசனங்கள்.

குரான் 7:124 ...'உங்கள் யாவரையும் சிலுவையில் அறைந்து விடுவேன் என்று கூறினான்.'

குரான் 12:41 'மற்றவரோ, சிலுவையில் அறையப்பட்டு அவர் தலையிலிருந்து பறவைகள் கொத்தித் தின்னும்.'

குரான் 7:54 'நிச்சயமாக உங்கள் இறைவனாகிய அல்லாதான் ஆறு நாட்களில் வானங்களையும் பூமியையும் படைத்து...'

குரான் 41:9,10,12 'பூமியை இரண்டே நாட்களில் படைத் தவனை ...அதில் அவற்றின் உணவுகளை நான்கு நாட்களில் சீராக நிர்ணயித்தான்... இரண்டு நாட்களில் அவற்றை ஏழு வானங்களாக ஏற்படுத்தினான்.'

இந்த வசனங்களில் ஒன்றுக்கு இன்னொன்று முரணான கால அளவீடுகள் இடம்பெற்றிருக்கின்றன. முரணான காலங்களைக் குறித்ததனால் இந்த வசனங்களைப் புனைந்தது, குரானை எழுதியது 'அனைத்தும் அறிந்த' ஒருவராக இருக்கமுடியாது

வரலாற்றில் அறியப்பட்ட முதல் சிலுவைத் தண்டனை பெர்சியர்களால் ஏற்படுத்தப்பட்டது. பெர்சிய (இன்றைய ஈரான்) மன்னனான முதலாம் டேரியஸ் எனும் மன்னனால் கிமு 519 ல் தரப்பட்டதுதான் வரலாற்றில் அறியப்பட்ட முதல் சிலுவைத்தண்டனை. ஆனால் குரான் இதற்கு சற்றேறக்குறைய ஆயிரம் ஆண்டுகளுக்கு முன்பாகவே சிலுவைத் தண்டனை இருந்ததாகக் குறிப்பிடுகிறது. அதற்கு எந்த ஆதாரமும் இல்லை.

அடுத்த இரண்டு வசனங்களில் 7:54 ல் வானங்களையும் பூமியையும் படைக்க ஆறு நாட்களை எடுத்துக்கொண்டதாகவும், அடுத்து குறிப்பிடப்பட்டிருக்கும் வசனங்களில் தனித்தனியாக பூமியைப் படைக்க இரண்டு நாட்களும், அதில் உணவு வகைகளைப் படைக்க நான்கு நாட்களும் வானங்களைப் படைக்க இரண்டு நாட்களும் என்று மொத்தம் எட்டு நாட்களும் குறிப்பிடப்படுகிறது. அதாவது மொத்தமாக கூறுமிடத்தில் ஆறு நாட்கள் என்றும் தனித்தனியாகக் கூறுமிடத்தில் எட்டு நாட்கள் என்றும் இருக்கின்றன.

மனித உடற்கூறு

குரான் 95: 4: 'திண்ணமாக, நாம் மனிதனை மிகச் சிறந்த அமைப்பில் படைத்தோம்'.

மனிதனை அல்லா அவ்வளவு சிறப்பாக, குறையின்றி ஆணின் உடலைப் படைத்திருந்தால் பின் விருத்த சேதனம் என்ற கட்டாயச் சடங்கின் தேவை என்ன? விருத்த சேதனம் செய்வது உடல் நலத்திற்கு நல்லது என்று இஸ்லாமியர்கள் கூறுகிறார்கள். அப்படியென்றால் அல்லாவிற்கு இதன் சிறப்பு தெரியாமலேயே மனிதனைப் படைத்து விட்டார்; அல்லது, அவர் சிறப்பாக படைத்த படைப்பில் இஸ்லாமியர்கள் குறை காண்கிறார்கள் என்று பொருளாகிறது.

PROSTATE GLAND, SEMINAL VASICLE—லிருந்து முக்கால் சாண் தாண்டித்தான் விலா எலும்புகள் இருக்கும் என்பதை நீங்களே பார்த்துக் கொள்ளலாம் என்று படம் வரைந்து அறிவியல் பேசினாலும் நாங்கள் எங்கள் குரானில் சொன்னதை மட்டுமே நம்புவோம் என்று சொல்வது...

இன்னும் சில அறிவியல் தவறுகள்

தேனீக்கள் பழம் தின்னும் என்ற ஒரு மேற்கோளை குரானிலிருந்து எடுத்துக் கொடுத்தும் அதுவும் தவறென்று சொல்லிவிட்டு, பின், Then to eat of all the produce (of the earth), என்று மிகச்சிறந்த தமிழ்ப்படுத்தப்பட்ட குரானிலிருந்து என்று ஒன்றைத் தருகிறார்கள்; அதன் பொருளே புரியவில்லை. தேனீக்கள் உலகத்தில் உள்ள அனைத்துயும் தின்கின்றன என்ற பொருள்தான் அந்த மேற்கோளில் இருக்கிறது என்பதுவும்.

female genital mutilation நபியின் வார்த்தைகளை மேற்கோள் காட்டி, இதுவும் இஸ்லாத்தில் அனுமதிக்கப்பட்ட ஒன்றுதான் என்பதைச் சொல்லும் போது மௌனமாகி விடுவதும் நம்பிக்கையாளர்களின் வழக்கம்.

குரான் 21:30: 'வானங்கள், பூமி அனைத்தும் ஒன்றோடொன்று சேர்ந்திருந்தன. பிறகு அவற்றை நாம் தனித்தனையாகப் பிளந்தோம்.'

குரான் 21: 31 'மேலும் பூமியில் நாம் மலைகளை ஊன்றி வைத்தோம். அவர்களோடு அது சாய்ந்து விடாமலிருப்பதற்காக!

குரான் 2:22 'அவனே உங்களுக்கு பூமியை விரிப்பாகவும், வானத்தை முகடாகவும் ஆக்கினான்'.

நிலம் நமக்கு விரிப்பல்ல; வானம் நமக்கு கூரையல்ல.

குரான் 23:12—14 மனித சினை வளர்ச்சியில் பெண்ணிடமிருந்து வரும் முட்டையின் முக்கியத்துவத்தை குரான் ஒதுக்கி விடுகிறது. ஆண் விந்து மட்டுமே சினையாக வளர்வதில்லை.'

'சதைக் கட்டியை எலும்புகளாக்கினோம்' என்பதும் தவறு. இப்பகுதியில் வரும் பல தவறுகளுக்கு இவ்விரண்டும் வெறும் சான்றுகள் மட்டுமே.

குரான் 16:66 'சாணம், இரத்தம் ஆகியவற்றிற்கிடையே அவற்றின் வயிற்றிலிருந்து தூய்மையான பாலை உங்களுக்கு நாம் புகட்டுகின்றோம்'.

அல்லாவிற்கு / முகம்மதுவிற்கு கால்நடைகளின் உடலமைப்பு பற்றியேதும் தெரியவில்லை போலும்.

சுவனம்

எல்லா மதங்களிலும் சொல்லப்படுவது போல் இஸ்லாமிலும் நாம் நம் வாழ்நாளில் போதைப் பொருட்களைப் பயன்படுத்தக் கூடாது என்றும், திருமணப் பந்தத்திற்கு வெளியில் பெண்களை ஏறெடுத்தும் பார்க்கக் கூடாது என்றும் அழுத்தமாகச் சொல்லியுள்ளன. ஆனால், சாதாரண இம்மையில் தடை செய்த இதே விஷயங்களை இஸ்லாமியத்தில் மறுமையில் அனைவருக்கும் மது, மாது போன்றவைகள் அளவுக்கதிகமாக எப்போதும் கிடைத்துக் கொண்டே இருக்கும் என்பது ஒரு மிக வேடிக்கையான, வேதனையான கருத்தாக இருக்கிறது. இந்த சுவனப் பரிசுகளைக் காரணமாகக் காட்டி மனிதர்களைத் தீவிரவாதிகளாக மாற்ற முடிகிறது என்பதே ஒரு கவலைக்குரிய விஷயம் தானே! இம்மையில் தீயவை என்று ஒதுக்கியவர்களுக்கு, சுவனத்தில் அதே தீயவைகள் பரிசாக கடவுளிடமிருந்தே நேரடியாகவே கிடைக்கும் என்பது எந்த மதத்திலும் காணப்படாத, காணக்கிடைக்காத அதிசயம். மனித நேர்மைக்கு மிகவும் எதிரான விஷயம் இது. மக்களை சுவனப்பிரியர்களாக மாற்றி அதன் மூலம் இம்மையில் அவர்களை மனித எதிரிகளாக மாற்றுவது பெரும் மனிதக் கேடு. ஒரு மத நூலில், எல்லாம் வல்ல கடவுளின் வார்த்தைகளில் இப்படிப்பட்ட கேவலமான பரிசுகள் மனிதனின் மறுமை வாழ்க்கையில் அவனது இம்மை வாழ்க்கைக்குப் பரிசாக கிடைக்கும் என்பது

ஜீரணிக்க முடியாத ஒன்றாக இருக்கிறது. இதனைக் கீழ் வரும் 'பரிசுகளைப்' பார்த்து விட்டு ஒவ்வொருவரும் இஸ்லாம் கூறும் சுவனத்தைப் பற்றிமுடிவு செய்து கொள்ளலாம்.

குரான் 52:19 — 24 'உண்ணுங்கள்; பருகுங்கள் மகிழ்வோடு; நீங்கள் செய்து கொண்டிருந்த நற்செயல்களுக்குரிய வெகுமதியாக!' 20: அழகிய கண்களைக் கொண்ட மங்கையரை அவர்களுக்கு மணமுடித்துக் கொடுப்போம்.' 22: 'மேலும், நாம் எல்லாவிதமான பழங்களையும், இறைச்சியையும் அவர்களின் உள்ளம் விரும்புகின்றவற்றையும் அவர்களுக்குத் தாராளமாகக் கொடுத்துக் கொண்டே இருப்போம்.' 23: 'அங்கே அவர்கள் ஒருவர் மற்றவரிடமிருந்து மதுக்கிண்ணத்தைப் பாய்ந்து பாய்ந்து வாங்கிக் கொண்டிருப்பார்கள். 24: அவர்களுக்குப் பணிவிடை செய்வதற்கென்று நியமிக்கப்பட்ட சிறுவர்கள் அவர்களுக்குச் சேவைபுரிய ஓடியாடிக் கொண்டிருப்பார்கள். அந்தச் சிறுவர்கள் மறைத்து வைக்கப்பட்ட முத்துக்களைப் போல் அழகாய் இருப்பார்கள்.'

குரான்: 37:42—48: ... 'எல்லாவகையான சுவையான பொருள்களும்! ...அருள் நிறைந்த சுவனப் பூங்காக்களில் மஞ்சங்களில் எதிரெதிரே உட்கார்ந்திருப்பார்கள். மது ஊற்றுகளிலிருந்து நிரம்பப் பெற்ற கிண்ணங்கள் அவர்களிடையே சுற்றிவரச் செய்யப்படும். ஒளிரக்கூடிய மது, அது பருகுவோருக்குச் சுவையாக இருக்கும். (அவர்களின் உடல்களுக்கு) அதனால் எந்தத் தீங்கும் ஏற்படாது. அவர்களின் மதியும் கெட்டுப் போகாது. மேலும் தாழ்த்திய பார்வை உடைய அழகிய கண்களைக் கொண்ட நங்கையரும் அவர்களிடம் இருப்பர். அப்பெண்கள் முட்டை ஓட்டின் கீழே மறைந்திருக்கும் மெல்லிய தோலைப்போன்று மென்மையாக இருப்பார்கள்.'

குரான்: 44:54: ...'மேலும் நாம் அழகிய தோற்றமுள்ள எழில் விழி மங்கையரை அவர்களுக்கு ஜோடிகளாக்கிக் கொடுப் போம்'.

குரான்: 55:53, 56,59: 53: 'உங்கள் இறைவனின் எந்த வெகுமதிகளை நீங்கள் பொய்யெனக் கூறுவீர்கள்?' 56: 'இந்த அருட்கொடைகளுக்கு மத்தியில் நாணும் விழிகளைக் கொண்ட பெண்களும் இருப்பார்கள். இந்தச் சுவனவாசிகளுக்கு முன்னர் எந்த மனிதனும், ஜின்னும் அவர்களைத் தொட்டுக் கூடப் பார்த்திருக்க மாட்டார்கள்'.

குரான் —56: 17—40 'அவர்களின் அவைகளில் நிரந்தரச்

சிறுவர்கள் மது ஓடுகின்ற ஊற்றிலிருந்து நிரப்பப்பட்ட கோப்பைகளையும், கெண்டிகளையும், பளிங்குக் கிண்ணங்களையும் ஏந்தியவாறு சுற்றிக் கொண்டிருப்பார்கள். அவற்றை அருந்துவதால் அவர்களுக்குத் தலைச் சுற்றல் ஏற்படாது. அவர்களின் அறிவும் பேதலிக்கவும் செய்யாது.' 22: 'மேலும் அழகிய கண்களையுடைய 'ஹூர்' எனும் மங்கையரும் அவர்களுக்காகவே இருப்பர். 23: 'அவர்கள் மறைத்து வைக்கப்பட்ட முத்துக்களைப் போன்று அழகாய் இருப்பார்கள்.; 24: 'இவை அனைத்தும் உலகில் அவர்கள் செய்து கொண்டிருந்த செயல்களுக்குக் கூலியாக அவர்களுக்குக் கிடைக்கும்'. 35: 'மேலும் அவர்களைக் கன்னிகளாகவும், 37: தங்கள் கணவர் மீது காதல் கொண்டவர்களாகவும் சமவயதுடையோர்களாகவும் ஆக்குவோம்.

குரான்: 78: 31—37 : திண்ணமாக, இறையச்சமுள்ளவர்களுக்கு வெற்றியளிக்கும் ஓர் இடம் இருக்கிறது, 32: 'தோட்டங்களும் திராட்சைகளும் 33: சம வயதுடைய கன்னிப் பெண்களும் 34: 'நிறைந்த கிண்ணமும் உள்ளன' ... ஆனால் இது ஆங்கிலத்தில் இன்னும் கொஞ்சம் 'தெளிவாக' உள்ளதுபோல் இருக்கிறது. இதே வசனம் ஆங்கிலத்தில் இவ்வாறு உள்ளது: "As for the righteous, they surely triumph. Their gardens and vineyards and high-bosomed (pointed breast) virgins for companions, truly overflowing cup".

36: இது உம்முடைய அதிபதியிடமிருந்து கிடைத்த கூலியும் போதிய வெகுமதியுமாகும். 37:...அந்தக் கருணை மிக்க இறைவனிடமிருந்து (கிடைத்த கூலியும் போதிய வெகுமதியாகும்.)

அல்—திமிதிய்இல் அல்லாவின் தூதர் சுவனத்தைப் பற்றிக் கூறியதாக உள்ள வசனம்: 'சுவனம் செல்பவர்களுக்கு எண் பதாயிரம் வேலைக்காரர்களும், 72 ஹூரிகளும் கிடைக்கும்'.

குரானில் சுவனத்தில் கிடைக்கும் பரிசுகள் பற்றிய வசனங்கள் எல்லாம் ஆண்களை மட்டுமே குறி வைத்துக் கூறப்பட்டுள்ளன. ஒரே ஒரு இடத்தில் ஆணுக்கும் பெண்ணுக்கும் சுவன வெகுமதிகள் ஒன்று போலிருக்கும் என்ற வசனம் வருகிறது. ஆனாலும் வரும் விளக்கங்கள் ஆண்களுக்கு மட்டுமே உரித்தானதாக இருக்கிறது. ஒவ்வொரு ஆணுக்கும் 72 ஹூரிகள் ... சரி சுவனம் செல்லும் பெண்களுக்கு இதற்குப் பதில் 72 ஆண்கள் கொடுக்கப்படுமா? இந்தக் கேள்வியைக் கேட்கவே கூசுகிறது. பொருளும் சரியல்ல தரமும் சரியல்ல. இந்தக் கேள்விகளைக் கேட்டால்

நம்பிக்கையாளர்களிடமிருந்து எப்பதிலும் வருவதுமில்லை. எப்படி இது போன்ற 'வெகுமதிகளை'(!) இஸ்லாமியர் தவறாகக் கருதுவதில்லை என்பதும் மிகுந்த ஆச்சரியம்!

கொடூரம்

உலகில் இன்னும் எத்தனை கோடி ஆண்டுகளுக்கு மனிதன் பிறந்தாலும் அவர்கள் அனைவருக்கும் முகம்மது தான் அழகிய முன்மாதிரி என்று குரானில் அறிவிக்கப்பட்டுள்ளது. (குரான் 33:21) ஆனால் நடைபெற்ற பல நிகழ்வுகளைப் பார்க்கும் போது எதிர்மறையான உணர்வுதான் உண்டாகிறது. சில சான்றுகளைக் காணலாம்: முகம்மது எவ்வளவு கொடூரமாக சித்திரவதை செய்திருக்கிறார் என்பதற்கான சான்று.

1. சிலர் முகம்மதுவிடம் வந்து தாங்கள் முஸ்லீம்களாக மாறப் போவதாக நடித்து ஒட்டகக் காவலரைக் கொன்றுவிட்டு ஒட்டகங்களைத் திருடிச் சென்று விடுகிறார்கள். அவர்களைப் பிடித்து வந்து முகம்மது கொடுக்கும் தண்டனை என்ன தெரியுமா? புஹாரி 4192: ...'அவர்களின் கண்களில் பழுக்கக் காய்ச்சிய ஆணிகளால் சூடு போட்டார்கள். அவர்களின் கை கால்கள் வெட்டப்பட்டு ஹர்ரா பகுதியில் விடப்பட்டனர். அவர்கள் அந்த நிலையிலேயே மாண்டு போயினர்'. (இது உடனே ஒரு தவறான ஹதீஸ் என்று கூறி விடுவார்கள்!)

2. மெக்காவில் முகம்மதின் பக்கத்து வீட்டுக்காரன் உக்பத் இப்னு அபுமுஐத். முகம்மதின் ஏகத்துவப் பிரச்சாரத்திற்கு எதிராகச் செயல்பட்டவன். ஒரு முறை முகம்மது தொழுது கொண்டிருக்கும்போது ஒட்டகக் குடலால் முகம்மதின் கழுத்தில் மாலை போட்டுவிடுகிறான். பின்னர் பத்ரு போரின் போது தோற்றுப்போய் சிறை பிடிக்கப்படுகிறான். முகம்மது இவனைக்கண்டதும் கொல்ல உத்தரவிடுகிறார். "முகம்மதே நான் பெண் மக்களின் தந்தை, என்னைக்கொன்றுவிட்டால் அவர்களுக்குத் துணை யாருமில்லை" என்று கெஞ்சுகிறான். ஆனாலும் அவன் தலை துண்டிக்கப்படுகிறது.

3. நூறு வயதிற்கும் மேற்பட்ட முதியவர் அபு அஃபக் மதீனாவில் முகம்மதின் பிரச்சாரத்தை எதிர்த்து எதிர்ப் பிரச்சாரம் செய்கிறார். முகம்மது கோபப்பட்டு உத்தரவிட சலீம் உமர் என்பவன் அபு அஃபக்கை தூங்கிக்கொண்டிருக்கும்போது கத்தியால் குத்திக்கொல்கிறான். இந்தச் சம்பவத்தைக் கண்டித்து கவிதை எழுதிய அஸ்மா பி மார்வான் என்ற பெண் கவிஞரும் படுகொலை செய்யப்படுகிறார்.

இது முகம்மதுவின் கொடூரம். இது மனிதனுக்கும் மனிதனுக்கும் நடுவில் உள்ள கொடூரம். ஆனால் அல்லாவிற்கும் மனிதனுக்குமான கொடூரம் இதைவிட அதிகமாகவே தெரிகிறது.

ஹல்ரத் அலீ: "உலகினில் ஏற்படுகின்ற குழப்பங்களுக்குத் தீர்வு காண அல்லாவின் வேதந்தான் சிறந்த வழி. ...(தன் அறிவைக்கொண்டு) பெருமையடிக்கிறவன் இதனை (அமல் படுத்தாமல்) விட்டு விட்டால், அல்லா அவனைத் துண்டு துண்டாக ஆக்கிவிடுவான். அது அல்லாத (வேறு கிரந்தத்) தில் நேர்வழியைத் தேடுபவரை வழிதவறச் செய்து விடுவான்." கடவுள் கருணையின் உருவாய் இருக்கவேண்டாமோ? இதென்ன கொடுமை? கடவுளின் வார்த்தைகளில் தேவையா இந்தக் கொடூரம்?

புஹாரி Vol 4, புத்தகம் 52, எண் 260: 'இஸ்லாமிய மத நம்பிக்கையாளர்கள் அதிலிருந்து விலகினால் கொல்லப்பட வேண்டும். இத்தூதர் (முகம்மத்) உண்மையாளர் என்று விளங்கி, நம்பிக்கை கொண்டு விட்டு பிறகு மறுத்த கூட்டத்திற்கு அல்லா எவ்வாறு நேர் வழி காட்டுவான்? அநீதி இழைத்த கூட்டத்திற்கு அல்லா நேர் வழி காட்ட மாட்டான்'. அல்லாவின் மதத் துவேஷம் மிகவும் கடுமையானதாகவும், நம்ப முடியாததாகவும் உள்ளது என்பதற்கு இன்னொரு சான்று: *குரான் 9::29,30 'வேதம் வழங்கப்பட்டவர்களில் எவர்கள் அல்லாவின் மீதும் இறுதி நாளின் மீதும் நம்பிக்கை கொள்ளாமலும் அல்லாவும் அவருடைய தூதரும் தடுத்தவற்றை தடுக்கப்பட்டவை என்று கருதாமலும் சத்திய மார்க்கத்தைப் பின்பற்றாமலும் இருக்கிறார்களோ அவர்களுக்கு எதிராகப் போர் புரியுங்கள்; அவர்கள் சிறுமை அடைந்தவர்களாகி தமது கையால் ஜிஸ்யா வரியைச் செலுத்தும் வரை!*

30: 'உஸைர் அல்லாவின் புதல்வர்' என்று யூதர்கள் கூறுகின்றார்கள். 'மஸீஹ் அல்லாவின் புதல்வர் என்று கிறிஸ்தவர்கள் கூறுகின்றார்கள். அவர்கள் தங்களுடைய நாவினால் கூறும் (உண்மைக்குப் புறம்பான) கூற்றுகளாகும் இவை. இவர்களுக்கு முன்னர் இறை நிராகரிப்பை மேற்கொண்டிருந்தவர்கள் கூறியதைப் போல் இவர்களும் கூறுகின்றனர். அல்லாஹ் இவர்களை நாசப்படுத்துவானாக!

தன் வழி வராதவனை துண்டு துண்டாக்கி விடுவேன் என்பதும், அவர்களை நாசப்படுத்துவேன் என்பதும் 'கடவுளின் வார்த்தைகள்' என்று அறியும் போது 'அந்தக்'

கடவுளை நினைத்தாலே பெரும் அச்சம் தான் தோன்றுகிறது. 'இந்தக்' கடவுளுக்கும் அன்புக்கும் வெகு தொலைவு இருக்கும் போலும்.

அடிமைத்தனம்

முஸ்லீம் ஹதீஸ் எண்: 101, அத்தியாயம்: 1, பாடம்: 1.31 அறிவிப்பாளர்: ஜரீர் பின் அப்தில்லாஹ். "தன் எஜமானர்களிடமிருந்து ஓடிப்போகிற அடிமை, அவர்களிடம் திரும்பி வரும்வரை இறைமறுப்பாளனாகவே இருக்கிறான்" என்று (அல்லாவின் தூதர் சொல்லச்) செவியுற்றிருக்கிறேன். முஸ்லீம் ஹதீஸ் எண்: 102, அத்தியாயம்: 1, பாடம்: 1.31, அறிவிப்பாளர்: ஜரீர் பின் அப்தில்லாஹ்.: "(தன் எஜமானிடமிருந்து) ஓடிப் போன அடிமைக்கான (இறைவனின்) அடைக்கலம் நீங்கிவிடுகிறது" என்று அல்லாஹ்வின் தூதர் கூறினார்கள். சிந்தித்துப்பாருங்கள், அடிமை ஓடிப்போவதற்கும் இறைமறுப்பிற்கும் என்ன தொடர்பு?

மூட நம்பிக்கைகள்

பெண் பிள்ளைகளுக்குப் பருவ வயதை அடைவதற்கு முன்பாக கத்னா (circumcision of female genitals) செய்ய வேண்டும் என்று ஹதீசுகள் அறிவிக்கின்றன. மெதுவாக அதனைச் செய்ய வேண்டும் என்று கத்னா செய்யும் பெண்ணிடம் முகமது அறிவுரை கூறுகிறார். அபு தாவுத், நூல் 41, எண்: 5251: உடம்புக்குப் பாதிப்பில்லாத முறையில் கவனமாக இலகுவான முறையில் கத்னா செய்யுங்கள் என்றார் முகம்மது.

ஒருவர் முஸ்லீமாக இருந்தாலும் சரி இல்லையென்றாலும் சரி, அவர்களது உடலுக்குள் மூன்று ஷைத்தான்கள் இருக்கிறார்கள்.

புஹாரி 5892: இணைவைப்பாளர்களுக்கு மாறு செய்யுங்கள், தாடிகளை வளரவிடுங்கள். மீசையை ஒட்ட நறுக்குங்கள். முஸ்லிம் 435: அல்லாவின் தூதர் அவர்கள் கூறினார்கள்: மீசையை ஒட்டக் கத்தரியுங்கள்.

புஹாரி 5899: யூதர்களும் கிறிஸ்தவர்களும் (முடிகளுக்குச்) சாயமிடுவதில்லை. ஆகவே, நீங்கள் (முடிகளுக்குச் சாயமிட்டு) அவர்களுக்கு மாறு செய்யுங்கள். யூதர்களிடமிருந்தும், கிறித்துவர்களிடமிருந்தும் வேறுபடுத்திக் காண்பிக்கவே இந்த

மழித்தலும் நீட்டலும். இதில் எந்த வித சமயக் காரணங்களும் கிடையாது. இந்த வேறுபடுத்துதலின் மூலமே இஸ்லாம் அரேபிய தேசத்தில் ஒரு குழுவினருக்காக ஏற்படுத்தப்பட்ட 'மதம்' என்பது தெளிவாகிறது. ஒரு குழு சுற்றியிருக்கும் மற்ற இரு குழுக்களிடமிருந்து வேறுபடுத்திக் காட்ட வந்த ஒரு சமய அடையாளமே இது.

ஒன்பது 'தீட்டுப் பொருட்கள்' இஸ்லாமில் கூறப்பட்டுள்ளன. அவை: 1. மூத்திரம்; 2. மலம்; 3. விந்து; 4. ரத்தம்; 5. பிணம்; 6. நாய்; 7. பன்றி; 8. காபிர்; 9. மது வகைகள். மற்றுமொரு இடத்தில் பன்றியும் பெண்களும் தீட்டுப் பொருட்களாகக் கூறப்படுகிறது.

4552: நல்ல கனவு அல்லாவிடமிருந்து வருவதாகும். கெட்ட கனவு ஷைத்தானிடமிருந்து வருவதாகும். ஒருவர் கனவு ஒன்றைக் கண்டு அதில் எதையேனும் அவர் வெறுத்தால், அவர் தமது இடப் பக்கத்தில் மூன்று முறை துப்பிவிட்டு, ஷைத்தானிடமிருந்து (காக்குமாறு) அல்லாவிடம் பாதுகாப்புக் கோரட்டும். அப்படிச் செய்தால் அவருக்கு அது எந்தப் பாதிப்பையும் ஏற்படுத்தாது. முன்னோக்கியோ பின்னோக்கியோ மல ஜலம் கழிக்கக்கூடாது (திறந்த வெளியில்) — நீங்கள் மல ஜலம் கழிக்கும் போது கிப்லாவை முன்னோக்கவும் வேண்டாம், பின்னோக்கவும் வேண்டாம் என நபி(ஸல்) அவர்கள் தடை செய்தார்கள். கழிவறைக்குள் நுழையும் போது இடது காலை முன் வைத்து பின் வரும் துஆவை ஓத வேண்டும்... (ஆதாரம் — நஸயி) மேற்கூறியவை இஸ்லாம்மதத்தில் உள்ள பல மூட நம்பிக்கைகளின் சில சான்றுகள்.

10

என் சொந்தக் கதை

ரொம்ப வருஷத்துக்கு முன்னால ... நான் அப்போது தான் கிறித்துவத்தை விட்டு லேசாக விலக ஆரம்பித்திருந்தேன். அதுவரை கோயிலுக்குப் போவது .. அது இதுன்னு... ரொம்ப பக்தி. என்னிடம் பக்தி குறைஞ்சது எங்க அப்பாவுக்கு முதலில் தெரிஞ்சிது. 'என்னடா?'ன்னார். 'ஒண்ணும் இல்லையே'ன்னு சொன்னேன். ஒரு சாமியார் கிட்ட கொஞ்சம் மதங்கள் பற்றிக் கேள்வி கேட்டிருந்தேன். அவர் அப்பாவிடம் 'ஓதி' உட்டுட்டார் போல! 'இல்ல ... பாதர் கிட்ட ஏதேதோ கேட்டியாம்; சொன்னார்' என்றார். 'அதெல்லாம் ஒண்ணுமில்லை'ன்னு ஓடிட்டேன். இருந்தாலும் முதல்ல அப்பாவுக்கு சந்தேகம் உள்ளேயே இருந்திருக்கு.

அந்த சமயத்தில் வீட்டில ஏதோ ஒரு விசேஷம். அப்பாவின் தங்கச்சிமார்கள் இரண்டு பேர் சிஸ்டரா போய்ட்டாங்க. ரெண்டு அத்தைமார்கள், ஒரு சித்தப்பா, ஒரு அண்ணன், ஒரு தங்கை, சில மதினிகள் ... ஒருபெரிய பட்டாளமே நம்ம குடும்பத்தில இருந்து 'அந்தப் பக்கம்' சாமியாராகவோ, சிஸ்டர்ஸாகவோ போயிருக்காங்க ... ரொம்ப பக்தியான கிறித்துவக் குடும்பம்னு வச்சுக்கங்களேன்!! என் அத்தைங்க. சின்ன வயதில் என்னை வளர்த்ததில் அவர்களுக்கெல்லாம் பங்குண்டு. எங்கிட்ட ரொம்ப பிரியமா இருப்பாங்க. நான் இல்லாதப்போ அப்பா அத்தைகளிடம் என்னமோ சொல்லியிருப்பார் போலும்.

நான் வந்ததும் சிஸ்டர் அத்தைகள் ரெண்டு பேரும் என்னை நடுவில் உக்கார வச்சி மொதல்ல ஏதேதோ கதைகள் பேசினாங்க. அப்டியே மெல்ல சாமி விவகாரத்திற்கு வந்தாங்க. அதாவது சுத்தி நின்னு 'மந்திரிச்சாங்க' ... இதுல என்ன ப்யூட்டின்னா.... இந்த சிஸ்டரா போறவங்களுக்கு குருட்டு பக்தி இருக்கும். ரொம்ப ஸ்ட்ராங்கான விசுவாசத்தோடு இருப்பாங்க. ஆனால் பைபிளில் ஒரு கேள்வி கேட்டா போதும் .. ஒண்ணுமே தெரியாது. வாய் வழியா கேட்டு கேட்டு ஒரு நம்பிக்கையோடு வாழ்க்கையை ஓட்றவங்க. பொதுவாகவே கத்தோலிக்க கிறித்துவ மக்கள் எல்லோருமே இப்படிப்பட்ட டைப்புகள் தான் அதிகம். பைபிள் வாசிச்சிருக்க மாட்டாங்க... ஆனா பக்தி மட்டும் பெரு வெள்ளமா பாயும். பயங்கர விசுவாசிகள்! நம்ம அத்தைகளும் அது மாதிரி தான். ஏதேதோ ஒண்ணு ரெண்டு கேட்டேன். அவர்களிடம் அதுக்கெல்லாம் பதில் இருக்காதுன்னு தெரியும். அது மாதிரி தான் இருந்திச்சு.

'அதெல்லாம் உடு ... என்னைத்தையோ பேசிக்கிட்டு ... ஏசு நமக்காக எப்படியெல்லாம் பாடுபட்டார் ...' அப்டின்னு தங்கள் வழக்கமான இழுவையை இழுத்தாங்க. நானும் கொஞ்ச நேரம் எடக்கு மடக்கா ஏதேதோ கேட்டேன். இன்னொரு அத்தை; அத்தை வீட்டுக்கார மாமா ... இந்த ரெண்டு பேருமே பயங்கர பக்திமான்கள் தான். அவங்களும் இதில் சேர்ந்துக்கிட்டாங்க.

நான்கு புறத் தாக்குதல்னு வச்சிக்கோங்களேன். மாமா மட்டும் கொஞ்சூண்டு பைபிளில் இருந்து ஏதாவது ஒண்ணு ரெண்டு பேசுவார். நான் அவர்களிடம், "ஏசு .. பாவம் .. அவர் தான் நான் இஸ்ரவேலர் சாதிகளுக்காக வந்தேன்னு சொல்லிக்கிட்டே இருக்காரேன்னு" சொன்னேன் ... அவரே அப்படித்தான் தன்னைப் பத்தி சொல்லிக்கிறார். ஆனா நீங்களோ வேற 'சாதிக்காரவிய..' உங்களுக்கும் அவருக்கும் என்ன ஆச்சு .. இப்படியே கதை கொஞ்ச நேரம் போச்சுது.

நடுவில துணைவியார் வந்து, 'இப்பல்லாம் இதெல்லாம் தேவையா?'ன்னு ஒரு ஸ்பீட் ப்ரேக் போட்டுப் பார்த்தாங்க. நம்ம அப்டில்லாம் உடனே உட்ருவோமா? இன்னும் கொஞ்சம் இழுத்தேன். மாமா 'இவனை பிசாசு ரொம்ப மோசமா பிடிச்சிருக்குன்னு ...' சொல்லிட்டு எழுந்திருச்சி போய்ட்டார்.

எனக்கும் கொஞ்சம் போரடிச்சிது. அப்படியே எழுந்து மூணு அத்தைமார்களிடம், 'இப்படியெல்லாம் மொதல்ல

இருந்திச்சி ... ஆனா .. என்னைக்கி நான் அந்த 'ஒளி'யைப் பார்த்தேனோ ... அப்பவே எல்லாமே மாறிடிச்சி' அப்டின்னு சீரியஸா மூஞ்சை வச்சி சொல்லிட்டு... வர்ரேன் அப்டின்னு சொல்லி என் ரூமுக்குப் போய்ட்டேன். சும்மா ஒரு விளையாட்டுக்குத்தான் அந்த புருடா விட்டேன். சும்மா ஒரு leaving note மாதிரி.

கொஞ்ச நேரம் கழிச்சதும் அத்தை மூணு பேரு . இன்னொரு சித்தி எல்லோரும் என்னைப் பார்க்க வந்துட்டாங்க. என்னடான்னு பார்த்தேன். அவங்க எல்லோரும் ரொம்ப சீரியஸா 'என்னப்பா ... ஒரு ஒளி பார்த்தேன் சொன்னியே... என்னய்யா அதுன்னு ?' கேட்டாங்க. எனக்கு என்ன சொல்றதுன்னு தெரியலை. ஆனாலும் அதை அப்படியே டொம்முன்னு போட்டு உடைக்கவும் மனசில்ல.

'அதெல்லாம் விடுங்க ...' அப்டின்னு சொல்லிப் பார்த்தேன். என்னை அப்படியே விட அவங்களுக்கு மனசில்லை. எப்படியோ என்னத்தையோ டெம்போ விடாமால் ஏதேதோ சொல்லி விடுபட்டேன்.

அப்போ நான் ஏதாவது ஒரு 'கதை' எடுத்து விட்டிருந்தாலும் அப்படியே நம்பிட்டு எனக்கும் ஒரு க்ளின் சர்டிபிகேட் கொடுத்துட்டு, என் தலையைச் சுத்தி ஒரு halo போட்டுட்டு போயிருப்பாங்க ...

    நம்பிக்கையாளர்களை
    நம்பிக்கைகளை வைத்தே
    ஏமாற்றுவது எவ்வளவு எளிது
    என்பது மட்டும் அன்று புரிந்தது.
    .... ஆமென்!

❖❖❖